வாசிப்பின் வாசல்

வாசிப்பின் வாசல்

ரெ.விஜயலெட்சுமி

சுவடு
வெளியீடு

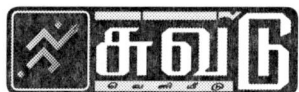

வாசிப்பின் வாசல்

- கட்டுரைகள்
- ஆசிரியர்
  ரெ.விஜயலெட்சுமி
- உரிமை
  ஆசிரியருக்கு
- முதல் பதிப்பு
  டிசம்பர் - 2021
- அளவு - 1x8 Demy
- பக்கங்கள் - **240**
- பேப்பர்
  18.6 மேப்லித்தோ
- வெளியீடு
  சுவடு
- ரூ. 300/-

Vaasippin Vaasal

- Essays
- Author and ©
  Re. Vijayalakshmi
- First Edition
  December 2021
- Pages - **240**
- Size - **1 x 8 Demy**
- Paper - **18.6 Maplitho**
- Cover - **300 gsm art board**
- Binding - **Normal**
- Designing
  Yaameen Graphic
- Cover Image
  S. Hermann & F. Richter
- Printers - **Suvadu**

ISBN 978-81-955652-2-1

Published by

SUVADU PUBLISHERS,
7A, Ranganathan Street, Selaiyur, Chennai - 600073
Contact : 9551065500, 9791916936
suvadueditor@gmail.com / www.suvadu.in

சமர்ப்பணம்

உரக்கக் கூப்பிட்டால் ஊரே திரும்பிப் பார்க்கும்
ஒரு பெயரான விஜயலெட்சுமியை
'ரெ'வை சேர்த்து முத்திரையாக்கிய
என் ரத்தமான அப்பா ரெகுநாதனுக்கு.

அணிந்துரை

தேன் துளிகளைக் கானகம் அறிவதில்லை

வாசிப்பில் நான் தாண்டி வந்த படிநிலைகள் குறித்து சில இடங்களில் பேசியும் எழுதியும் உள்ளேன். நவீன இலக்கியத்தில் இயங்கத் தொடங்கிய காலத்தில், 'வாசித்த நூல்களின் எண்ணிக்கையே நல்ல வாசகனுக்கான அடையாளம்' என்ற நம்பிக்கை இருந்தது. சுந்தர ராமசாமி, ஜானகிராமன், நாஞ்சில் நாடன், ஜெயகாந்தன், ஜி.நாகராஜன், அசோகமித்திரன் என அடுத்தடுத்து இடைவிடாது வாசித்துத் தள்ளினேன். வாசித்த நூல்களின் எண்ணிக்கையையும் அதன் ஆசிரியர் பெயர்களையும் ஒரு 'மெடல்' போல சுமந்து திரிவதில் சொல்லொண்ணாப் பெருமை. ஆனால் 2006-ல் ஜெய மோகனைச் சந்தித்தபிறகு அந்தப் பெருமைகளெல்லாம் பொலபொல வெனச் சரிந்து விழுந்தன.

வாசித்த எதையும் தொகுத்துச்சொல்லும் திறனற்றுத் திணறுவதை நான் அறிந்தது அப்போதுதான். நூல்களின் பெயரை மட்டும் மறுபடி மறுபடி சொல்லிக்கொண்டிருந்தேன். நாவல்களின் பெருவாழ்வு, ஒற்றை வரித் தகவலாகவே எஞ்சி நின்றது. சிறுகதைகளின் கருத்தைச் சொல்லிக்கொண்டிருந்தேன். அதைச் சொல்ல மட்டுமே, அவர்கள் அத்தனைப் பக்கங்கள் எழுதியிருக்கமாட்டார்கள் என்ற உண்மை வதைத்தது. வாசிப்பு என்பது சொற்களை விரைவாக உச்சரித்துக் கடப்பதல்ல; சொற்களுக்கு இடையில் உள்ள வெளிகளுக்குள் நம்மை இட்டு நிரப்புவது எனத் தாமதமாகவே புரிந்துகொண்டேன்.

ஒரு படைப்பை வாசிக்க எவ்வளவு கவனம் தேவை, ஒரு நூலின் முன் வாசகன் தன்னை எவ்வாறு ஒப்புக்கொடுக்க வேண்டும், வாசிப்பு நமக்குள் எவ்வகையான மாற்றங்களை உருவாக்கும், வாசிப்புக்கு முன்பான மனத் தயாரிப்புகள் என்ன என்று நான் அறிந்துகொண்டது ஜெயமோகன் வழிதான். அதுவரை போட்ட கோடுகள் அனைத்தையும் அழித்துவிட்டு முதலில் இருந்து வாசிக்கத் தொடங்கினேன்.

அப்போதுதான் ஒன்றைக் கண்டுபிடித்தேன்.

ஓர் எழுத்தாளர், தான் உணர்ந்த, அறிந்த வாழ்வைப் புனைவாக எழுதுகிறார். அதில் சில வாழ்க்கைகள் நமக்கு அறிமுகமானவையாக இருக்கும் பட்சத்தில், அதை வாசித்து முடிந்தபிறகு எளிதாக நினைவிலிருந்து துல்லியமாக மீட்கிறோம். அறிமுகமில்லாத புதிய வாழ்க்கை சில வரிகளாக மட்டுமே நினைவில் எஞ்சுகிறது. ஒரு புனைவை வாசித்தபிறகு, அது குறித்துப் பிறரிடம் உரையாடுவதும் விவாதிப்பதும் அந்தப் புனைவில் நம் கண்டடைவை முன்வைப்பதுமே அப்பிரதியுடன் நமக்கே நமக்கான தனி உறவை ஏற்படுத்துகிறது. அதற்குப் பின்னர் ஒரு புனைவு அந்த எழுத்தாளருடையது அல்ல; வாசகனுடையது. இந்த உணர்வை நான் அடைந்ததுமுதல், முக்கியமான நூல்கள் குறித்த விரிவான கட்டுரைகள் எழுத ஆரம்பித்தேன். எழுதும்போது மனதினுள் நிகழும் தர்க்கம் வழியாக, இன்னும் இன்னும் அதன் ஆழம் செல்ல முடிந்தது. 'வாசிப்பு' என்பதை நான் அறிந்துகொண்டது அதன் பிறகுதான்.

ரெ.விஜயலெட்சுமி இந்த இடத்தைத் தன்னியல்பாக வந்து அடைந்துள்ள விதம் ஆச்சரியமானது. இதன்வழி அவர் தமிழ் இலக்கியச் சூழலுக்கு அளித்துவரும் பங்களிப்பு கவனப்படுத்தத்தக்கது.

நவீன மனிதன் என்பவன் சமகாலத்தில் உள்ள அத்தனை சாதனங்களையும், தான் எடுத்துக்கொண்ட பணிக்குச் சாதகமான முறையில் உபயோகிப்பவன்தான். வாசிப்பைத் தனது ஆன்மாவுடன் இணைத்திருக்கும் விஜயலெட்சுமி, தான் எடுத்துக்கொண்ட பணியை யூடியூப்பில் தொடங்கி இன்று அச்சு வடிவம் வரை வளர்த்து எடுத்திருக்கிறார்.

'புத்தகங்கள் பேசட்டும்' எனும் தலைப்பில் விஜயலெட்சுமி பேசிய பெரும்பாலான காணொளிகளை நான் செவிமடுத்துள்ளேன். ஆம், என் வீட்டிலிருந்து வேலைக்குச் செல்லும் இடம் வரையிலான ஒருமணி பயண இடைவெளியில் கேட்கத்தான் முடியும்.

மூன்று அடிப்படைகளில் அவர் மேற்கொள்ளும் இப்பணி முக்கியமானது.

முதலில் வாசித்து வாசித்து அடைந்த ரசனையின் வெளிப்பாடாக, அவர் முன் வைக்கும் நூல்கள் தமிழ் இலக்கியச் சூழலில் மறுபடி மறுபடி கவனப்படுத்தப்பட வேண்டியவை. அவ்வகையில் அவரது நூல் தேர்வில் உள்ள பொறுப்புணர்ச்சி, ஆரோக்கியமான நூல்

பட்டியலை முன்வைக்கிறது.

இரண்டாவது, விஜயலெட்சுமி ஒரு நூலின் கதையை முழுமையாகச் சொல்லவில்லை. வாசிப்பின் வழி அந்த நூலில் தான் சென்று தொட்ட ஆன்மாவைப் பகிர முயல்கிறார். தான் உணர்ந்துகொண்டதைச் சொற்களில் திரட்டி வெளிப்படுத்துகிறார். தான் உள்வாங்கியதை அதன் அதிர்வுடன் சக வாசகனுக்குக் கடத்த முயல்கிறார். ஒரு ஆரம்பக்கட்ட வாசகன், குவிந்து கிடக்கும் ஏராளமான நூல்களில் தனக்கானதைச் சட்டெனக் கையில் எடுக்க இந்த வகை உணர்ச்சிப் பகிர்தல் முக்கியமானது.

மூன்றாவது, வாசகனை முன் தயாரிப்பு செய்யும் விதத்தில் அவரது உரைகள் முக்கியத்துவம் பெறுகின்றன. நூலின் முக்கியமான பகுதியை வாசித்துக் காட்டுதல், நூல் சொல்லும் வரலாற்றுத் தகவலைக் கூடுதலாக ஆய்ந்தறிந்து கூறுதல், ஒரு நூலில் கூடுதல் கவனம் செலுத்த வேண்டிய இடத்தை அழுத்திக் கூறுதல் போன்றவற்றால் குத்துமதிப்பான ஒரு வரைபடத்தை உருவாக்கிக் கொடுக்கிறார்.

உண்மையில் இது கடும் பணி. கதையைச் சொல்வதும் வாசிப்பதும் வேறு. கதையின் வழி எழுந்த உணர்வைப் பகிர்தல் என்பது சவாலானாது. அதற்கு வாசிப்போடு கூடிய புனைவுக்கான திறனும் அவசியமாகிறது. ஒரு கதைசொல்லிக்கு நிகழ்த்துக்கலைக்கான திறன் அவசியமாவதைப் போன்றது அது. என் புரிதலில், புனைவு உற்சாகம் கொடுக்கும் மனநிலையுடன்தான் விஜயலெட்சுமி இடைவிடாது இப்பணியைச் செய்கிறார் என நினைக்கிறேன். அப்படி அவர் வாசித்த பல நூல்களை வாசித்திருக்காத எனக்கு, அவர் வாசிக்கின்ற வேகமும் அவற்றை உள்வாங்கும் திறனும் பல சமயங்களில் பொறாமைப்பட வைத்துவிடுகின்றன.

'புத்தகங்கள் பேசட்டும்' பின்னர் 'தேன்கூடு' என்று பெயர் மாற்றம் கண்டது. அது பொருத்தமான பெயர்தான். ஒரு காட்டில் ஆகச் சிறந்தது தேன். தேனீக்களால் மட்டுமே தேனை அறிய முடியும். காட்டில் பலமிக்க பிற விலங்குகள் இருக்கலாம். அவற்றால் மரத்தைப் பிடுங்கி எறிய முடியக்கூடும். காட்டையே தின்று தீர்க்க முடியக்கூடும். ஆனால் பூவில் பதுங்கியுள்ள தேனைச் சென்றடைய தேனீக்களால்தான் முடிகிறது. அதற்கு நுட்பம் அவசியம். எழுத்தாளன்

தேனீயைப் போன்றவன். அவன் நுண்மையவான். அவனே விரிந்து கிடக்கும் வாழ்வின் அசாதாரணத் தருணங்களைச் சேகரிக்கிறான். அந்தத் தேன்துளிகளைச் சேகரித்து வைத்துள்ள இடத்தைத் 'தேன்கூடு' என அழைப்பது சாலப்பொருந்துகிறது.

விஜயலெட்சுமியின் இந்த முயற்சியில் வெளிவந்த ஒளிப்பதிவுகளைத் திரட்டி நூலாக்கியுள்ள முயற்சி பாராட்டத்தக்கது. பலமொழிகளில், பல்வேறு நிலங்களில், பல்வேறு காலக்கட்டங்களில் எழுதப்பட்ட நாவல்கள் குறித்து மட்டுமே இந்த நூலில் கட்டுரைகள் இடம்பெற்றுள்ளன. இந்த நூலில் இடம்பெற்ற நாவல்களைத் தாண்டி ஒருவருக்கு வேறொரு பட்டியல் இருக்கலாம். ஆனால் இது விஜயலெட்சுமி என்ற ஒரு தேர்ந்த வாசகரின் ரசனையைச் சொல்லும் நூல். இதன்வழி நூலாசிரியரின் ரசனையையும் அவர் வாழ்வை அறிய முயலும் பாங்கையும் அவர் அரசியலையும் புரிந்துகொள்ள முடியும். எப்படியாயினும் இந்தத் தொகுப்பில் உள்ள நூல்கள் அனைத்தும் இனி விஜயலெட்சுமியுடையவை. ஒவ்வொன்றிடமும் அவருக்கான தனித்த உரையாடல்களும் உறவுகளும் உள்ளன. கட்டுரைகளும் அதைத்தான் சொல்கின்றன.

விஜயலெட்சுமி இப்பணியை இடையறாது தொடர வேண்டும். இந்தப் பணியின் பலன் காலம் தாழ்த்தியே உணர்ந்துகொள்ளப்படும். அச்சுநூல்கள், மின்நூல்கள், ஒலிநூல்கள் என புனைவுகள் வெவ்வேறு வடிவங்களில் சூழும் இக்காலத்தில், அவரும் தன்னை ஒரு தேனீயாகவே உருவகிக்க வேண்டியுள்ளது. தேனின் மகத்துவம் குறித்துக் கானகம் அறியாததில் கவலைப்பட ஒன்றும் இல்லை; அதைத் தேனீக்கள் அறிவதுதானே முக்கியம்?!

- ம. நவீன்
எழுத்தாளர்,
மலேசியா

வாழ்த்துரை

பழகி நீர்க்கும் சித்திரவதை

பொழுதுபோக்கு இலக்கியங்களைத் தமிழ்ச் சமூகம் ஓடி ஓடி, தேடித்தேடி வாசித்த காலம் ஒன்றிருந்தது. இதழியல் ஓங்கியிருந்த காலமது. வணிக எழுத்தாளர்களின் வானளாவிய புகழ் ஒளியில் தீவிர இலக்கியங்கள் மங்கின.

காட்சி ஊடகங்கள் பெருகிய பின், பொழுதுபோக்கு இலக்கியத் திற்கான ரசிகத் திரளும் இல்லாமலாகிற்று. சமூக வலைத்தளங்கள் விரிந்தபின், சூழல் மேலும் மோசமானது. இன்று எவரும் எதையும் வாசிக்க வேண்டியதில்லை. தேவைக்குத் துழாவினால் போதும். கையில் புத்தகத்தோடு சிலைகள் மட்டுமே காட்சியளிக்கின்றன. எழுத்துகளை உற்றுப் பார்த்தாலே உறக்கம் வரும் எனுமளவிற்குத் தமிழ்ச் சமூகம் கெட்டிதட்டிப் போயிருக்கிறது. ஓரிரு பக்கங்களைக் கூட ஊன்றி வாசிக்கமுடியாத அறிவுக்குறைபாடுகளுடன் ஒரு தலைமுறையே உருவாகிவிட்டது.

இதுபோன்ற இருள் மண்டிய சூழலில்தான் ரெ. விஜயலெட்சுமி போன்ற இலக்கியச் செயற்பாட்டாளர்கள், இலக்கிய ஆக்கங்களுக்கு அருகே சிறிய மெழுகுவர்த்தியை ஏற்றி வைக்கிறார்கள். தான் வாசித்த நூல்களைப் பற்றி எழுதுகிறார்கள், பேசுகிறார்கள், கூட்டம் நடத்துகிறார்கள், 'கொஞ்சம் வாசித்துதான் பாருங்களேன்; உங்கள் ஒன்றரையணா வாழ்க்கையை மேலும் கொஞ்சம் பெருக்கிக் கொள்ளுங்களேன்..' என மன்றாடுகிறார்கள்.

தான் வாசித்த இலக்கிய ஆக்கங்களின் பின்னணி, எழுத்தாள ரைப் பற்றிய சிறு அறிமுகம், கதைச்சுருக்கம், நூலின் சில பகுதிகள் என ஒரு புதிய கலவையில் புத்தகங்களை அறிமுகம் செய்கிறார் விஜயலெட்சுமி. சமூக வலைத்தளங்களில் கிடைக்கும் லைக்கு களுக்காக இவர் இதைச் செய்யவில்லை என்பது நூல்களின் தேர்விலேயே தெரிகிறது. அதிகம் பிரபலமடையாத நூல்களைக்கூட, முன்முடிவுகள் ஏதுமின்றி வாசித்து இந்நூலில் அறிமுகம் செய்திருக்கிறார்.

தீவிர இலக்கிய வாசிப்பிற்குள் நுழைந்து வாசிக்க ஆரம்பித்த

சில நாட்களுக்குள்ளேயே ரசனை அடிப்படையில் தேர்வும், ஒரு முதன்மை ஆசிரியரும், சிந்தனைப் பள்ளியும் பலருக்குள்ளும் உருவாகிவிடுவார்கள். விஜயலெட்சுமி ஒரு விதிவிலக்கு. எல்லா இலக்கிய வகைமைகளையும் வாசிக்கிறார். நாடும் மொழியும் அவருக்குத் தடையாக இல்லை. இந்நூலின் மிகப்பெரிய பலமாக இருப்பது அந்த வெர்ஸடைலிட்டியே.

எலிப்பொறியில் தேங்காயைச் சுட்டு வைப்பதுபோல, ஒரு கதையைப்பற்றி எவ்வளவு சொன்னால், எப்படிச் சொன்னால் மூல நூலைத் தேடிப்பிடித்து வாசிப்பார்களோ அவ்வளவுதான் சொல்கிறார். அவருடைய நடையும் 'பழகி நீர்க்கும் சித்திரவதை' போன்ற அபூர்வமான சொல்லாட்சியும் நம்முடைய வாசிப்பை ஊக்குவிக்கின்றன.

வாசிப்பிற்குள் புதிதாக நுழைபவர்களுக்கு இந்நூல் ஒரு வழி காட்டியின் வேலையைச் செய்யக்கூடும். அதுதான் இந்தப் புத்தகத்தின் அவதார நோக்கமாகவும் இருக்கமுடியும்.

விஜிக்கு என் வாழ்த்துக்கள்!

- **செல்வேந்திரன்**
எழுத்தாளர்,
சென்னை.

என்னுரை

பகிர்வுப் பக்கங்களின் படிநிலைகள்

அன்பின் வணக்கம்.

புத்தகங்களின் மீது கொண்ட பேராார்வத்தினால், உப்பு புளி மிளகாய் மடித்த காகிதங்களிலிருந்து தன் வாசிப்பைத் தொடங்கி யவர் என் அம்மா. சிறு வயதில் இந்த மனப்பதிவு வாசிப்பின் மகத்துவத்தைப் பற்றிய அருமையான நினைவாகச் சேர்ந்து, அவரிட மிருந்தே வாசிப்பு எனக்குள் தொடங்கியிருக்க வேண்டும். அதனால் தான் ஒரு கத்தைக் காகிதங்களைப் புத்தகம் என்ற வடிவத்தில் இன்றும் செல்லமாகப் பாராட்ட முடிகிறது.

புத்தகங்கள் என் நாட்களில் இயல்பாகக் கலந்தது, எனது சொந்த ஊரான மேலூர் நூலகத்தில்தான். நூலக மேஜையில் வைக்கப்பட் டிருக்கும் லெட்ஜர் என் எட்டு வயது உயரம் எட்ட சவால்விடும். ஒவ்வொரு முறையும் ரெ.விஜயலெட்சுமி என்று ஆங்கிலத்தில் நான் எழுதும்வரை, அந்த நூலகர்தான் லெட்ஜர் புத்தகத்தைக் கையில் ஏந்தியபடியே நிற்பார். ஈதவர் இரந்ததுபோல் ஒரு அழகிய முரணாயிருந்த அந்த நூலகத்தில் நுழைந்த நினைவுகளை, கடவுச்சொல் போல் என் மனம் காப்பாற்றி வைத்துள்ளது. அந்த நூலகர்தான் வாசிப்பின் உலகத்திற்குள் என்னைக் கைப்பிடித்து அழைத்துச் சென்றார். வாசிப்பு இனிதே துவங்கியது.

சிறுவர் மலரை ஒரு எழுத்துவிடாமல் படித்து முடிக்க ஒரு வாரகாலம் எடுத்துக்கொள்ளும் துரிதம் வசப்பட்டது. அப்போது பள்ளியின் வளாகத்துக்கு வெளியே ஏற்பாடு செய்யப்பட்டிருந்த கண்காட்சியில், குழந்தைகளுக்கென்றே புத்தகங்கள் இருந்தது எனக்கு ஆச்சரியம். பக்கத்துக்கு ஐந்து வரிகள் மட்டுமே இருந்ததால், வாரம் ஒரு புத்தகம் என்ற கணக்கு திடீரென்று இன்பமாக ஒரு மணி நேரம் ஒரு புத்தகம் என்று மாறியது. பொம்மைப் படங்கள் கொட்டிக் கிடந்த அந்தப் புத்தகங்களைப் படித்து ருசிக்க, தினமும் ஆசை ஆசையாய் ஓடுவேன்.

அப்படி ஒருநாள் படித்துக் கொண்டிருக்கையில், அங்கு வந்து சேர்ந்தார் என் வாசிப்பின் அடுத்த திருப்புமுனை. எப்படி

நேர்மறையான திருப்புமுனையாக ஒரு நூலகர் அமைந்தாரோ, அதுபோல எதிர்மறையாக இவர் அமைந்தார். “இங்குள்ள புத்தகங்கள் விற்பனைக்கு; ஓசியில் வாசிப்பதற்கு அல்ல” என்று சொல்லி, அவரால் அங்கிருந்து எனது பன்னிரண்டாம் வயதில் அழஅழ துரத்தப்பட்டேன்.

அந்தச் சம்பவத்துக்குப் பிறகு புத்தகங்கள் என் வாழ்க்கையிலிருந்து மறைந்து போயின. பிறகு கல்லூரியில் எனக்கு அறிமுகமானார் கல்கி கிருஷ்ணமூர்த்தி. நான் வாசித்த முதல் பெரிய நாவலான சிவகாமியின் சபதம் கொடுத்த பிரம்மிப்பிலிருந்து, அழகாக பொன்னியின் செல்வன் பக்கம் திசை காட்டினார் தமிழம்மா என்று அழைக்கப்பட்ட எங்கள் தமிழாசிரியர். படிப்புக்கும் பகுதி நேர வேலைக்கும் நடுவில், நான்கே நாட்களில் இரவு பகலாக அந்தப் புதினத்தைப் படித்து முடித்தேன். புது உலகம் மீண்டும் திறந்து கொண்டது. நாம் பார்த்திடவே முடியாத காட்சிகளை நம் உள்ளத்தில் தோற்றுவிக்க, புத்தகங்களால் மட்டுமே முடியும் என்று தீர்மானமாகப் புரிந்தது. தமிழ் வாசகர்கள் வழக்கமாகப் பயணிக்கும் சுஜாதா, பாலகுமாரன், பட்டுக்கோட்டை பிரபாகர், சுபா என்று நீளும் பாதையில் நானும் பயணித்தேன்.

அத்தகு எழுத்துக்களினூடே புகுந்து வரும்போது, ஒரு பேச்சுப் போட்டியில் சந்தித்த தமிழாசிரியர்தான் பி.கே.பி. என்ற தமிழய்யா. அவர்தான் ரசவாதி என்ற உலக இலக்கியத்தை என் கைகளில் வைத்தார். பௌலோ கொய்லோவின் அந்த நாவல்தான் என் வாசிப்பை இலக்கியத்தின் செறிவான பக்கத்தை நோக்கித் தீவிரப் படுத்தியது. கல்கி ஒரு கற்பனை உலகத்தில் என்னை ஆழ்த்தினார்; நாம் வாழும் உலகத்தையே அப்படி மாற்றிக் கொள்வது எப்படி என்றொரு சூட்சமத்தைச் சொல்லிக் கொடுத்தார் பௌலோ கொய்லோ. அன்று பிடித்த சூடு இன்றுவரை என் வாசிப்பில் குறையவில்லை.

வாசிக்காமல் ஒரு நாளையும் கடப்பதில்லை. என் வாழ்க்கையின் ஒட்டுமொத்த அடிப்படையாகவே வாசிப்பைப் பார்க்கிறேன். யாதொன்றையும் மாற்றுக் கோணத்தில் அணுகும் அறிவை இலக்கிய வாசிப்பே உண்டாக்கியது. தொழில், நண்பர்கள், உறவினர்களுடன் அணுக்கம், காதல், கல்யாணம் என்று அனைத்திலும் வாசிப்புதான் முதல் சகாவாகத் துணை நிற்கிறது. வாசிப்பே என்னைச் செம்மைப்

படுத்தியுள்ளது, மெருகேற்றியுள்ளது, பட்டை தீட்டியுள்ளது. வாசிப் பில்லாமல் இருந்திருந்தால் நான் நிலக்கரியாகவே இருந்திருப்பேன்.

இத்தனை அருமையான புத்தக வாசிப்பெனும் பழக்கம், அனைவருக்கும் இருக்க வேண்டும் என்ற உணர்வு, தார்மீகச் சிந்தனையாக எழுந்தது. அப்போதுதான் 'எந்தப் புத்தகத்தைப் படிப்பது?' என்கிற ஒரு புதிய வாசகரின் கடும் கேள்வி நினைவிற்கு வந்தது. சிறு வயதிலிருந்தே புத்தகப் பாதையில் பயணிக்கும் வாய்ப்புள்ளோர், தமிழ்ச் சூழலில் மிகவும் அரிது. வாசிப்பின் வாசலே இன்னும் பலருக்குத் திறக்கப்படவில்லை என்பதே நிதர்சனம். ஆனாலும், அவர்களுக்கு அரிச்சுவடிப் பாடம் எடுப்பது அவசியம் இல்லை. வாசிப்புக்கு உகந்த புத்தகங்களை அவர்கள் முன் அடுக்கி வைத்து, அடுக்கும் முறைக்கான காரணத்தைத் தெளிவுபடுத்தினால் போதும்.

ஒரு நல்ல இனிப்பைச் சுவைத்தாலோ, ஒரு நல்ல திரைப்படத்தை அனுபவித்தாலோ, ஓர் அருமையான இடத்தை ரசித்தாலோ, அந்த இன்பத்தை இன்னொருவருடன் பகிர மனம் எப்படி ஆள் தேடுமோ, அதே ஆர்வத்தின் வெளிப்பாடுதான் இந்தப் புத்தகம். எனக்கு இலக்கிய விமர்சனத்தில் உடன்பாடு இல்லை. விமர்சனங்கள், ஒரு தனிப்பட்ட நபரின் அனுபவங்களின் பிரதிபலிப்பே தவிர, முழுமுதல் உண்மை அல்ல என்பது என் தாழ்மையான கருத்து. எத்தனை அதிபுத்திசாலியாக இருந்தாலும் அவர் அறியாத ஒன்றும், எத்தனை அடிமுட்டாளாக இருந்தாலும் அவர் அறிந்தவொன்றும் இருக்கும். ஒருவரின் அறியாமையை இன்னொருவர் அறிவால் நிரப்புகிறார் என்ற தரிசனத்தை என் வாழ்வின் தத்துவமாக நிர்ணயித்துள்ளேன். இதனாலேயே நான் புத்தக விமர்சனம் செய்வதில்லை. மாறாக, என் வாசிப்பு அனுபவத்தைப் பகிர்கிறேன். நான் அடைந்ததைப்போன்ற அக எழுச்சியோ, தெளிவோ, மகிழ்வோ, புரிதலோ இன்னொருவர் அவருடைய வாசிப்பில் அடைய என்னாலான ஒரு சிறு உதவி செய்வதே தேன்கூடு என்ற யூடியூப் மற்றும் பேஸ்புக் சேனலின் நோக்கம்.

ஒரு கதையை எவ்வளவு விளக்கமாக நாம் வாய்மொழியில் கூறினாலும், அதைப் படித்த அனுபவத்திற்கு நிகராகாது. ஆகவே, இந்தப் புத்தகத்தின் கட்டுரைகளில் சொல்லப்படும் என்னைக் கவர்ந்த நாவல்களின் தகவல்கள், ஒரு நூல் அறிமுகமே. எந்த விதத்திலும்

ஒரு நாவலைப் படிக்கும் அனுபவத்தை இதில் அடைவது சாத்தியம் கிடையாது. இந்தப் புத்தகம் ஒரு பூட்டைத் திறக்கும் சாவிதான். அதன் பிறகே வாசகர்கள் ஒரு கதவைத் திறந்து நாவல் என்ற வீட்டிற்குள் நுழைய வேண்டும். அந்த வீட்டுக்குள் நுழையலாமா வேண்டாமா என்று யோசிப்பதற்கும் ஆலோசிப்பதற்கும் உண்டான வழிமுறைகளையும் தகவல்களையும் மட்டுமே இந்தப் புத்தகம் வழங்குகிறது.

தேன்கூட்டின் காணொளிகளைப் புத்தகமாகக் கொண்டுவர முன்வந்த சுவடு பதிப்பகம் நல்லு கண்ணாவுக்கும் மன்சூர் அண்ணா வுக்கும் எனது நன்றிகள். அந்த நூலகரில் ஆரம்பித்து, என்னைத் திட்டி வெளியே அனுப்பிய அந்தக் கண்காட்சியின் பணியாளர், தமிழம்மா, பிகேபி ஐயா ஆகிய நால்வருக்கும் எனது நன்றிகள். தேன்கூட்டின் காணொளிகளில் நான் தொனத்தொனவெனப் பேசியவற்றை உன்னிப்பாகக் கேட்டு அதை எழுத்து வடிவத்துக்குக் கொண்டுவந்த கார்த்திகேயன் வைத்தியநாதனுக்கும், வாக்கிய அமைப்பைச் சீர்படுத்திக் கொடுத்த ஸ்ரீராம் விஸ்வநாதனுக்கும், என்னுடைய எல்லா முயற்சிகளிலும் துணை நிற்கும் ராதாகிருஷ்ணனுக்கும் அன்பின் நன்றிகள். இந்த மொத்தப் புத்தகமும் வருவதற்குக் காரணமாக இருந்த எங்கள் சாம்ராஜ்ஜியத்தின் குட்டி இளவல் ப்ரணவுக்கு அன்பு முத்தங்கள்.

அன்பின் நன்றி.

ரெ. விஜயலெட்சுமி

சென்னை

Thean Koodu : தேன் கூடு

theankoodu.books

பொருளடக்கம்

வன்முறைக் கேடயம்	- 19
காலக் கண்ணாடி	- 24
கருவிழி கடிக்கும் கட்டெறும்பு	- 28
தேடலுக்கான பயணம்	- 33
கனவின் நாடகத் தன்மை	- 36
மரண விசாரணை	- 40
இரண்டாம் பாரதம்	- 46
சமுதாயப் பகடி	- 50
மழலைத் தனிமை	- 56
அசலின் நிழல்	- 60
அசையும் பல், அசையா நம்பிக்கை	- 64
சாதிய சோதனை	- 68
ஆதி நிலம்	- 72
வீழ்ச்சியின் எச்சம்	- 78
தனி மனிதப் போராட்டச் சித்திரம்	- 82
சுப சகுனம்	- 86
அநீதியின் வெறி ஆட்டம்	- 90
பேரிடர் அரசியல்	- 96
தொன்ம நினைவு	- 100
சமூகத்தின் களை	- 105
நாகரீகக் கோமாளி	- 108
பேரழிவின் சித்திரம்	- 113
ஆதியைத் தேடி	- 117
நோய்மைப் பின்னல்	- 122
கரையும் கண்ணீரும்	- 127

நெருப்புக் குழி	- 132
மாற்றுப் போராட்டம்	- 136
சங்கேதம்	- 140
கற்பிதப் பொய்மை	- 143
ஒரு ஊரில் ஒரு சாமானியன்	- 147
ஆழ்மனப் பிணைப்பு	- 152
பெண் எனும் பேசு பொருள்	- 156
அரூபப் பிணைப்பு	- 160
உறவு மயக்கம்	- 165
இரு துருவங்கள்	- 169
தந்தை சொல் தட்டா தனயன்	- 173
தலைச்சம் பிள்ளை	- 177
பெரும் படைப்பின் இரு பாதிகள்	- 181
முகலாயப் பெண் சிங்கம்	- 188
வாழ் நிலத்தின் பிரதிநிதிகள்	- 192
வேர்களைத் தேடி	- 198
ஆன்மீக விசாரணை	- 203
சத்தத்தினால் ஒரு சந்திப்பு	- 207
வன்முறையின் அடையாளம்	- 211
லட்சியப் பயணி	- 215
தர்மத்தின் வாழ்வுதுணை	- 219
உடைக்கப்பட்ட கேடயம்	- 223
எரிக்கும் அதிகாரம், பொசுங்கும் வாழ்வாதாரம்	- 228
கனவுலகவாசிகளின் காதல் கதை	- 232
நினைவிலே தமிழ் உள்ள மிருகம்	- 236

வன்முறைக் கேடயம்

நூல்	: **அக்கினி வளையங்கள்**
ஆசிரியர்	: **சை.பீர் முகம்மது**
பதிப்பகம்	: **வல்லினம் & யாவரும்**

யுத்தம் என்ற புள்ளியில் மனிதர்கள் மறைத்து வைத்திருக்கும் கொடூரங்களை வன்முறை வெளிக்காட்டச் செய்கிறது. வன்முறை வெறுக்கப்படுவதும் அதைச் செய்பவர்கள் கண்டிக்கப்படுவதும் நவீன சமுதாயத்தின், மேலெழுந்த மனிதநேயத்தின் விழுமியமாக மாறிவிட்டது. ஆனாலும், வன்முறையைத் தவிர்க்கும் சொகுசு அனைவருக்கும் கிட்டுவதில்லை. அடக்குமுறையும் அதிகாரமும் அரசியலும் தனி மனிதர்களுக்கும் இனக்குழுக்களுக்கும் விளக்கமின்றிச்செய்யும்கொடுமைகளுக்குஎதிராக,வன்முறையைக் கேடயமாகப் பிடிப்பதைத் தவிர சில சமயங்களில் வேறு வழியற்றுப் போகிறது. பாதிக்கப்பட்டோர் தங்களைக் காத்துக் கொள்ளவும் மனித உரிமைகளின் அடிப்படையையாவது நிலைநாட்டவும் பயன்படுத்தும் ஆயுதமாக, சமுதாயத்தை உலுக்கப் பயன்படும் ஓலமாக வன்முறை மாறுகின்றது.

அக்கினி வளையம் என்ற பெயர் நமக்கு ஞாபகப்படுத்தும் தோற்றம் எளிமையானது. நெருப்புப் பற்றி எரிந்து கொண்டிருக்கும் ஒரு வளையமே அவ்வுருவம். சூரியனில் ஆரம்பித்து சர்க்கஸ் வரை இந்த உருவத்தைப் பார்த்திருப்பது நினைவுக்கு வருகிறது.

கதையைப் படிப்பதற்கு முன்னதாக ம. நவீனின் முன்னுரை கொடுக்கப்பட்டிருக்கிறது. இந்த முன்னுரையைப் படித்த பின்னர் கதையைப் படிக்க ஆரம்பித்தால், வாசகர்கள் தெளிவான பார்வை யோடு இந்த நாவலை அணுக முடியும். மலேசியாவினுடைய

ஒரு குறிப்பிட்ட கால வரலாற்றுச் சூழ்நிலையைப் பற்றி எடுத்துரைக்கிறது ம.நவீனின் முன்னுரை.

சை.பீர் முகம்மது

புத்தகத்தின் பின்னட்டை

இரண்டாம் உலகப்போர், தென்கிழக்கு ஆசியாவில் ஜப்பானிய ஆதிக்கம், பின் மீண்டும் பிரிட்டிஷ் ஆட்சி என்று மலேசிய வரலாற்றில் 1930-களின் பிற்பகுதி தொடங்கி 1960-கள் வரையிலான காலகட்டத்தை, துன்பமும் கொந்தளிப்பும் துயரமும் நிறைந்திருந்த காலகட்டம் என்று குறிப்பிடலாம். மலேசிய மக்களுக்குத் தங்கள் மண்ணின் மீதும் தங்கள் வாழ்வின் மீதும் பற்றை ஏற்படுத்திய ஒரு காலப் பகுதியும் இதுவே. ஆங்கிலேய ஆட்சியாளர்களுக்கு எதிராக ஆயுதப் போராட்டத்தை முன்னெடுத்த தீவிரவாத அமைப்பாக மலாயா கம்யூனிஸ்ட் கட்சி வரலாற்றில் நிலை பெற்றுள்ளது. பெரும்பான்மை சீனர்களைக் கொண்ட அவ்வமைப்பில், இந்தியப் போராட்டவாதிகளின் பங்களிப்பை இந்நாவல் சொல்கிறது. ஊடே, இப்பெரும் போராட்டத்தின் மத்தியில் நகரும் மனிதர்களின் மனங்களையும் தத்தளிப்புகளையும் புனைவாக்கியுள்ளார் சை.பீர் முகம்மது. 2019 வல்லினம் விருதை எழுத்தாளர் சை.பீர் முகம்மது பெறுவதை ஒட்டி இந்நாவல் பதிப்பிக்கப்பட்டது? ●

இந்தப் பின்னட்டைக் குறிப்பும் முன்னுரையும் நாவலை வாசிக்க வாசகர்களுக்கு ஏதுவாய் இருக்கும்.

சண்முகம் பிள்ளை என்பவர் ஒரு பெரும் முதலாளி. அவருக்கு ஒரு குடும்பமும் அதுமட்டுமல்லாமல் மற்றொரு பெண்ணிடம் உறவும் இருப்பதாகக் கூறப்படுகிறது. அந்தப் பெண்ணை சிவப்பு விளக்குப் பகுதியைப் போன்றதொரு இடத்திலிருந்து சண்முகம் பிள்ளை அழைத்து வந்திருக்கிறார். ஆனாலும், அவள் அவருக்கு மட்டுமே உரியவளாக இருக்கிறாள். அவளது பெயர் ஜெயா. சண்முகம் பிள்ளைக்கு முத்து என்றொரு டிரைவர் இருக்கிறார், அவரை சண்முகம் பிள்ளை மிகக் கேவலமாக நடத்துகிறார். இப்படிப்பட்ட வழக்கமான முதலாளியாகவே அவரது கதாபாத்திரம் புனையப்பட்டிருக்கிறது. சண்முகம் பிள்ளை, முத்து,

ஜெயா இவர்களிலிருந்து கதை ஆரம்பிக்கிறது.

பிறகு கதை மாந்தர்களின் கதையிலிருந்து வரலாற்றின் பெரும் மேடைக்கு நாவல் பிரயாணிக்கிறது. அந்த காலகட்டத்தில் INA என்னவாகச் செயல்பட்டுக் கொண்டிருந்தது? அப்போதைய மலேசியத் தமிழர்களும் சிங்கப்பூர் தமிழர்களும் சீனர்களோடு ஒன்றிணைந்து பிரிட்டிஷ்காரர்களை எப்படி எதிர்த்தார்கள்? என்கிற வரலாற்றைப் பேசத் தொடங்குகிறது.

இது ஒருபுறம் இருக்க, முதலாளியான சண்முகம்பிள்ளையின் வாழ்க்கை, அவருக்கு ஒரு மகன், அவனை ஒரு சாமியார் தன்னுடைய மகளுக்குத் திருமணம் செய்து வைக்கிறார் என்று மற்றொருபுறம். இதற்குள் அரசியல், போர்ச்சூழல், போராட்டங்களின் வடிவில் கம்யூனிஸம் தீர்க்கமாக வெளிப்படத் தொடங்குகிறது. முத்து, தேசிங்கு, ஃபாத்திமா ஆகிய கதா பாத்திரங்கள் கம்யூனிஸ சித்தாந்தத்தை ஏற்றவர்களாகக் கதையில் செயல்படுகிறார்கள்.

1930லிருந்து 1960 வரை, மலேசியாவின் உள்நாட்டுச் சூழல் என்னவென்று தெரிந்துகொண்டு இந்த நாவலை அணுகுவது, கதாபாத்திரங்களின் செயல் காரணங்களை உகந்த கோணத்தில் காண உதவும். ஜெயா எப்படி சண்முகம் பிள்ளையிடமிருந்து விலகி வெளியே வருகிறாள்? பின்பு அவள் எப்படி கம்யூனிஸ்டுகளிடம் சேருகிறாள்? கடைசியில் சண்முகம் பிள்ளையால் எப்படி கொடூரமாகப் பழிவாங்கப்படுகிறாள்? என்ற கதையோட்டமும் வரலாற்றுத் தருணங்களும் உணர்ச்சிப் பூர்வமாக சங்கமிக்கின்றன.

அந்த காலக்கட்டத்தில் மக்கள் எப்படி நடத்தப்பட்டார்கள்? ஒவ்வொரு இனமும் எப்படி நடத்தப்பட்டது? அதன் அரசியல் பின்னணி என்ன? பொருளாதார ஏற்றத்தாழ்வு எங்கனம் செயல்பட்டது? இந்தப் போர்ச் சூழல்கள், பிரச்சனைகள் மற்றும் போராட்டங்களால் எத்தனை பேர் இடம் பெயர்ந்தார்கள்? எத்தனை பேர் நாடு கடத்தப்பட்டார்கள்? எத்தனை பேர் துரத்தி அடிக்கப்பட்டார்கள்?

இந்தக் கேள்விகளின் பதில்களையெல்லாம் தன் கச்சாப் பொருளாக வைத்துக்கொண்டு, உவமைப் பொருள் விளங்க அக்கினி வளையங்கள் எவை என்று பெரியதொரு வாசிப்பனுபவத்தை ஏற்படுத்துவதே இந்நாவல்.

போர்ச்சூழலைத் தவிர்த்து, இந்த நாவலில் மனதைப் பாதிக்கும் மற்றொரு விஷயம், 'மிகச் சாதாரணமாக சிறுவயதிலிருந்து வளர்ந்து வந்த சண்முகம் பிள்ளையின் மனவெளி, ஏன் இவ்வளவு குரூரமாக மாறியது?' என்ற குணச்சித்திரம்தான். பொருளாதாரக் கீழ்நிலையிலிருந்து உயர்ந்தவராக இருந்தாலும், அவர் ஒரு நிலப்பிரபுத்துவ மனப்பான்மையில்தான் இருக்கிறார். எப்படி இந்த மனப்பான்மை மனிதனுக்குள் வந்தது? இந்த நாவல் முழுக்க ஒருவேளை சண்முகம் பிள்ளையின் கதையோ என்றுகூடத் தோன்றும். முதலாளித்துவத்துக்கு எதிரான செயல்பாடுகளில் ஈடுபட்டு, எதிர்த்துப் போரோடும் சூழ்நிலையில் தன்னை ஈடுபடுத்திக்கொண்டு இருக்கும் டிரைவர் முத்து, வேலையிலிருந்து அனுப்பப்பட்ட பிறகும், தான் தன் முதலாளிக்கு விசுவாசமாகத்தான் இருந்தோம் என்றும் தன்னால் அவருக்குப் பிரச்சனை ஏதும் வரவில்லை என்றும் தன்னகத்தே நினைக்கிறான். இதுபோன்ற ஒரு பழக்கம் எல்லா மனிதனுக்குள்ளும் உண்டுப் பண்ணபட்டிருக்கிறது. தொன்றுதொட்டுப் பழகிய பழக்கம், அவ்வளவு சுலபமாக யாராலும் எதனாலும் மாற்றிவிட முடியாதது என்பதை முத்துவின் மூலமாக சைபீர் முகம்மது சொல்லி இருப்பார். இது மனிதனின் உண்மையான, எதார்த்தமான மனநிலையைக் காட்டுகிறது. போர்ச்சூழலில் தாய் தந்தையை இழந்த ஜெயா, அண்ணனின் ஆதரவும் கிட்டாத சூழ்நிலையில் சிவப்பு விளக்குப் பகுதித் தொழிலுக்குச் சென்று, தன்மானத்துடன் அங்கிருந்து வெளியேறி, கம்யூனிசக் குழுவுடன் இணைகிறாள். இதுபோன்ற கதாபாத்திரங்களின் கட்டமைப்பு நேர்த்தியாகச் சொல்லப்பட்டிருக்கிறது.

புத்தகத்திலிருந்து கடைசி அத்தியாயத்தின் கடைசிப் பத்தி

யோசித்துப் பார்த்தால் எல்லோருமே தன்னைப் போன்றவர்களே என்ற முடிவுக்கே வர முடிந்தது. தன் லட்சியத்திற்காக, ஜெயாவை கம்யூனிஸ்டுகளுக்கு செய்தி பகிர அனுப்பிய முத்து, மகளுக்காக பணத்தைப் பேரம்பேசி தன் மகனை இழுத்துக்கொண்ட சுவாமி, பிழைக்க ஒரு வாய்ப்பு கிடைத்ததும் இன்னொரு பெண்ணின் வாழ்வைக் கெடுத்த ஜெயா, மனைவி சோரம் போனதை மறந்துவிட்டு பணத்திற்காக சுவாமியின் முன்நின்ற வெங்கட்ராமன், குழந்தைக்காக சுவாமியிடம் உறவு கொண்ட லட்சுமி, மக்களைத் துப்பாக்கி முனையில் மிரட்டும் கம்யூனிஸ்டுகள், அதே மக்களை

அடிமைகளாக நடத்தும் ராணுவம், எல்லாமே சுயநலத்தில் உழல்பவைதானே என்று தோன்றியது. அக்கினி வளையத்தில் சாகசம் செய்யும், பழகிய ஒரு புலியைப் போல இவர்களெல்லாம் வாழ்க்கை முழுதும் செய்யும் சாகசம் தொலைவிலிருந்து பார்த்தால் ரசிக்கத்தக்கதுதான், ஆனால் இவர்கள் புலிகள். கப்பல் இப்போது கடலில் மிதந்தது. தானும் அக்னி வளையத்தில் தாவும் புலி என்றே அவருக்குத் தோன்றியது. தாவித்தான் ஆகவேண்டும். வாழ்வதற்காக சாகசத்தை நிகழ்த்திக்கொண்டே இருக்க வேண்டும். சாகசம் சலிக்கும்போது புலி எவரையும் கொல்லும். கொல்லுதல் புலியின் குணம். மனிதனின் குணமும் அதுதான் என்று அவருக்கு அப்போது தோன்றியது. ●

அந்தக் காலகட்டத்தில் மலேசிய நாட்டின் அரசியல் சூழல், போர்ச்சூழல், மக்களின் மனநிலை பற்றித் தெரிந்து கொள்வதற்கு, இந்த நாவல் ஒரு வாய்ப்பாக தமிழ் இலக்கிய வாசகர்களுக்கு அமைந்திருக்கிறது.

இந்நாவலின் முதல் அத்தியாயத்தில், கம்யூனிஸ்டுகளை கொள்ளைக் கும்பல் போன்றதொரு எதிர்மறையான சித்தரிப்பில் கதை ஆரம்பிக்கப்பட்டு இருக்கும். அது வாசகருக்கு ஆச்சரியத்தை அளிக்கலாம். தொடர்ந்து வாசித்து முடித்த நிலையில் அது ஒரு போராட்டம் என்பது புரியவரும். பொதுவாகவே, மலேசிய இலக்கியங்களில் அதிகபட்சமாக, கம்யூனிசத்திற்கு எதிராகவே படைப்புகள் உருவாகி இருக்கின்றன என்று முன்னுரை எழுதிய ம.நவீன் தெரிவித்திருக்கிறார். இந்த நாவல் அப்படி அல்லாமல், கம்யூனிஸ்ட் மனப்பான்மையை ஊடுருவி எடுத்துரைத்திருப்பது குறிப்பிடத்தக்கது. கம்யூனிஸ்டுகளை மலேசிய மக்களின் நிலையில் இருந்து, அவர்களின் கோணத்திலிருந்து, அவர்களின் நியாயத்திலிருந்து, அவர்கள் செய்த நன்மைகளும் தவறுகளும் வரலாற்றில் இருப்பதுபோல் தெரியவைக்கிறது அக்கினி வளையங்கள்.

காலக் கண்ணாடி

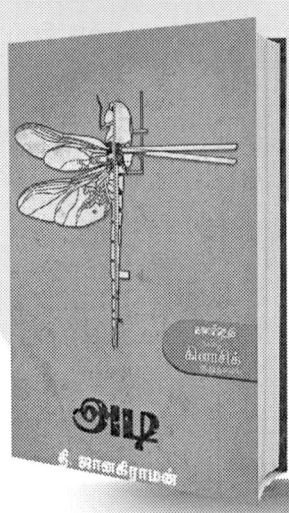

நூல் : **அடி**

ஆசிரியர் : **தி.ஜானகிராமன்**

பதிப்பகம் : **காலச்சுவடு**

வாழ்க்கை என்ற கால அளவு, நேற்று இன்று நாளை என்ற முப்பரிமாணம் கொண்டது. நாம் வாழ்ந்து முடித்துவிட்ட காலத்தைப் பின்நோக்கிப் பார்க்கும்பொழுது, அதில் சில சம்பவங்களையோ அல்லது நாம் செய்த காரியங்களையோ திருத்த முடிந்தால் நன்றாக இருக்கும் என்று தோன்றும். அந்தக் காலத்தில் நம் மனநிலைக்கு ஏற்றவாறே நம் குணம் இருந்தது, நம் குணத்துக்கு ஏற்றவாறே நம் செயல்கள் இருந்தன. அந்தக் கணிதத்தை மாற்றினால் தற்போதைய வாழ்க்கையைச் சரிசெய்து விடலாமே என்ற நம் யோசனை, 'இன்று' என்ற காலத்தை விட்டு 'நாளை' என்ற காலத்துக்கு ஓடும் முயற்சியே.

நமக்கு முந்தைய காலகட்டத்தில் வாழ்ந்த மக்களின் எண்ணங்கள் என்ன விதமாக இருந்தன? ஒருவேளை அந்தக் காலகட்டத்தில் நாம் இருந்திருந்தால் அந்தச் சூழ்நிலைகளை எவ்வாறு எதிர்கொண்டிருப்போம்? என்ற எண்ண ஓட்டங்களை, காலக் கண்ணாடி அணிந்து பார்க்கும் முயற்சியே அடி என்ற நாவல். தஞ்சை மண்ணைச் சேர்ந்தவரும் தி.ஜா. என்று அன்புடன் அழைக்கப்படுபவருமான தி.ஜானகிராமனின் எழுத்துக்களில், ஆண் பெண் உறவு மிக அழகாகச் சொல்லப்பட்டிருக்கும். இந்தக் குறுநாவலும் ஆண் பெண் உறவில் நிலவக்கூடிய மனநிலைகளைப் பற்றி எழுதப்பட்டதுதான்.

பின்னட்டைக் குறிப்பு

ஆண்-பெண் விழைவின் தீராப் புதிர்களை, மாளாத் தவிப்பை

அறியவியலா மர்மங்களையே தி.ஜானகிராமன் தனது கணிசமான படைப்புகளில் நுட்பமாக ஆராய்கிறார். மனமும் உடலும் கொள்ளும் வேட்கையை, வசீகரமான அபாயத்துடன் பேசுகிறார். அனேகமாக மனதை உடல் வெற்றி கொள்வதாகவே பல படைப்புகளின் கதையோட்டமும் அமைந்திருக்கிறது.

இந்த மீறலை இயல்பானதாகவும் தவிர்க்க முடியாததாகவும் குற்ற உணர்வின் பரவசத்தைக் கிளர்த்துவதாகவும் அவரது பாத்திரங்கள் காணுகின்றன. இவற்றிலிருந்து வேறுபட்ட தி.ஜானகிராமன் படைப்பு அடி. மனமும் உடலும் மேற்கொள்ளும் மீறல், சமூக நிர்பந்தத்தின் முன் அடிபணிவதை இந்தக் குறுநாவல் சித்தரிக்கிறது.

ஏறத்தாழ அரை நூற்றாண்டு காலம், பாலுறவின் தனித்த சுழல் பாதைகளில் பயணம் செய்த மரபை மீறிய கலைமனம் - நடமாட்டம் மிகுந்த பொது வழியை அடைந்ததன் அடையாளமாகவோ, ஆண் பெண் உறவின் ரகசியத்தைக் கண்டறியும் முயற்சியின் இறுதிப் புள்ளியாகவோ இந்த நாவலைக் காணலாம்.

அடி - தி.ஜானகிராமன், தனது இறுதிக் காலத்தில் எழுதிய குறுநாவல். உடல் உடலை விழைவதும் உயிர் உயிர்க்கு ஏங்குவதும் இறை செயல்கள். அதை மனித புத்தி தோற்கடிக்கிறது. பின்னர் அதுவே நியதி ஆகிறது. இந்த நியதியைப் புறக்கணிக்கும்போது அடி விழுகிறது. அது விழுவது மனித உடலில் மட்டுமல்ல, தெய்வ மனத்திலும்.

இந்தப் புத்தகத்தின் பின் அட்டைக் குறிப்பைப் படித்துவிட்டு, பின்னர் புத்தகத்தைப் படிப்பது என்பதே சரியானதாக இருக்கும். ஏனென்றால், புத்தகத்தை வாசித்து முடிக்கும்பொழுது உங்கள் மனதில் சில கேள்விகள் தோன்றும். ஏன், எதனால், இந்தக் கதை இந்த இடத்தில் முடிந்துவிட்டது? என்ற பிரதானமான கேள்விக்கு புத்தகத்தின் பின்குறிப்பு நேரடியான பதிலைத் தருகிறது.

முன்னுரையில் உள்ள சில முக்கிய வரிகள்

சபலமும் பந்தமும் வெற்றுச் சொற்களா? சுயத்தின் நியாயப்படுத்தல்களா? தன்னையே முழுதும் படையலிடுவதற்கு சூனியமா பதில்? இறை வகுத்துவிட்ட இயற்கையின் போக்கில், மனிதர்கள் குறுக்கிடுகிறார்கள். மகான்களை எழுத்துச் சீடர்கள் கீழே

இறக்குகிறார்கள். இஷ்டம், இஷ்டமில்லை என்று சொல்வதற்கு சாமானியனுக்கு ஏது அதிகாரம்? இறக்கும்வரை டிக்ஷனரியை மனிதன் விட முடியாது என்ற குரல், முடிந்த முடிவான மெய்மையாக அன்று நடப்பின் குரூரத்தைச் சகித்துக்கொள்ளும் வேறு வழியற்ற ஆற்றாமையாக தி.ஜா.வால் முன்வைக்கப்படுகிறது. ●

தி. ஜானகிராமன்

பின் குறிப்பையும் முன்னுரையையும் வாசித்துவிட்டு இந்தக் குறு நாவலை வாசிக்கும்பொழுது, தி.ஜா.வின் எழுத்துக்கள் என்ன சொல்ல வருகின்றன என்பது இன்னும் ஆழமாக நமக்குப் புரியவரும்.

செல்லப்பா என்று ஒருவர் இருக்கிறார். அவருக்கு மனைவி, குழந்தைகள் இருக்கிறார்கள். அவருடைய வாழ்க்கையில் பட்டு என்று ஒரு பெண் வருகிறாள். செல்லப்பாவும் திருமணமானவர், பட்டுவும் திருமணமானவள். இந்த இரண்டு நபர்களுக்குள்ளும் இருக்கும் உறவுநிலை, உறவுச் சிக்கல் பற்றிக் கூறுவதுதான் இந்த அடி என்னும் குறுநாவல். இறுதியில் என்ன ஆனது? இவர்களின் உறவு எங்கே போய் முடிந்தது? இருவரின் குடும்பத்தின் நிலை என்ன? என்பதைப் பற்றி எல்லாம் அழகாகக் கூறப்பட்டுள்ளது இந்த நாவலில்.

பட்டு இந்தக் கதைக்குள் வரும் இடம், வாசிப்பவருக்கு மிகவும் பிடித்தமானதாக இருக்கும். செல்லப்பா தனது மனைவியையும் குழந்தைகளையும் அழைத்துவர ஸ்டேஷனுக்குச் செல்கிறார். அங்கு அவருடைய மனைவியோடு புதிதாக ஒரு பெண் வருகிறாள். செல்லப்பாவின் மனைவியான மங்கலம், செல்லப்பாவைப் பார்த்து அவள் யாரென்று தெரிகிறதா என்று கேட்கிறார்.

"யார் தெரியறதா?" என்றாள் மங்கலத்தம்மாள்.

அந்த அம்மாளை நிமிர்ந்து பார்த்தார் செல்லப்பா.

அம்மாளா? முகத்தைப் பார்த்தால் அம்மாள் மாதிரி இல்லை. பெண்மணி. இருபத்தி ஐந்து, இருபத்தி எட்டு வயது இருக்கலாம். உயரமாக, ஒல்லியாக, மடிசார் கட்டோடு, செருப்பு இல்லாத வெறும் காலோடு நின்ற அந்தப் பெண்ணைப் பார்த்தார். கழுத்தில் தாலிக்

கயிறு மட்டும். கையில் மூன்று, நான்கு ரப்பர் வளையல். முகத்தை எங்கேயோ பார்த்தார்போல் தெரிகிறது. சரியான ஞாபகம் இல்லை.

"தெரியலையா?" என்றாள் மங்கலத்தம்மாள்.

அந்தப் பெண்மணி நாணத்துடன் குனிந்து நின்றாள்.

"யாரு?" என்று மீண்டும் பார்த்தார் செல்லப்பா.

"நன்னா பாத்தா ஞாபகம் வரும்."

செல்லப்பா நன்றாகத்தான் பார்த்தார். முகம் எப்போதோ பார்த்த மாதிரி இருந்ததே தவிர, வேறு ஒன்றும் நினைவில் தட்டவில்லை. அவருக்குச் சட்டென்று பட்டதெல்லாம் அந்த உயரமும், ஒல்லியும், வெறும் காலும், அந்த வெறும் காலில் நீண்டு வளர்ந்திருந்த விரல்களும்தான். செருப்புப் போடாத அந்தக் காலும் விரலும் மண் பதிந்திருந்ததுதான். கால் நகங்களிலும் வெள்ளையை மறைத்துப் படிந்திருந்த புழுதி. அத்தோடு, தாலிக்கயிற்றைத் தவிர்த்து வேறு எதுவும் இல்லாத கழுத்தும், கிட்டத்தட்ட முழங்கைவரை வந்த பூப்போட்ட வெள்ளைசீட்டி ரவிக்கையும், சிறிது பச்சைநரம்போடிய முன்கையில் தளர்ந்து சரிந்திருந்த ரப்பர் வளையல்களும், காதில் மங்கிய பழைய சிவப்புத் தோடும் எடுத்துக்காட்டின ஏழ்மையை. பரம ஏழைகள் போட்டுக் கொள்கிற உருட்டைக் கூடக் கால் விரலில் காணவில்லை. 'ஒரு சமயம் கணவன்?' என்று சந்தேகப்பட்டு நிமிர்ந்தபோது நெற்றியில் குங்குமம் தெரிந்தது. கணவன் இருக்கிறவள்தான். உருட்டு கூடப் பண்ணிப் போட முடியாத அல்லது உருட்டைக் கூடப் பிடுங்கி விற்றுவிடுகிற கணவனா?

"ஞாபகம் வல்லையா?" என்றாள் அவர் மனைவி.

"நான் அப்ப சின்னக் கொழந்த மாமி" என்று மங்கலத்தம் மாளைப் பார்த்து நாணப் புன்னகை செய்தாள் அந்தப் பெண்.

"எத்தன வருஷம் ஆச்சு பட்டு? சிவசாமி ஆம்படையா பட்டு. உங்க அம்மாவோட மாமாவோட மாமாவுக்குப் பேத்தி. நம்ம அம்மாவுக்கு கண்ணக் கொடுத்த பட்டு". ●

இந்த மாதிரியாக மங்கலத்தம்மாளின் வாயிலாக, பட்டு செல்லப்பாவுக்கும் நமக்கும் அறிமுகப்படுத்தப்படுகிறாள். இந்தப் புத்தகத்தின் வாசிப்பு அனுபவம் வாசகர்களுக்கு ஒரு புதிய அனுபவமாக இருக்கும். நாவலின் இறுதியில் விழும் அடி யாருக்கானது என்பதை, வாசிப்பவரின் அலசல்களுக்கே விட்டுவிடுகிறார் தி.ஜா.

கருவிழி கடிக்கும் கட்டெறும்பு

நூல் : அளம்
ஆசிரியர் : சு.தமிழ்ச்செல்வி
பதிப்பகம் : மதுரா

குடும்ப அமைப்பு என்ற புராதானமான ஒன்றை விதந்தோது கிறோம். அதற்கு மாற்று கண்டுபிடிக்கும் அவசியம் இன்னமும் மனித இனத்துக்கு வரவில்லை. அந்த அமைப்பின் பொறுப்பு ஒரு ஆணிடமும் ஒரு பெண்ணிடமும் பெரிய பாரமொன்றின் பகிர்வாக அளிக்கப்படுகிறது. இதுவே சமூகத்தால் அங்கீகரிக்கப்பட்ட நடைமுறை. இந்த ஏற்பாட்டிலிருந்து ஆணோ பெண்ணோ விலகும்போது, திடீரென்று அந்த முழுபாரத்தையும் தாங்கும் தனிநபர் மீது சமுதாயம் கரிசனம் காட்டுவதில்லை. அதுவும் ஒரு குடும்பத்தின் பாரத்தைப் பெண் சுமக்கிறாள் என்றால், அவளுக்கென்றே சில கொடுமைகளை ஆயத்தமாக வைத்திருக்கிறது இந்த சமுதாயம்.

மாணிக்கம், அளம், கீதாரி, கற்றாழை என நான்கு நாவல்களைத் தமிழுக்கு அளித்திருக்கும் சு.தமிழ்ச்செல்வி, சமகாலப் பெண் எழுத்தாளர்களில் முக்கியமானவர். இவரது மாணிக்கம் நாவல், தமிழக அரசின் சிறந்த நாவலுக்கான விருதினைப் பெற்றது. இவரது படைப்புகள் கல்லூரிகளின் பாடத்திட்டத்தில் இடம்பெற்றுள்ளன.

அளம் நாவலை சு.தமிழ்ச்செல்வி வட்டார வழக்கில் எழுதி யிருக்கிறார். சுந்தராம்பாள் - சுப்பையன் என்ற கணவன் மனைவிக்கு மூன்று பெண் குழந்தைகள். வடிவாம்பாள், ராஜாம்பாள், அஞ்சாம்பாள் என்பது அவர்களின் பெயர்கள். இந்த மூன்று பெண்களுடன் வறுமையில் உழலக்கூடிய குடும்பத்தைப் பற்றிய

கதை, இந்த அளம்.

குடும்பத் தலைவன் குடும்பத்தைக் காப்பாற்றுவதற்காக எந்த வேலைக்கும் செல்வதில்லை. அவருக்கு வெளிநாடு செல்வதற்கான வாய்ப்பு கிடைக்கிறது. அவரும் சந்தோஷமாக சம்பாதித்து குடும்பத்திற்குக் கொடுக்கலாம் என்ற ஆசையில், கப்பலேறி வெளி நாடு புறப்படுகிறார். போனவர் போனவராகவே இருந்துவிடுகிறார். அவரைப் பற்றிய எந்தத் தகவலும் அவரை அழைத்துச் சென்ற வருக்கே தெரியவில்லை. குடும்பத்திற்கும் அவரின் நிலை என்ன என்பது தெரியவில்லை. அவர்களைப் பொருத்தமட்டில் அவர் வெளிநாட்டில் இருப்பதாகவும் அவர் திரும்பி வந்துவிடுவார் என்றும் நம்பிக் கொண்டிருக்கிறார்கள்.

தற்போது அந்தக் குடும்பத்தின் சூழ்நிலை என்னவென்றால், கடனை வாங்கிவிட்டு வெளிநாடு சென்ற குடும்பத் தலைவனின் நிலை ஒரு பக்கம், மூன்று பெண் குழந்தைகளைக் கொண்ட குடும்பத்தின் நிலை மற்றொரு பக்கம். இந்தத் தடுமாற்றமான நிலையை சுந்தராம்பாள் எப்படி சமாளிக்கிறார் என்பதே இந்த நாவல்.

பொதுவாகவே குடும்பத்தலைவன் இல்லாத வீட்டை வேறு ஒரு கண்ணோட்டத்தில் பார்க்கும் ஒரு பொதுப்புத்தி இந்தச் சமூகத்தில் இருக்கிறது. அதிலும், கிராமத்தில் கஷ்டப்படக்கூடிய ஏழ்மையான குடும்பம், நான்கு பெண்கள் மட்டுமே இருக்கக்கூடிய குடும்பம் எத்தனை விதமான பிரச்சினைகளை எல்லாம் எதிர்கொள்ள நேரிடும் என்பதைப் பற்றியும் இந்தக் கதை அலசுகிறது.

இந்தக் கதையினுள் ஒரு காதல் கதையும் சொல்லப்பட்டிருக்கும். சுந்தராம்பாளின் மூன்றாவது மகளுக்கு ஒரு காதல் மலர்கிறது. அதன் கதி என்னவாயிற்று என்பதும் கண்ணுக்குத் தெரியும் முக்கியமான கிளையாய் இந்த நாவலில் வளர்கிறது. சுந்தராம்பாள் தனது மூத்த இரண்டு பெண்களுக்கும் மிகவும் கஷ்டப்பட்டு கல்யாணம் செய்து வைக்கிறார். அவர்களின் அந்தக் கல்யாண வாழ்க்கையும் வீணாய்ப்போகிறது. துயரத்தின் சாயல் அந்தக் குடும்பத்தின் மேல் படர்ந்தபடியே நகர்கிறது நாவல்.

இந்தக் கதையை நாம் படிக்கும்பொழுது, எந்த இடத்திலும் நாம், 'இது கதைதானே' என்று எடுத்துக்கொண்டு, கதாபாத்திரங்களை

விட்டு நகராத வண்ணம், நிஜம் போன்றதொரு நினைப்புடனே நம்மைக் கதையில் ஆழ்த்துகிறார் தமிழ்ச்செல்வி.

சு. தமிழ்ச்செல்வி

உப்பளம் என்ற வார்த்தையிலிருந்தே, அளம் என்ற சொல் இந்த நாவலின் தலைப்பாகி இருக்கிறது. கதை நிகழும் நிலப்பகுதியின் மக்கள் உப்பளத்தில் வேலைசெய்வது மிகக் கடுமையான பணியாக இருக்கிறது. அந்தப்பகுதியில் பெரும்பாலானோர் அத்தகு உப்பளங்களில்தான் வேலை செய்கிறார்கள். தன் பிள்ளைகள் அந்த வேலைக்குப் போய்விடவே கூடாது என்று உறுதியாக இருக்கும் ஒரு தாய், ஒரு காலகட்டத்தில் வேறு வழி இல்லை என்ற காரணத்தால், தானே அந்த வேலைக்குச் செல்கிறாள். அந்த உப்பள முதலாளியும் உப்பளத்தை விற்கப்போகிறார் என்று தெரியவரும்போது, எப்படியாவது சொந்தமாக சின்னதாக ஒரு அளம் வாங்கிவிட வேண்டும் என்ற கட்டாயமும் வைராக்கியமும் பிறக்கிறது. இப்படி அளத்தை சுற்றியே ஆழ்ந்த உணர்ச்சிகளைக் கூறும் ஒரு காவியமாக உருவாகி இருக்கிறது இந்நாவல்.

சுந்தராம்பாள், கதையில் ஓரிடத்தில் பலாப்பழம் பறிக்கச் செல்வார். அந்த அத்தியாயம் துயரமானதாக இருக்கும். கதையின் போக்கில் அந்த இடம் எவ்வாறு எழுதப்பட்டிருக்கிறது என்பதைப் பின்வருமாறு பார்க்கலாம்.

அப்படி ஒடிக்கும்போது புத்திலிருந்த சிவப்பு எறும்புகள் அவள் முகத்தில் விழுந்தன. அவற்றில் ஒன்று சரியாய் அவளுடைய கண்ணுக்குள் விழுந்து கடித்தது. சுந்தராம்பாளால் தாங்கிக்கொள்ள முடியவில்லை. கண்ணைத் திறக்க முடியவில்லை. கண்ணைக் கசக்கவும் முடியவில்லை. காலை வைத்திருந்த மெல்லிய சிம்பு வளைந்து ஆடியது. மேலே பிடித்திருந்த சிம்புவும் வலுவில்லாதது. ஆகையால் தடுமாறி நிலையாய் நிற்க முடியாமல் தவித்தாள். கிளைகள் குலுங்கின.

“அம்மா.. அம்மா.. என்னம்மா.. என்னம்மா.. உழுந்துராதம்மா..” கீழே இருந்தபடி அலறினாள் அஞ்சம்மா.

வலுவுள்ள பக்கக் கிளை எங்கே இருக்கிறதென்று சுந்தராம்பாளால் கண்டுபிடிக்க முடியவில்லை. கொத்துக்களை ஒடிப்பதற்காக அலைந்து கொண்டிருந்த வலது கையை அலையவிட்டு, எதை எதையோ பிடித்து எப்படியோ மரத்தின் உறுதியான கிளைப் பகுதிக்கு வந்து சேர்ந்தாள்.

"என்னம்மா.. என்னம்மா.." கீழே நின்று பார்த்துக்கொண்டிருந்த அஞ்சம்மாளால் அதற்குமேல் பொறுத்துக் கொண்டிருக்க முடியவில்லை, பதறினாள்.

"கண்ணுல கட்டெறும்பு கடிச்சுக்கிட்டு கெடக்கு. பிராணனே போகுது. கண்ண முழிக்க முடியல.." என்றாள்.

விடுவிடுவென்று மரத்தில் ஏறினாள் அஞ்சம்மாள். அதற்குள் பலமான கிளையில் காலை இரண்டுபக்கமும் போட்டுக்கொண்டு உட்கார்ந்துவிட்டாள் சுந்தராம்பாள். கையைக் கண்ணில் வைக்க முடியவில்லை. ஒரு கையை வைத்துப் பொத்திக் கொண்டு, செய்வதறியாது வலியால் துடித்துக் கொண்டிருந்தாள். மேலே ஏறி வந்த அஞ்சம்மாளுக்கும் எறும்பு கடித்தது. தன் அம்மா இருக்கும் நிலையில் எறும்பு கடித்ததொன்றும் அவளுக்குப் பெரிதாய்த் தெரியவில்லை. தாய் அமர்ந்திருந்த மரக்கிளைக்கு வந்தாள். அவளுக்கு எதிரே நடுமரத்தில் சாய்ந்து கொண்டாள்.

"கண்ணைத் தெற.. எறும்ப எடுக்கிறேன்.."

"ம்ஹூம்.." கண்ணைப் பொத்திய கையை, கண்ணை விட்டு அவளால் எடுக்க முடியவில்லை.

"கைய எடும்மா"

"உசுரு போகுது எப்படி எடுக்கிறது..?" அவளுடைய சீலை முந்தானையை எடுத்து சுருட்டி வாயில் வைத்து ஊதினாள் அஞ்சம்மாள்.

கையை எடுத்துவிட்டு ஆவித் துணியைக் கண்ணில் வைத்து ஒற்றினாள். துணியில் இருந்த ஆவியின் கதகதப்பு அடித்ததால் எறும்பு இன்னும் கொஞ்சம் அதிகமாய் அழுத்தமாய்க் கடிப்பது போல் இருந்தது. மாற்றி மாற்றி வாயால் ஆவி பிடித்து ஒத்தடம் கொடுத்தாள். ஓரளவு சுந்தராம்பாளால் தாங்கிக் கொள்ள முடிந்தது. இருந்தாலும் கண்ணைத் திறக்க முடியவில்லை.

"ரெண்டு கையாலையும் கண்ண இழுத்து பிடிச்சுக்கம்மா.. நான் எடுத்துவுட்றேன்"

"படபடன்னு வருது சின்னங்கச்சி. மெதுவாய் எப்படியாவது மரத்தை விட்டு கீழ இறக்கிறு"

"சரி எறங்கு" ●

சாதாரணமாகவே எறும்பு நமது உடலில் எந்த இடத்தில் கடித்தாலும், நம்மால் பொறுத்துக் கொள்ள முடியாது. அப்படி இருக்கும்பொழுது எறும்பு கண்ணுக்குள், அதுவும் கண்ணின் கருவிழியில் கடித்துக்கொண்டிருந்தால் அதை எப்படித் தாங்கிக்கொள்ள இயலும்? ஒரு விலங்கினால்கூட அதைப் பொறுத்துக் கொள்ள இயலாது. இந்தப் பகுதியை வாசிக்க வழங்கிய காரணம், இந்தப் புத்தகம் முழுவதுமே கண்ணுக்குள் எறும்பு இருந்து உறுத்துவதைப்போல் வலியும் வேதனையும் தந்துகொண்டே இருக்கும்.

இது ஒரு வலிமிகுந்த நாவல். சமூகத்தின் ஒரு பகுதி மக்கள் இவ்வித மாகத்தான் தங்கள் வாழ்க்கையை வாழ்ந்து கொண்டு இருக்கிறார்கள் என்பதை மிகத் தெளிவாக எடுத்துக் கூறும் நாவல் அளம்.

இது வெறும் சுந்தராம்பாள், வடிவாம்பாள், அஞ்சம்மாள் ஆகியோரின் கதையல்ல. வெவ்வேறு பகுதிகளில் இதே போன்று பல வடிவாம்பாக்களும் சுந்தராம்பாக்களும் வலியோடும் வேதனை யோடும் வாழ்க்கையை வாழ்ந்து கொண்டுதான் இருக்கிறார்கள். அவர்கள் அனைவரும் உடல் ரீதியாகவும் மன ரீதியாகவும் எவ்வளவு கடினமான காலகட்டங்களைக் கடந்து வந்து கொண்டிருக்கிறார்கள் என்பதை, ஒரே கதையின் வாயிலாகப் பதியவைக்கிறது அளம்.

அளத்தில் சொல்லப்பட்டிருக்கும் வேதனையை, நம் கண்ணீரின் உப்பில் உணரலாம்.

வாசிப்பின் வாசல் ♦ 33

தேடலுக்கான பயணம்

நூல் : அறியப்படாத தீவின் கதை
ஆசிரியர் : ஜோஸே ஸரமாகோ
தமிழாக்கம்: கவிஞர் ஆனந்த்
பதிப்பகம் : காலச்சுவடு

மனிதனின் அத்தனைத் தேடல்களையும் நிம்மதியின்மை என்ற ஒரு வார்த்தையில் சுருக்கிவிடலாம். தேடல்களின் பலன், அந்த நிம்மதியின்மையைத் தீர்க்கும் என்பதே தேடுபவர்களின் நம்பிக்கை. தேடலின் முடிவில், வெற்றியடைந்தவர்கள் அதை உலகத்துடன் பகிர்ந்துகொண்டு நாயகர்களாக மாறுகிறார்கள். ஆனால் தேடுபவனே நாயகன். இதுதான் கதைகளின் நிரந்தரமான விதிமுறை. பல தேடல்களின் முடிவில் கண்டுபிடிக்கப்பட்டதே நாம் வாழும் உலகம்.

நோபல் பரிசு பெற்ற ஜோஸே சரமாகோ, போர்ச்சுக்கல் நாட்டைச் சேர்ந்தவர். கவிதைகள், சிறுகதைகள், கட்டுரைகள் என எல்லாத் தளங்களிலும் சிறப்பாகப் பயணிக்கக்கூடிய எழுத்தாளர். இவரின் மிகச் சிறந்த நாவல்கள் என்று அடையாளப்படுத்த கூடிய நாவல்கள், உலகத்தின் சிறந்த இலக்கியங்களின் பட்டியல்களில் இடம்பெறும் சிறப்புடையவை. Baltasar and Blimunda, The Year of the Death of Ricardo Reis, The Gospel According to Jesus Christ, The History of the Siege of Lisbon, Blindness , All the Names – இவையெல்லாம் ஜோஸே சரமாகோவை உலகளாவிய மக்களிடம் கொண்டு சேர்த்த படைப்புகள் என்று கூறலாம். இந்தப் புத்தகத்தைத் தமிழாக்கம் செய்த கவிஞர் ஆனந்த், கவிஞர் மட்டுமல்லாது நாவலாசிரியர் மற்றும் மனநல ஆலோசகரும் கூட.

பொதுவாகவே ஜோஸே சரமாகோவின் எழுத்து, அடிப்படை உளவியல் படிமங்களைக் கதாபாத்திரங்களாக்கும் வல்லமை கொண்டது. அதுவே அவருடைய ஆழமான பார்வைக்குக் காரணம். ஜோஸே சரமாகோவின் படைப்பை மொழி பெயர்க்கும்போது அர்த்த இழப்பு ஏற்படும் வாய்ப்புகள் அதிகம். ஆனால் ஆனந்த், ஜோசே சரமாகோவின் எழுத்தைப் பாதுகாப்பாகத் தமிழுக்குக் கொண்டுவந்து சேர்த்துள்ளார்.

ஜோஸே ஸரமாகோ

ஒருவன் ராஜாவிடம் சென்று இதுவரை அறியப்படாத தீவு ஒன்றுக்குச் செல்வதாகவும் அதற்கு ஒரு கப்பல் தேவை என்றும் கூறுகிறான். நமக்குத் தெரியாத தீவு ஏது? அது என்ன அறியப்படாத தீவு என்று அரசன் வினவ, இப்பொழுது அறியப்பட்ட தீவுகள் எல்லாம் ஒரு காலத்தில் அறியப்படாத தீவுகள்தானே? அப்படியானால் இப்பொழுதும் ஒரு அறியப்படாத தீவு இருந்தாக வேண்டும் அல்லவா? என்று அரசனை மடக்கி, கப்பல் ஒன்று தரும்படி மீண்டும் கோரிக்கை வைக்கிறான். அவனுக்கு ராஜா கப்பல் கொடுத்து விடுகிறார். அரண்மனையின் கதவு திறக்கும் பணியாளராக ஒரு பெண்மணி இருக்கிறார். மக்களுடைய கோரிக்கைகளை மன்னருக்குச் சேர்ப்பவர் இந்தப் பெண்மணி. இவரும் அந்த அறியப்படாத தீவிற்குச் செல்வதாகக் கூறி பயணத்தில் இணைகிறார்.

கொடுக்கப்பட்ட கப்பல் ரொம்ப காலமாக உபயோகப்படுத்தாத கப்பல் ஆதலால், அதைச் சுத்தம் செய்கிறார்கள். கப்பலுக்கு மாலுமிகள் யாரும் வர சம்மதிக்காத நிலையில், கடைசியாக அந்த ஆணும் பெண்ணும் மட்டுமாக தங்களுடைய கப்பலுக்கு 'அறியப்படாத தீவு' என்று பெயரிட்டு, அறியப்படாத தீவை நோக்கிப் பயணிப்பதாகக் கதை முடிவடைகிறது.

கதையின் ஆரம்ப வரிகள்

தனக்கு ஒரு படகு வேண்டும் என்று கேட்டுக்கொண்டு, ஒரு மனிதன் அரசனின் கதவைத் தட்டச் சென்றான். அரசனின் வீட்டில் பல கதவுகள் இருந்தன. ஆனால், இவன் போனது விண்ணப்பங்களுக்கான கதவு. அரசன் தன் நேரத்தின் பெரும்பகுதியை, சலுகை

களுக்கான கதவு அருகிலேயே கழிப்பதால் (அரசனுக்கு சலுகைகள் வழங்கப்பட்டு வருகின்றன, புரிகிறதா?) எப்போதாவது விண்ணப்பங்களுக்கான கதவு தட்டப்படும் சத்தம் அவனுக்குக் கேட்கும்போது, அது தன் காதில் விழாதது போலப் பாசாங்கு செய்துகொண்டு, கதவின் வெண்கல ஒலிப்பான் தொடர்ச்சியாக அடிக்கப்படும் ஓசை, வெறுமனே காதைச் செவிடாக்கும்படியாக மட்டும் இல்லாமல், அவதூற்றைக் கிளப்பி விடும்படியான அளவுக்கு அதிகமாகி, சுற்றுப்புறத்தின் அமைதிக்குப் பங்கம் விளை விக்கும் நிலைக்குப் போகும்போதுதான் (மக்கள் முணுமுணுக்கத் தொடங்கி விடுவார்கள் இல்லையா? கதவைத் தட்டியும் பதில ளிக்காத இவன் என்ன மாதிரியான அரசன் என்று) யாசிப்பவனை அமைதிப்படுத்த வேறு வழியில்லாத காரணத்தால், அவன் என்ன கேட்கிறான் என்று அறிந்துகொண்டு வரும்படி, அவன் தன் முதல் செயலருக்கு ஆணையிட, முதல் செயலர் இரண்டாவது செயலரை அழைக்க, அவர் மூன்றாவது செயலரிடம் சொல்ல, அவர் முதல் உதவியாளருக்குச் சொல்லி, அவர் இரண்டாவது உதவியாளரிடம் தெரிவிக்க என்று இவ்வாறு ஒவ்வொரு படியாகக் கீழே போய், சுத்தம் செய்யும் பெண்ணிடம் தகவல் போய்ச் சேர, அவளுக்குக் கீழே வேறு யாரும் இல்லாத காரணத்தால், அவள் கதவைப் பாதி திறந்து கதவிடுக்கின் வழியாக 'என்ன வேண்டும்?' என்று கேட்பாள். ●

இந்நூலில் அறியப்படாத தீவு என்பது மனிதர்களா, அவர்களு டைய கப்பலா, அவர்கள் சென்றடையக்கூடிய இடமா அல்லது இதைத் தாண்டி வேறு ஏதோ ஒன்றிற்கான உவமையா? இது போன்ற நிறைய கேள்விகள் இருக்கும்.

வாசிப்பவரை கதை என்ற பிரக்ஞையைத் தாண்டி யோசிக்க வைக்க கூடிய நாவலாக இது இருக்கும். மனிதர்களின் தனிப்பட்ட குணங்களும் இயல்புகளும் அவர்கள் பெரும் அரசியல் அந்தஸ்தை அடையும்போது என்னவாகின்றன? அவற்றின் கூட்டுத்தொகையாக அரசியலைப் பார்த்தால் திரளும் அரசியல் பகடியாகவும் நாவல் உருமாறுகிறது.

ஆன்மீகமாகவும் பகுத்தறிவாகவும் சில கோணங்களும் நாவலை மேலும் செழிப்பானதொரு அனுபவம் ஆக்குகின்றன.

கனவின் நாடகத் தன்மை

நூல் : **அன்னை வயல்**

ஆசிரியர் : **சிங்கிஸ் ஐத்மாத்தவ்**

தமிழாக்கம்: **பூ.சோமசுந்தரம்**

பதிப்பகம் : **ராதுகா & NCBH**

மரணத்தின் கரையில் நிற்பதே முதுமை. சுற்றி நிகழும் எல்லா மரணங்களும் முதுமைக்கு நிகழப் போகும் மரணத்தை நினைவு படுத்தும். தனது மரணத்திடம் காண்பிக்கத் திரட்டுவதுபோல், தனது வாழ்க்கை என்ற கணக்கைத் திரட்டிக்கொண்டே இருக்கும் முதுமை. மாற்ற முடியாத கடந்த காலத்துடன் உறவாடும்போது, கடந்த காலத்தைத் துளித்துளியாய் மாற்ற விழைகிறது மனம்.

வாழ்க்கையின் உரைநடையை பொறக்கவிதையாக மாற்றுகின்ற திறமை சிங்கிஸ் ஐத்மாத்தவ்விடம் உண்டு என்கிறார் மாஸ்கோவைச் சேர்ந்த லிதர துர்ணயா கெஜட்.

சிங்கிஸ் ஐத்மாத்தவ் நம் காலத்திய வாழ்க்கையின் ஆன்மீகப் பண்பை, தொன்மையான கீழ்த்திசை மக்களின் வீரம் மிக்க துன்பக் கவிதையுடன் மிகவும் அசாதாரணமான முறையில் இணைக்கிறார். அவருடைய எழுத்துக்களில் உள்ள கவித்துவத்தின் ஊற்றுக்கண் இதுவே.

அன்னை வயல் என்ற இந்நாவல் போர்காலத்தில் நடந்த சம்பவங்களை அடிப்படையாகக் கொண்டு எழுதப்பட்டது. ஒரு கிராமத்தில் உள்ள ஒரு குடும்பத்தைப் பற்றிய கதையாக இருந்தாலும் இக்கதையின் பின்புலம் போரும் அது மக்களிடையே நிகழ்த்தும் துயரமும்தான். இக்கதை தல்கோனை என்ற வயது முதிர்ந்த பாட்டி

தன்னுடைய வயலிடம் நிகழ்த்தும் உரையாடலாய், கனவின் நாடகத்தன்மையுடன் எழுதப்பட்டுள்ளது. வயலுக்கும் பாட்டிக்கும் நடுவில் இருக்கும் உறவு, நிலத்துடன் மனித இனத்தைத் தைக்கும் அழிவில்லாத பிணைப்புக்கு உவமையாகிறது. தன்னுடைய வயலை, தல்கோனை தன் தாயாக எண்ணுவதால், அன்னையாகிய வயலிடம் தன் இன்ப துன்பங்களைப் பரிமாறிக் கொள்கிறார். இதுவே அன்னை வயல் என்று பெயரிடக் காரணம்.

தல்கோனை தன் சிறுவயது - இளவயதுக் காலம், தன்னுடைய காதல், திருமண வாழ்க்கை, தன் பிள்ளைகளுடனான வாழ்க்கை, தன் உழைப்பு, உழைப்பின் முக்கியத்துவம், போன்றவற்றைத் தன் வயலுடன் பேசுவதின் வழி நமக்குச் சொல்கிறார். இதன் நடுவில், 'அவனிடம் சொல்லிவிட்டாயா?' என்று தல்கோனையிடம் வயல் கேள்வி எழுப்பிக்கொண்டே இருக்கிறது. இங்கு 'அவன்' தல்கோனையின் பேரன் என்ற அந்தஸ்துக்குரிய ஒருவன். அவனிடம் அவனைப் பற்றிய விவரங்களையே சொல்ல முடியாமல் தல்கோனை தவிக்கிறாள். வயலுடன் அந்த விவரங்களைத் தொடர்ந்து விவாதிக்கிறாள்.

தெற்கு ரஷ்யாவில் ஒரு சிறு கிராமத்தில் ஒற்றுமையாக இணைந்து வாழும் மக்கள். அவர்கள் கோதுமையைப் பயிரிட்டு அதில் செய்யப்படும் முதல் ரொட்டியைப் புனிதமாக எண்ணு கிறார்கள். அப்பொழுதே முதல்முறையாக டிராக்டர் அறிமுகப்ப டுத்தப்படுகிறது.

இதுபோன்ற மகிழ்ச்சியான சூழலில் வாழ்ந்து கொண்டிருக்கும் கிராமம், அதில் ஒரு குடும்பம். உழவும் தொழிலும் மட்டுமே அவர்களின் வாழ்க்கை. அதில் தல்கோனை தனது கணவன் ஸ்வான்குல் மற்றும் மூன்று மகன்களுடன் வாழ்ந்து வருகிறார். தல்கோனை தன் நாட்டுக்காக நடக்கும் போரில் தன் மூன்று மகன்கள் மற்றும் கணவனை ஒவ்வொருவராக இழக்க நேரிடுகிறது. பெற்ற மகன்களையும் கணவனையும் இழந்த ஒரு தாயின் வலி என்னவாக இருந்திருக்கும்? ஒரு மரணம் என்பதே தாங்க முடியாது என்ற நிலை இருக்க, மீண்டும் மீண்டும் ஒரே குடும்பத்தில் இத்தனை மரணங்கள். இதைப்போல எத்தனைக் குடும்பங்கள் துயரங்களை அனுபவித்து இருக்கக்கூடும்?

சிங்கிஸ் ஐத்மாத்தவ்

தல்கோனையின் வாயிலாக அறியப்படும் இக்கதை, ஒரு குடும்பத்தைப்பற்றி மட்டும் சொல்லும் கதை அல்ல. தல்கோனையின் குடும்பத்தைப்போல எத்தனை குடும்பங்கள், எத்தனை இழப்புகள், எத்தனை போர்களை நாம் கடந்து வந்திருக்கக்கூடும்? எத்தனை பேருடைய வாழ்க்கை இதுபோன்று கேள்விக்குறியாக ஆகியிருக்கக்கூடும்? இதுபோன்ற மனித மனதை நெருடக்கூடிய பல சம்பவங்கள் இக்கதையில் இடம் பெற்றிருக்கும்.

முதல் அத்தியாயம்

அவள் புதிதாக சலவை செய்த வெள்ளை உடையும் பஞ்சு வைத்துத் தைத்த கருப்பு ஜிப்ஸிக் கோட்டும் வெள்ளைத் தலைக்குட்டையும் அணிந்து அரிதாள்களுக்கு நடுவே ஒற்றையடிப் பாதையில் மெதுவாக நடக்கிறாள். அக்கம் பக்கத்தில் யாருமே இல்லை. கோடைகாலச் சந்தடிகள் அடங்கிவிட்டன. வயல்களில் ஆட்களின் குரல் கேட்கவில்லை. நாட்டுப்புறப் பாதைகளில் லாரிகள் புழுதி கிளப்பவில்லை. தொலைவில் அறுவடை இயந்திரங்கள் தென்படவில்லை. கால்நடை மந்தைகள் அறுவடை முடிந்த வயல்களுக்கு இன்னும் வந்து சேரவில்லை.

பழுப்பு நிற நெடுஞ்சாலைக்கு அப்பால் தொலைவில் கண்ணுக்கு எட்டாதவாறு பரந்து இருக்கிறது கூதிர் கால ஸ்டெஃபி வெளி. புகை நிறத்தில் மேகக் கூட்டங்கள் அதற்கு மேலே ஓசையின்றி மிதக்கின்றன.

வயல் மீது இறைச்சலின்றி வீசும் காற்று, சீகுகளையும் உலர்ந்த புல் தாள்களையும் திரட்டிக்கொண்டு சத்தமில்லாமல் ஆற்றை நோக்கிச் செல்கிறது. காலைக் குளிரில் நனைந்த புல் மணக்கிறது. நிலம் அறுவடைக்கு இளைப்பாறுகிறது. விரைவிலேயே மோசமான பருவம் தொடங்கிவிடும். மழை கொட்டும். முதல் வென்பணி தரைமேல் பொடி தூவும். பனிப்புயல்கள் சீறும். இப்போதோ இங்கு நிசப்தமும் அமைதியும் இருக்கின்றன. அவளுடைய செயலில் குறுக்கிட வேண்டாம். இதோ, அவள் நின்று, ஒளியற்ற முதிய விழிகளால் நாற்புறமும் நெடுநேரம் நோக்குகிறாள்.

"வணக்கம் வயலே..." என்று தணிந்த குரலில் சொல்கிறார்.

"வணக்கம் தல்கோனை. வந்துவிட்டாயா? இன்னும் மூப்படைந்து விட்டாய். ஒரேயடியாக நரைத்துப் போனாய். தடியூன்றி நடக்கிறாய்"

"ஆம், வயது ஆகிக்கொண்டு போகிறது. மேலும் ஓராண்டு முடிந்துவிட்டது வயலே. உனக்கு இன்னும் ஓர் அறுவடை நடந்து விட்டது. இன்று நினைவு நாள்"

"தெரியும், உன்னை எதிர்பார்த்துக்கொண்டிருக்கிறேன் தல்கோனை"

"நீ என்ன இந்தத் தடவையும் தனியாகத்தான் வந்திருக்கிறாயா?"

"அதுதான் பார்க்கிறாயே. மறுபடியும் தனியாகத்தான்."

"அப்படியானால் நீ அவனுக்கு இதைப்பற்றி இன்னும் ஒன்றுமே சொல்லவில்லையா?"

"இல்லை நான் துணியவில்லை."

"யாரேனும் தற்செயலாக வாய் தவறி, ஏதேனும் சொல்லிவிட மாட்டார்களென்று நீ நினைக்கவில்லையா?" ●

இப்படியாக தல்கோனையும் வயலும் பேசுவதாகக் கதை ஆரம்பிக்கிறது. இந்தப் புத்தகம் முதன் முதலாக 1966-ம் வருடம் மாஸ்கோவில் அச்சடிக்கப்பட்டது.

மரண விசாரணை

நூல் : **இடைவெளி**

ஆசிரியர் : **எஸ்.சம்பத்**

பதிப்பகம் : **பரிசல்**

மரணம் நிச்சயம் நிகழப்போகிறது என்று தெரிந்துமா மனிதர்கள் இவ்வளவு பெரிய விசாலமான வாழ்க்கையை உருவாக்குகிறார்கள்?அவர்கள் காரியங்கள் எல்லாம் காணாமல் போவது உறுதி என்று தெரிந்துமா அவர்கள் அவற்றில் எந்த ஐயமுமின்றித் தினமும் ஈடுபடுகிறார்கள்? நிச்சயமாக தனக்கும் மரணம் வரப்போகிறது என்ற எண்ணம், வாழ்பவர்கள் அனை வருக்கும் உண்டா? மரணம் என்றால் என்ன? என்ற கேள்வியை உண்மையிலேயே கேட்கத் துணிந்தவர்கள், தனித்த ஒரு நொடி யின்மீது பெரும் சந்தேகம் கொள்கிறார்கள்.

இடைவெளி என்ற புதினம் மிக முக்கியமானதொரு படைப்பு என்பதில் தமிழ் இலக்கிய உலகில் இருவேறு கருத்துகள் காண்பது அரிது. இந்த நாவலை இயற்றியவர் எஸ். சம்பத்.

பதிப்புரையிலிருந்து

நவீன தமிழிலக்கியப் பரப்பில் மிகவும் போற்றப்படும் ஒரு படைப்பு எஸ்.சம்பத்தின் இடைவெளி நாவல். 1984 ஆகஸ்ட் மாதம் கிரியா பதிப்பகம் வெளியிட்டது. அதன் பிறகு இதன் மறுபதிப்பு வெளிவரவில்லை. அதே சமயம் இந்நாவலின் முக்கியத்துவம் தொடர்ந்து பேசப்பட்டுவருகிறது. ஆனால் நடைமுறைச் சிக்கல்கள் காரணமாக இது மறுபதிப்பு பெறமுடியாத நிலையில்,

வாசகவெளியில் இதன் தேவை வெகுவாக உணரப்பட்டு வருகிறது. முப்பது ஆண்டுகளாக இந்நிலை நீடித்துக் கொண்டிருக்கிறது. இதற்கிடையே 1975 ஆம் ஆண்டு தெளியல் காலாண்டு இதழில் வெளிவந்த இந்நாவலின் முதல் வரைவு, சில ஆண்டுகளுக்கு முன்னர் ஒரு பதிப்பகத்தால் வெளியிடப்பட்டிருக்கிறது. ஆனால் அந்த முதல் வரைவில் சில மாற்றங்களும் திருத்தங்களும் செய்தே கிரியா பதிப்பகத்திடம் அதற்கு முன்பே சம்பத் கொடுத்திருக்கிறார். அந்த இரண்டாவது வரைவுதான் முறைப்படி சம்பத்தோடு அமர்ந்து எடிட் செய்யப்பட்டு கிரியாவால் வெளியிடப்பட்டிருக்கிறது. ஆக, கிரியா வெளியிட்டதுதான் இடைவெளி நாவலின் இறுதி வடிவம். இதை ஆவணப்படுத்த வேண்டியது காலத்தின் அவசியம். இதை உணர்ந்தே இந்நாவலை மிகக்குறைந்த பிரதிகள் மட்டும் அச்சிட்டு வெளியிடுகிறோம்.

இந்தப் பின்னட்டைக் குறிப்பில், ஒரு பதிப்பகத்தாரின் தார்மீகக் கோட்பாடு என்ன என்று அவர்கள் தங்கள் அறத்தை மிகவும் தெளிவாக மேஜையின் மீது வைப்பதுபோல வெளியிட்டிருக்கிறார்கள். இந்தப் பதிப்புக்குப் பின் வெளிவந்த கிரியாவின் வெளியீடே முழுமையானது. வாசகர்களின் தேடலுக்கு உட்படும் ஒரு நாவல் இடைவெளி என்பது புரிகிறது. அப்படி என்ன ஒளிந்து கிடக்கிறது இந்த நாவலில்? இவ்வளவு கவனம் ஏன் இடைவெளியின் மீது குவிகிறது? எழுத்தாளர் சி.மோகன் இடைவெளி பற்றி, மந்திரப் புனைவின் மகத்தான கண்டுபிடிப்பு என்று எழுதிய முன்னுரையிலிருந்து சில வரிகள் பெரிய திறப்பைத் தருகின்றன.

நவீன செவ்வியல் நாவல் என்பதற்கான ஒரே சிறந்த படைப்பாக நாம் கொண்டிருப்பது இடைவெளிதான். பரந்து விரிந்த பிரம்மாண்டமான தளம் இல்லையென்றாலும் சிறிய, ஆனால் அடர்த்தியும் ஆழமும் நுட்பமும் கூடிய நவீனப் படைப்பு. படைப்புலகம்இட்டுச்செல்லும்அறியப்படாதபிராந்தியங்களுக்குத் தன்னை முற்றாக ஒப்புக்கொடுத்து, அச்சமற்ற, சமாளிப்புகளற்ற பயணத்தை மேற்கொண்ட நவீன படைப்பாளி சம்பத். தகிக்கும் மனதின் வெதுவெதுப்பை இந்நாவலின் பக்கங்களில் நாம் உணர முடியும். கண்டடைவதின் பரவசத்தையும்தான். இந்த வெது வெதுப்பும் பரவசமும் நம் வாழ்விற்கு அவசியமானவை. அதனால்தான் நாவலின் கடைசியில் தினகரன் சாவுக்கு முன் மண்டியிடுவதைப்போல, ஒவ்வொரு வாசிப்பின்போதும் நான்

மண்டியிடுகிறேன்.

இப்படிப்பட்ட ஒரு நாவலை எழுதிய சம்பத்தைப் பற்றிய விவரங்கள், நாவலின் வாசிப்புக்கு நிச்சயம் உறுதுணையாக இருக்கும். சம்பத் பற்றி புத்தகத்திலுள்ள சுயவிவரக் குறிப்பே அவர் எப்படிப்பட்டவர் என்ற சுயத்தின் அத்தாட்சியாக உள்ளது.

எஸ். சம்பத்

'எப்போதுமே அடிப்படை விஷயங்களில் உழல்பவன் நான். என் எழுத்துக்களில் சாதாரணமாக அந்த நிலையைக் காணலாம் என்றே நினைக்கிறேன். ஆனால், இதைப் பற்றியெல்லாம் காலம்தான் கூற வேண்டும்' என்று கூறிய சம்பத், தன் நாற்பத்தி இரண்டாவது வயதில் சற்றும் எதிர்பாராத வகையில் மூளை ரத்தநாளச் சேதத்துக்கு ஆளாகி 26.07.1984 அன்று காலமானார்.

தினகரன் என்பவர் தோல் தொழிற்சாலையில் வேலை பார்க்கக்கூடிய ஒரு நடுத்தர வர்க்க மனிதர். மனைவியுடனும் குழந்தையுடனும் வாழ்ந்துவரும் இவர், வெளியுலகப் பார்வைக்கு மிக இயல்பானவரே. இவருக்கு ஒரு பெரிய சந்தேகம் வருகிறது. மரணம் என்றால் என்ன? அதை அனுபவித்தால் எப்படி இருக்கும்? அதன் நிர்ணயமான பொருள் என்ன? இந்தக் கேள்விகளின் ஊற்றெடுப்பு, தினகரனுக்கும் மரணத்துக்குமான உரையாடல்களைத் துவங்கி வைக்கிறது. பார்ப்பவர்களுக்கு பித்துப் பிடித்தவரைப்போல் காட்சி அளிக்க ஆரம்பிக்கிறார் தினகரன்.

ஒரு ஹோட்டல் சென்று சர்வரின் முன் ஒரு நாணயத்தைத் திரும்பத் திரும்பச் சுண்டுகிறார் தினகரன். சர்வர் அவரை அணுகும்போது, தான் சம்பந்தமே இல்லாமல் ஏதோ ஒரு காரியத்தைச் செய்து கொண்டிருந்ததற்காக சர்வரிடம் மன்னிப்புக் கேட்கிறார். அப்போது சர்வர் சொல்லித்தான் தெரிந்துகொள்கிறார், சில மணி நேரமாக நாணயத்தைச்சுண்டிக்கொண்டிருந்ததை. காலமும் இடமும் மயங்கும் மனநிலைக்கு, தினகரனை அவரது கேள்விகள் இட்டுச் சென்று கொண்டிருக்கின்றன.

தனது கேள்விகளுக்கான சரியான பதிலை அடைய மரணத்துடன் நிகழ்த்தும் உரையாடலில் என்னவெல்லாம் பேச முடியுமோ,

எப்படியெல்லாம் வினவ முடியுமோ அத்தனைக்குள்ளும், மீளும் ஆர்வம் இல்லாதவராக நுழைகிறார் தினகரன். சாவைப்பற்றி ஒரு மனிதனால் சிந்தனை செய்யக்கூடிய எல்லைகளை முடிந்தவரை முட்டிப் பார்க்கிறார். அவருடன் உரையாடும் மரணமோ அவர் முன்வைக்கும் தத்துவார்த்தங்கள் அனைத்துக்கும் வேறொரு பதிலை தந்துகொண்டே செல்கிறது. தினகரனுடன் சேர்ந்து வாசகரும் தடுமாறும் இடங்கள் இவை. தினகரன் அவருடைய மரணத்தை மட்டும் ஆய்வுக்குட்படுத்தவில்லை. மாறாக, மனிதகுலமே தீர்வு காணாத ஒரு பெரும் கேள்வியுடன் போராடிக் கொண்டிருக்கிறார் அவர்.

புத்தகத்திலிருந்து

"நான் உனக்காக ரொம்ப வருத்தப்படறேன்" என்றான் இவான்ஸ்.

"ஏன்? இப்பொ என்ன ஆயிற்று?" என்றார் தினகரன்.

"நீ மனநோய் பிடித்தவன் என்று நினைக்கிறேன்" என்றான் இவான்ஸ்

"நீ உன்னையே பைத்தியமில்லை என்று நிச்சயமாக நம்பு கிறாயா?" என்றார் தினகரன். தொடர்ந்து, "இந்த லேபிலெல்லாம் எனக்கு முக்கியமில்ல, உங்க உலக பாஷைல என்னை ஒரு ஜீனியஸ் என்றே கருதுகிறேன்" என்றார்.

"உன்னுடைய சாதனை என்ன?" என்றான் இவான்ஸ் ஒருவித எரிச்சல் கலந்த நையாண்டித்தனத்தோடு. தொடர்ந்து ஒரு புன்முறு வலை இழையவிட்டு மீண்டும் ஆங்கிலத்தில், "அதை விடு, என்ன சாதனை புரியப் போவதாக நீ நம்புகிறாய்?" என்றான்.

"எனக்குத் தெரியாது" என்றார் தினகரன் ஒருவித கையாலாகாத் தனத்தோடும் விரக்தியுடனும்.

"உண்மையான விஷயம் என்னவென்றால், நீ ஒரு சீக்காளி" என்றான் இவான்ஸ். தொடர்ந்து, "இப்போதெல்லாம் இதற்கெல்லாம் எக்கச்சக்க மருந்து இருக்கு" என்றான்.

"தாங்க்ஸ்" என்றார் தினகரன். அவருக்கு ஏன் வந்தோம் என்று ஆகிவிட்டது.

அவர் மனதைப் புரிந்துகொண்டதுபோல இவான்ஸ், "என்னைத் தப்பா எடுத்துக்காத" என்றான்.

“அதனால என்ன? பரவாயில்ல” என்றார் தினகரன்.

“நீ இப்போதெல்லாம் எதைப் பற்றியோ யோசித்துக் கொண்டிருக்கிறாய்” என்றான் இவான்ஸ். தொடர்ந்து தினகரன் மௌனம் சாதித்தார்.

“பணம்?”

“இல்ல”

“பின்ன எதுதான்? என்ன விஷயம் சொல்லேன்”

“இது சாவைப் பற்றியது”

“சாவைப் பற்றியா? அப்படின்னா?” என்றான் இவான்ஸ்.

“சாவு சம்பவிக்கும் விதத்தில் இழைக் கோலத்தின் ஒர் துல்லியமான தன்மை இருக்கிறது என்பது என் கணிப்பு” என்றார்.

‘இப்படியும் ஒரு ஆன்மாவா!’ என்பதைப் போல இவான்ஸ் தன் வழுக்கைத் தலையைத் தடவிக் கொண்டார்.

இப்போது இவான்ஸைப் பார்த்து தினகரனுக்குப் பரிதாபமாக இருந்தது.

“எல்லோரும் ஒருநாள் போய்விடுவோம், அதுவா?” என்றான் இவான்ஸ்.

தினகரன் இதற்கு பதில் சொல்லவில்லை.

“இந்த இழைக் கோலத் தன்மையைப்பற்றி நீ என்ன சொல்ல விரும்புகிறாய்?” என்றான் இவான்ஸ்.

“இன்னமும் எனக்கு அது சரியாகப் புலப்படவில்லை”

“நீஇப்போதுசற்றுமுன்னால்வெறித்துப்பார்த்துக்கொண்டிருந்த மரத்துக்கும் அதுக்கும் ஏதாவது சம்பந்தம் இருக்கிறதா?” என்றான் இவான்ஸ்.

“இருக்கிறது. அதோடு நாம இப்போது காலை ஊன்றியிருக்கும் மண்ணையும் சேர்த்துதான்” என்றார் தினகரன் எழுந்துகொண்டே.

“நாமும் ஒருநாள் மண்ணாகிப் போவோம் என்கிற செண்டிமெண்டலிஸமா?” என்றான் இவான்ஸ்.

தினகரனுக்கு இந்தக் கேள்வி உச்சந்தலையிலிருந்து

உள்ளங்கால்வரை மின்சாரம் பாய்கின்றதைப் போல் இருந்தது. அவர் வாஞ்சையுடன் இவான்ஸ் தோள் மீது கையைப்போட்டு, "இந்த மண் எல்லாம் ஒரு காலத்தில் உருண்டு திரண்ட பாறைகளாக இருந்ததுதான் என்ற ஆச்சரியம் மிளிர்கிறது" என்றார். ●

ஒவ்வொரு கதாபாத்திரத்திடமும் தினகரன் உரையாட உரையாட, அவருக்கு மரணத்தைப் பற்றிய ஒரு தெளிவு ஏற்படு கிறது. ஆனால் அதுவே அடுத்த குழப்பத்தைத் தொடங்குகிறது. மரணத்துடன் உரையாடல் தொடர்கிறது. சாவு என்பது இடைவெளி என்று தன் தேடலின் ஒரு இடத்தில் கண்டுபிடிக்கிறார் தினகரன். சாவை எப்படி இடைவெளி என்று பொருத்திப் பார்ப்பது? இந்தக் கேள்விக்குப் பதில்தான் இந்நாவல்.

இரண்டாம் பாரதம்

நூல் : இரண்டாம் இடம்
ஆசிரியர் : எம்.டி.வாசுதேவன் நாயர்
தமிழாக்கம் : குறிஞ்சிவேலன்
பதிப்பகம் : சாகித்ய அகாடெமி

முதலிடத்துக்கும் இரண்டாவது இடத்துக்கும் என்னதான் வேறுபாடு? அந்த முதல் இடத்தைப் போற்றுவதற்காகவே இரண்டாம் இடத்தைத் தூற்றியே தீர வேண்டும் என்ற விதியே அந்த வேறுபாடு. இரண்டாம் இடத்துக்குக் கிடைத்த ஏமாற்றமே முதல் இடத்தை அலங்கரிக்கும் கிரீடம்.

இந்தியாவில் ஆதி இதிகாசங்கள் என்று பேசப்படுபவை இரண்டே. அவை ராமாயணமும் மகாபாரதமும் ஆகும். எத்தனைக் கதைகள் இருப்பினும் மகாபாரதத்தில் இருக்கும் கதைகளைத் தாண்டி, அதனுள் இருக்கும் விஷயங்களையும் நுணுக்கங்களையும் தாண்டி, ஒரு கதை எவராலும் படைத்திட முடியாது. அதனுள் அனைத்துக் கதைகளுமே சொல்லப்பட்டுவிட்டன என்ற சிறப்புக்குரியதுதான் மகாபாரதம். வாய்மொழிக் கதைகளாகக் கூறப்பட்டு, பிறகு தொகுக்கப்பட்டவை என்றும், இந்தியத் துணை கண்டத்தின் சரித்திரத்தின் பிரதிபலிப்பு என்றும் வெவ்வேறு கோணங்களில் அவதானிக்கக்கூடிய பெரும் விஸ்தாரம் கொண்டது மகாபாரதம்.

அதில் உணர்வு ரீதியாக ஒரு கோணத்தைத் தேர்ந்தெடுத்து எழுதப்பட்டதே இரண்டாவது இடம் என்ற நாவல். நமக்கு மகாபாரதத்தின் கதை தெரியும் என்பது உண்மைதான். மகா பாரதத்தை நாம் படமாகவும் தொலைக்காட்சித் தொடராகவும்

புத்தகமாகவும் செவிவழிக் கதையாகவும் படித்திருக்கிறோம், கேட்டிருக்கிறோம். இதிலிருந்து புதிதாக நமக்கு என்ன சொல்லிவிட முடியும் என்று நினைப்பதும் வாஸ்த்தவம்தான். மகாபாரதம் என்பது கங்கையில் ஆரம்பித்து, பல கதாபாத்திரங்களை உள்ளடக்கி பல கதாபாத்திரங்களின் கதைகளை உள்ளடக்கி பல விதமான ஆற்றல்கள் கொண்ட பெரும் வேர்களின் கதையாக விரிந்து கொண்டே செல்கிறது.

அதில் கதாயுதத்தை எடுத்து போர் செய்யக்கூடிய மிக முக்கியமான பலசாலி பீமசேனர். இந்த பீமசேனரின் வாயிலாக மகாபாரதம் சொல்லப்பட்டிருந்தால் மகாபாரதம் எப்படி இருந்திருக்கும் என்ற கற்பனைதான், கற்பனை என்பதைவிட எழுத்தாளர் எம்.டி.வாசுதேவன் நாயர், தானே பீமனாக இருந்து அவர் வாயிலாக, அவர் பார்வையிலேயே மகாபாரதக் கதையை நமக்குச் சொல்லும் மீளுருவாக்கமே இந்த நாவல்.

புத்தகத்தின் பின் குறிப்பு

ஞானபீடம் விருதுபெற்ற இரண்டாம் இடம் என்னும் இந்த மலையாள நாவல், கங்குலியின் பாரதம் மற்றும் ஜெயம் என்னும் நூலில் கூறப்படும் மகாபாரதக் கதையை அடிப்படையாக வைத்து எழுதப்பட்டதாகும். அபரிமிதமான கற்பனைகளையும் மர்மங்களையும் உட்படுத்தாமல், மனிதனால் என்ன செய்ய முடியுமோ அதை மட்டும் வைத்து மனித குண இயல்புகளைக் கதாபாத்திரங்களாகப் படைத்து பீமனின் பார்வையில் பீமனே சொல்வதுபோல் வடிவமைக்கப்பட்டதே இந்த நாவலின் தனிச்சிறப்புத் தன்மையாகும்.

இதுவரையில் படித்துள்ள மகாபாரதக் கதையில் இருந்து மாறுபட்டு, சற்று வேறுபாடுள்ள பாரதக் கதையை இந்நூலில் காணலாம். மலையாள மொழியில் மிகச் சிறந்த படைப்பாளிகளில் ஒருவரான எம்.டி.வாசுதேவன் நாயர் இதன் ஆசிரியர். சாகித்ய அகாதமி விருது, கேரள சாகித்ய அகாதமி விருது, ஞானபீட விருது என, பல விருதுகளைப் பெற்றவர். மலையாள வார இதழான மாத்ருபூமியின் ஆசிரியராகப் பல ஆண்டுகள் பணியாற்றியவர். தற்போது கேரள சாகித்திய அகாதமியின் தலைவராக இருந்து வருகிறார். காலம், நாலு கட்டு, அசுரவித்து போன்ற சிறந்த நாவல்களைப் படைத்தவர். பெருந்தச்சன், ஒரு வடக்கன் வீரகதா

போன்ற திரைப்படங்களுக்கு திரைக்கதை அமைத்து இயக்கியிருக்கிறார்.

இந்த நாவல் எட்டு அத்தியாயங்களாகப் பிரிக்கப்பட்டுள்ளது. பயணம் என்று பெயரிடப்பட்டிருக்கும் முதல் அத்தியாயத்தின் முதல் பக்கத்தில் சொல்லப்பட்டவை வாசிப்பிற்காக :

எம்.டி. வாசுதேவன் நாயர்

கடல் கருமையாக இருந்தது. ஒரு அரண்மனையையும் ஒரு மாபெரும் நகரத்தையும் விழுங்கியும்கூட, அதன் பசி அடங்காதது போல் அலைகள் கரையோரத்தில் மேலும் கீழுமாக மோதி ஆர்ப்பரித்தன. ஆச்சரியத்தோடும் நம்பிக்கையற்றும் அவர்கள் அந்தப் பாறைகளின் உச்சியில் நின்று கீழ்ப்புறமாக நோக்கிக் கொண்டு இருந்தார்கள். அதோ, தூரத்தில் தெரிவது பழைய அரண்மனையைச் சேர்ந்த ஜெயமண்டபத்தின் உச்சி முகப்பாகத்தான் இருக்க வேண்டும். அங்கே சில இடங்களில் மட்டும் தண்ணீர் நிச்சலனமாக இருந்தது. விழாக்கள் முடிந்து, காலம் ஓய்வெடுக்கும் ஒரு விளையாட்டு மைதானம் போன்றுதான் அதுவும் காட்சியளித்தது.

அதன் முன்னே விமானத்தின் சாய்ந்த உச்சி முகப்பு ஆகாயத்தை நோக்கி உயர்ந்து நின்றது. கீழ்ப்புறத்தில் கண்ணுக்கெட்டிய கரையோரம் முழுவதும் அரண்மனைப் பிரகாரங்கள், நொறுங்கி விழுந்த கற்கட்டிடங்கள் சிதறிக் கிடந்தன. பேரலைகள் அனைத்தையும் தூக்கி வீசியபோது, தகர்ந்து போகாமல் தப்பித்துக் கொண்ட ஒரே ஒரு ஒற்றைத் தேர் மட்டுமே மணலில் நுகத்தடி புதைந்து சாய்ந்து கிடந்தது. பிரளயம் விழுங்கும்போது மென்று துப்பிய துவாரகையின் பழைய மேன்மைகளின் மிச்சங்கள் அங்கும் இங்கும் கிடந்தன. அவை ஆயிரம் மிருகங்களைப் பலி கொடுத்த ஏதோ ஒரு யாகத்தின் பலிமண்டபத்தின் உயிரை இழந்த உடல்களைப் போன்றுதான் கரையோரத்தில் ஈர மணலில் சிதறிக்கிடந்தன. தடுமாறத் தொடங்கும் தன் மனதைச் சாந்தப்படுத்த நினைத்த யுதிஷ்டிரன், 'தொடக்கத்திற்கெல்லாம் ஒரு முடிவும் உண்டு என்பதை எண்ணிப்பார்' என்று அடக்கினார்.

மகாபிரஸ்த நாட்டுக்கு முன்பு பிதாமகர் கிருஷ்ணதேவ

பாயணார் சொன்னவையெல்லாம்கூட, ‘மனதே நீ எண்ணிப்பார்’ என்பதுதான். இந்த இடுக்கணிற்கு இதற்கு முன்பே தானும் ஒரு சாட்சியாக இருக்க வேண்டியதாகிவிட்ட அர்ஜுனன், கடற்கரைக்கு அருகில் போகாமல் சற்று விலகியே நின்றான். அன்று துவாரகையே பயந்து நடுங்கிக்கொண்டிருந்தது.

இவ்வாறுதான் இந்தக் கதை ஆரம்பிக்கிறது. மகாபாரதக் கதை பாண்டவர்கள் ஒவ்வொருவரின் எண்ணங்களாகப் பிரதி பலிக்கப்பட்டு, இதையெல்லாம் பார்த்துக்கொண்டிருக்கும் பீமன் கதைசொல்லியாக மாற, நாவல் தன் மாறுபட்ட கோணத்தை அடைகிறது.

இந்த நாவலை வாசித்து முடிக்கும்பொழுது, ‘மகாபாரதக் கதையை இத்தகைய கோணத்திலிருந்தும் நாம் காணலாமா?’ என்ற எண்ணத்தை நமக்குள் தோற்றுவிக்கும். பீமனின் கோணத்திலிருந்து பார்க்கும்பொழுது, இந்த மகாபாரதம் என்னவாக இருந்திருக்கும் என்பது புனைவின் அற்புதமான சாகசம். இந்த நாவலுக்கு முன்னுரை எழுதப்படவில்லை. ஆனால் பின்னுரை எழுதப்பட்டி ருக்கிறது. இந்த நாவலைப் படித்து முடித்துவிட்டு, பின்னுரையை வாசிக்கும்போது ‘மகாபாரதத்தில் இன்னமும் இவ்வளவு விஷயங்கள் இருக்கிறதா!’ என்று நமக்கு எழும் ஆச்சரியம் உறுதி.

எழுத்தாளர் தன்னுடைய பின்னுரையில், தான் புதிதாக எதையும் மகாபாரதத்தில் புகுத்தவில்லை. எங்கெல்லாம் மௌனங்கள் இருந்ததோ அதையெல்லாம்தான் வார்த்தைப்படுத்த முயற்சித்திருப்பதாகவும், ஒரு சம்பவம் நடக்கிறது, சிறிது நேரத்திற்குப் பிறகு அந்தச் சம்பவமே வேறு ஒன்றாகத் தோற்ற மளிக்கிறது. வேறு ஒரு சம்பவமாக மாறுவதற்கு அந்த இரு சம்பவத்திற்கு நடுவில் என்ன நடந்திருந்தால் இந்த மாற்றம் நிகழ்ந்திருக்கும் என்பதைப் பற்றியே இந்த நாவல் முழுதும் தான் எழுதியிருப்ப தாகவும் கூறியிருக்கிறார். அதற்கு எழுத்தாளர் எவ்வளவு ஆய்வுகள் செய்தார், என்னென்ன நூல்களை எல்லாம் படித்தார் என்ற விவரங்கள் அனைத்துமே பின்னுரையில் கொடுக்கப்பட்டுள்ளன.

சமுதாயப் பகடி

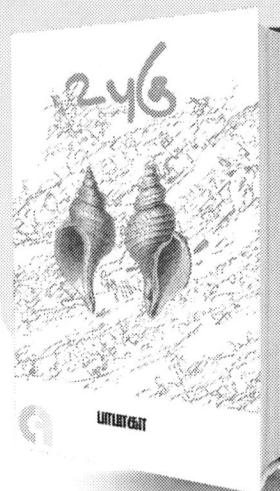

நூல் : **உபுகு**

ஆசிரியர் : **பாபாகா (ஸ்ரீராம் விஸ்வநாதன்)**

பதிப்பகம் : **எழுத்து பிரசுரம்**

மனிதன் எல்லைகளுக்கு உட்பட்டவன். அவனது பசி, துக்கம், காமம், வசிப்பு என்று எல்லாமே எல்லைகளுக்குள்ளேதான் நிகழ்கின்றன. அவன் எல்லைகளைத் தாண்டுவது அவனது கற்பனையில் மட்டும்தான். அதே கற்பனைகளில் உதித்தவைதான் அவனது கண்டுபிடிப்புகளிலிருந்து கடவுள்கள் வரைக்கும். இப்படிப்பட்ட கற்பனை சக்தியைப் பயன்படுத்தி தனக்கும், தான் வாழும் சமுதாயத்துக்கும் அவனால் ஏதாவது ஒரு நன்மையைக் கூறமுடியுமா? அத்தகு நேர்மையுடன் கூறப்பட்ட கற்பனையின் எல்லைகளுக்குள் உட்படுவதே மனிதர்களைத் தம் எல்லைகளை மீண்டும் பரிசீலனை செய்யத் தூண்டுகிறது.

எழுத்தாளரைப் பற்றிய குறிப்பு

பாபாகா சென்னையில் பிறந்து வளர்ந்தவர். காட்சித் தொடர்பியலில் இளங்கலைப் பட்டம் பெற்றவர். கர்நாடக சங்கீதத்திலும் மேற்கத்திய இசையிலும் பயிற்சி பெற்று, ட்ரினிடி காலேஜ் ஆஃப் லண்டனில் கிளாசிக்கல் கிடார் எட்டாவது கிரேட் தேர்வு அடைந்திருக்கிறார். கிடார், வாய்ப்பாட்டு மற்றும் புல்லாங்குழல் கற்றுத் தருகிறார். அவரது தந்தை கண்டுபிடித்த யுவவீணை என்ற வாத்தியத்தில் கச்சேரிகள் நிகழ்த்தியுள்ளார். இவரது பாட்டனார் வீணை வித்வான் திரு. ஆர். பிச்சுமணி ஆவார்.

பாபாகா திருக்குறளுக்கு உரை எழுதி, ஒவ்வொரு அதிகாரத்துக்கும் ஓர் ஓவியத்தை வடிவமைத்து அது புத்தகமாக வெளிவந்துள்ளது. பாபாகா தற்போது ஆங்கிலத்தில் ஒரு கிராஃபிக் நாவல் எழுதி வருகிறார். விரைவில் அதை எதிர்பார்க்கலாம். Babaga.in என்ற அவரது வலைத்தளத்தில் 'இன்றைய காலத்தில் ஒரு மந்திரவாதி' என்ற தலைப்பில் குறுங்கதைகளின் தொடர் ஒன்றும் எழுதிவருகிறார்.

உபுகு பாபாகா எழுதிய நாவல். 'உபுகு என்றால் என்ன?' என்று பாபாகாவிடம் கேட்டால், அவர் உடனே சொல்வாரா என்று தெரியவில்லை. பின்னட்டையில் உபுகு என்றால் என்ன என்று ஒரு பெரிய பத்தி உள்ளது, அதைப் படித்தவுடன் இனி உபுகு என்றால் என்ன என்று யாரிடமும் கேட்கக் கூடாது என்று ஒரு முடிவுக்கும் வாசகர்கள் வரலாம்.

பின்னட்டை

உபுகு என்றால் என்ன? என்ற கேள்விக்குப் பதிலே இந்த நாவல். அந்த பதிலைத் தெரிந்துகொள்ள இந்த நாவலில் பிரயாணித்தே ஆகவேண்டும். இது ஒரு பின்நவீனத்துவ நாவல். பின்நவீனத்துவ நாவல்கள் கதை சொல்வதில் ஆர்வம் காட்டாததுபோல் பொதுவாகத் தோற்றம் கொள்கின்றன. கதை ஒரு அமைப்புதான் என்றால், எப்படிபட்ட புனைவமைப்பும் கதைதான். 'இப்படிப் பட்டதுதான் ஒரு நாவல்' என்ற அமைப்பின் அதிகாரத்திலிருந்து விலகிச் செயல்படுவதன் மூலம், இப்படிப்பட்டதுதான் வாசிப்பு என்ற அதிகாரமும் இயல்பாக விலகி, வாசகர் தன் சுதந்திரத்தால் மனதில் உண்டாக்கிக் கொள்ளும் ஒரு பிம்பமே பின் நவீனத்துவ இலக்கியம் என்பதே அதன் கோட்பாடு.

உபுகு இந்தக் கோட்பாடிலிருந்து மாறுபடுவதுபோல் மிரட்டுகிறது. அது நரகத்தில் நடக்கும் ஒரு சாகசக்கதையின் தோற்றத்தில், களம் காணும் ஒரு சமுதாயப் பகடியாகத் தன்னை அமைத்துக்கொண்டு, மாயை என்றால் என்ன? என்று விவாதிக்கிறது. கண் முன் இருக்கும் பிரபஞ்சம் உருவாக்கப்பட்டதுதான் என்றால், அது இப்படித்தான் இருக்க வேண்டும் என்ற காரண அறிவு ஒன்று அதை உருவாக்குகிறதா? அல்லது உருவாக்கும் சக்தியின் தீர்மானமின்மை, காலத்தில் செய்யும் முடிவுக் குவியலை நாம் தரிசிக்கிறோமா? ஒரு பாறாங்கல்லைத் தூக்கி எறிந்து, அது

பாபாகா
(ஸ்ரீராம் விஸ்வநாதன்)

பெரும் உயரத்திலிருந்து கீழே விழுந்து, பற்பல சிறுபகுதிகளாக உடைந்தாலும் அந்த அத்தனைக் கற்களும் ஒரு சிற்பக் கொலுவாகத் தரையில் கிடந்தால் அது எத்தகைய ஆச்சரியமாக இருக்கும்? அத்தகு ஆச்சரியத்தை நடத்திக் காட்டுவதுதான் இந்த நாவலின் முயற்சி. இதையே அது படைப்பின் கருவாகவும் முன்வைக்கிறது. உபுகு நிச்சயமாகக் கதை சொல்கிறது. கதைக்குண்டான அத்தனை முடிச்சுகளினாலும் முடிசூடிக் கொள்கிறது. ஆனாலும், அது ஒரே ஒரு சொல்லின் பொருள் மட்டுமே. அந்தச் சொல்லை விளக்க ஒரு அகராதியே தேவை. உபுகு.

இப்படிப்பட்ட குறிப்புக் குழப்பங்களை மீறி கதைக்குள் சென்றால் வரும் முதல் பக்கத்தைப் பார்ப்போம்.

நரகத்தின் நற்சுவை

"யாணாரயன யாணாரயன" எனக் கத்தியபடி வந்தான் ச்பநிதி தந்தகை என்ற குளத்தைச் சுற்றிய நரகத்தில். இத்தகு நபர்களுக்கெல்லாம் அடுத்த குளத்தைச் சுற்றிய நரகத்திற்கு சென்றால்தான் உண்மையான பெயர்கள் கொடுக்கப்படும். மொத்தம் பதினாறு நரகங்கள், பதினாறு குளங்களைச் சுற்றி இயங்கி வந்தன. ஒவ்வொரு நரகமும் ஒவ்வொரு குளத்தைத் தாயாகக் கொண்டிருந்தது. குளங்களின் பெயர் மட்தூஸம், லேந்தாத், பூராமு, ட்க்ருகா, ரீஃபே, யூம்லூய், எபனே, ஜடாஜ், கூதுயுமா, இல்ஜீஜ், நேசோஞ், தந்தகை, ரீவாகி, ஆதாதவரி, யாப்டூ, டானனி.

இவர்கள் அடுத்த உலகிற்குப் போனால்தான் இவற்றின் உண்மையானபெயர்களைத்தெரிந்துகொள்ளமுடியும். ஏனென்றால் ஒரு நரகத்தின் உண்மை அடுத்த நரகத்திற்குப் பொருந்தாது.

உபுகுவின் கதை

பதினாறு குளங்கள் உள்ளன. ஒவ்வொரு குளத்தைச் சுற்றியும் ஒரு நரகம் இருக்கிறது. ஒரேவொரு சொர்க்கம் இருக்கிறது. இதைத் தவிர பூமி தனியாக இருக்கிறது.

பூமியில் ஒரு கதை போகிறது. ஒரு முக்கியமான சினிமா ஹீரோ

இருக்கிறார். அவருக்குப் பல லட்சம் ஃபேன்கள் இருக்கிறார்கள். அப்படிப்பட்ட நடிகர் திரையில் வைத்திருக்கும் அந்தஸ்தை, 'பகடி' என்ற பெயரில் நாவல் கிழித்துத் தொங்க விடுகிறது. அந்த நடிகர் நடித்த படங்களின் பெயர்கள், பல இடங்களில் உங்களை வாய்விட்டுச் சிரிக்க வைக்கும். அப்படிப்பட்ட ஒரு படம் 'பழிக்குப்பழிக்குப்பழி'. ஒரு ஹீரோ, ஒரு வில்லன். ஹீரோவுக்கு வில்லனின் மீது பயங்கர கோபம், வில்லன் அப்படிப்பட்ட தீங்கை ஹீரோவுக்கு இழைத்துவிட்டான். பல நாட்கள் தன்னைத் தயார் செய்துகொண்டு, ஹீரோ வில்லனைப் பழிவாங்க வருகிறான். பார்த்தால், வில்லனுடைய அம்மா இறந்து, தங்கை வன்புணர்வு செய்யப்பட்டு, வில்லனின் கண்களில் டார்ச் அடிக்கப்பட்டு, கண்பார்வை போய் கேவலமாகத் தோற்கடிக்கப்பட்டிருக்கிறார் வில்லன். வில்லனை இப்போது ஹீரோவால் பழிவாங்க முடியாது. பழிக்குப் பழி வாங்க வந்த ஹீரோ, வில்லனை வஞ்சித்தவர்களைப் பழிவாங்கும் கதையே பழிக்குபழிக்குபழி. அந்த ஸ்டார் திரை நடிகரின் பெயர்ஜிகுனா.

ஜிகுனாவினுடைய டிரைவர் யாணா. அவனுடைய கதை தனியாகப் போய்க்கொண்டிருக்கும். இதற்கு நடுவில் மச்சிலீ என்றொருவன் இருக்கிறான். அவன் பயங்கரமாகப் பலரை அடித்துக் கொண்டிருக்கிறான். அவன் வந்ததே தெரியாத நேக்கில், எல்லோரையும் அடித்து காலி செய்துவிட்டுப் போய்விட முடியும் மச்சிலீயால். யாணாவினாலும் அது முடியும். மச்சிலீ, யாணா இவர்கள் இருவரும் பூமியில் இருக்கிறார்கள். மரிக்கொழுந்து என்பவர் அடியாட்களை அனுப்பி வைக்கும் மாமா. கண்ணாயிரம் என்றொருவன் இருக்கிறான். அவன் உலகத்தில் நடப்பதனைத்தையும் தனது கேமராக்களினால் ஃபோகஸ் செய்து பார்த்துக் கொண்டிருக்கிறான். ஃபையரைர் என்று ஒருவர் உள்ளார், அவர் நெருப்பாக மாறிக்கொண்டே இருக்கிறார். பாரா என்ற பாரதிராமன் என்றொரு கதாபாத்திரம், அதை நினைத்து பயங்கரமாகச் சிரிக்கலாம்.

அடுத்தபடியாக நரகம். நரகத்தில் ஏகப்பட்ட பெயர்கள். யாணாரயனவுக்கும் ஓடியெல்புவுக்கும் நடுவில் சண்டை நடந்து கொண்டிருக்கும். அவர்கள் டொட்டாலப் போர்களில் ஈடுபடுகிறார்கள். இந்த நரகங்களை உருவாக்கினவர் நவாதநபி. அவருக்கு மேலிருக்கும் மூலக்கடவுள் ரிப்ரன். நவாதநபி நரகங்களைப் படைக்கும்போது

பத்து விரல்களுடன் அவருக்கு ஒரு கை முளைக்கிறது. அப்படி முளைத்த வலது கையையும் இடது கையையும் வெட்டித் தூக்கிப் போட, அவை இரண்டு பாம்புகளாக மாறுகின்றன. பிறகு சொல்லப்படுகிறது, அந்த இரண்டு பாம்புகளும் ஒன்றுதான் என்று. பிறகு சொல்லப்படுகிறது, அந்த இரண்டு பாம்புகளும் நவாதநபிதான் என்று. யாணாதான் நரகத்தில் ஓடியெல்பு, மச்சிலீதான் யாணாரயன, அவன் பெயர் இவனுக்கும் இவன் பெயர் அவனுக்கும் வந்திருக்கும்.

இவ்வளவு குழப்பமாக இருந்தாலும், இந்தக் கதைக்குள் சொல்லப்படக்கூடிய மிக முக்கியமான பின்நவீனத்துவக் கோட்பாடை ஒட்டிய விஷயங்கள் அருமையாக இருக்கும். பொதுவாக ஒரு நாவலை வாசிக்கும்போது, நாம் நம்மை மறந்துவிடுவோம். நாம் ஒரு கதையைத்தான் படிக்கிறோம் என்பதை மறந்துவிட்டு, நாவலின் ஒரு கதாபாத்திரத்துக்கு ஏதாவது ஒரு துன்பமென்றால், நம் கண்ணில் கண்ணீர் வரும். நம்மை மறந்து நாம் படிப்பது கதைதான் என்று நம்பவைப்பதைத்தான் பொதுவாக இலக்கியம் என்று சொல்கிறோம். பின்நவீனத்துவமோ நாம் படித்துக் கொண்டிருப்பது கதைதான் என்று நமக்கே ஞாபகப் படுத்தும். அதில் எழுத்தாளரே, 'வாசகர்களாகிய மக்களே' என்று நேரில் பேசுவதைப்போல் பேசுகிறார். 'என்ன வேண்டுமென்றாலும் செய்யலாம்' என்ற சுதந்திரத்தைக் கொடுக்கிறது பின்நவீனத்துவம்.

இந்த நாவலின் இன்னொரு விசித்திரமான விஷயம் இரண்டாவது அத்தியாயத்திலேயே நாவலுக்கு நதிங் என்று பெயர் வைப்பது. பின்பு மியாவ் என்று நாவல் பெயர் மாறுகிறது, பின்பு மச்சிலீ, நான்காவது பெயர் ஆமனாமா, ஐந்தாவது பெயர் ஆக்காட்டி யவன் அகராதி, ஆறாவது பெயர் ஜாது, ஏழாவது பெயர் பாரா, எட்டாவது பெயர் புண்ணியம், ஒன்பதாவது தத்கம், பத்தாவது பெயர் 2453 பட்டாம்பூச்சிகள், பதினொன்று நாவலைத் தொடர்க, பன்னிரண்டு நூறு நகருது, பதிமூன்றாவது பெயர் ஏய்ம்ப், பதினான்காவது பெயர் பெரும் கும்பிடு, பதினைந்தாவது உபுகு. அந்த உபுகுக்கான விளக்கம் மிகவும் அற்புதமாக இருக்கும். அந்த விளக்கத்தைத் தனியாகப் படித்தாலே உங்களுக்குப் புரிந்துவிடும், அதில் எந்தக் குழப்பமும் இல்லை. ஒரு முழுச் சாப்பாடு சாப்பிட்ட பிறகு, கடைசியாகப் போடும் பீடாவுக்கும், எடுத்தவுடன் பீடா

சாப்பிடுவதற்குமான ஒரு வித்தியாசம் இருக்கிறதல்லவா? அதுபோலவே, இந்த முழு நாவலின் முடிவில் உபுகுவின் அர்த்தம் இன்னமும் பெரிய நிறைவைத் தரும்.

107 அத்தியாயங்கள் இருக்கும் இந்தப் புத்தகத்தை, அந்த நாவலின் பெயர்களாகப் பதினைந்து பெயர்கள் உள்ளதைப் போல், பதினைந்து பாகங்களாகப் பார்க்கலாம். இந்தப் புத்தகத்திலிருப்ப வற்றில் ஐந்திலிருந்து பத்து சதவீதம்தான் இந்தக் கட்டுரையில் சொல்லப்பட்டுள்ளது. மீதம் தொண்ணூறு சதவிதம் படித்தால் மட்டுமே உங்களால் உள்வாங்கிக்கொள்ள முடியும்.

மழலைத் தனிமை

நூல் : உலகில் ஒருவன்
ஆசிரியர் : குணா கந்தசாமி
பதிப்பகம் : தக்கை

இனிப்பு நாவெல்லாம் திகட்ட முரண்டுபிடித்த பருவம் பால்யப் பருவமே. எல்லா மனிதர்களும் பால்யப் பருவத்தைத் தாண்டியே பெரியவர்களாகிறார்கள். பால்யத்தின் குதூகலத்துக்கு நடுவில் வெகுளியாக அவர்களுக்குள் எழும் கேள்விகள்தான் அடுத்த தலைமுறையின் குழந்தைகளுக்கும் எழப்போகின்றன. ஆனாலும், அதனைத் தீர்த்து வைப்பதில் முனைப்புக் காட்டாதது எல்லாத் தலைமுறைகளிலும் முகச்சுழிப்பாகத் தொடர்ந்தே வருகிறது. பெரியவர்களும் அக்கேள்விகளுக்கு விடை தெரியாமல்தான் பெரியவர்களாக வாழ்க்கையைத் தொடர்கிறார்களா என்ன?

நாம் அனைவருமே பள்ளிப் பருவத்தைக் கடந்துதான் பெரிய வர்களாகி இருக்கிறோம். இந்தக் கதையில் பெயர் சொல்லப்படாத இரண்டு அல்லது மூன்றாம் வகுப்பு படிக்கக்கூடிய பள்ளிச்சிறுவன் இருக்கிறான். அச்சிறுவனுக்கு இரண்டு அத்தைகள், பெரியத்தை மற்றும் சின்னத்தை. அச்சிறுவன் தன் தாயிடம் இருப்பதைவிட தன் பெரிய அத்தையிடமும் சின்ன அத்தையிடமுமே அதிகம் வளர்கிறான். சிறுவனின் பெற்றோர் அவனது தம்பி மற்றும் அவனது சின்ன அத்தை அனைவரும் ஒரு குடும்பமாக வாழ்கிறார்கள். வெளியூரில் இருக்கும் பெரிய அத்தையிடம் தங்கிப் படிப்பதற்காக சிறுவன் அங்கு அனுப்பப்படுகிறான். அந்த ஊரில் தன் வயதுக் கூட்டாளிகள் யாரும் இல்லையென்றாலும் அவனது அத்தை

பாசமாகவே வளர்க்கிறாள். புதிய பள்ளிக்கூடம். ஆங்கில வழியில் பாடம் நடத்தும் ஒரு கிறித்துவப் பள்ளி. சிறுவனுக்கு எல்லாம் புதிதாக இருக்கிறது.

புதிய ஊரில், புதிய சூழ்நிலையில் சிறுவன் தனிமையை உணர்கிறான். அத்தகு தனிமையில் என்னவெல்லாம் சிந்திக்க அந்த வயதில் தோன்றும்? சிறுவன் ஒருமுறை என்ன செய்வதென்றே தெரியாமல், தென்னை மரங்களை எண்ணிக் கொண்டிருப்பான். கை, கால் விரல்களை எண்ணித் தீர்த்தபிறகு, எண்ணிக்கை தெரியாத சிறுவன் ஒரு பெரும் தனிமையுடன் வாழத்தெரிந்து கொள்கிறான். அவனது பெரியம்மா இறந்த பிறகு அவன் மாமாவுடன் வசித்து, பல அனுபவங்களைப் பெற்று, ஒரு குறிப்பிட்ட காலத்திற்குப் பிறகு மீண்டும் தன் வீட்டிற்கு அச்சிறுவன் சென்றுவிடுகிறான். கதை அங்கு முடிகிறது. யாருமே இல்லாத ஒரு உலகத்தை ஒரு சிறுவனுக்கு இந்த வாழ்க்கை விதித்தது என்றால், அவ்வுலகம் எப்படி இருக்கும் என்பதை, நம்மைக் கைப்பிடித்து அழைத்துச் சென்று சுட்டிக் காட்டும் கதைதான் 'உலகில் ஒருவன்'.

புத்தகத்திலிருந்து வாசிக்க சில வரிகள்

கிளாஸ் ரூமின் கதவருகே மாமனும் கண்மணி அக்காவும் வந்து நின்றார்கள். வெளியே சென்று அவரிடம் பேசிவிட்டுத் திரும்பிய மிஸ், புத்தகப் பையை எடுத்துக்கொண்டு கிளம்பச் சொன்னார். விடைபெறுதலுக்கான கண்ணசைவைத் தண்டுவிற்குக் கொடுத்து விட்டு குழப்பத்தோடு வெளியே வந்தவன், மாமனிடம் கேட்ட போது ஊருக்குப் போவதாகச் சொன்னார்.

மரத்தடியில் பெரியத்தை நின்றிருந்தாள். கலங்கிய முகத்தோடு நின்ற அவளின் முகத்தைக் கண்டவனுக்குக் குழப்பம் இன்னும் அதிகரித்தது. ஊருக்குச் செல்வதை நினைத்து மனதில் ஒரு மெல்லிய சந்தோஷம் தோன்றினாலும் அவ்வப்போது சீலையால் வாயைப் பொத்திக்கொண்டு குமுறும் பெரிய அத்தையையும் இறுகி இருக்கும் மாமனின் முகத்தையும் கண்டு அம்மகிழ்ச்சி வடிந்து விட்டது.

ஊர்ப் பிரிவில் இறங்கியவுடன் வெக்கு வெக்கு என்று கிழக்கே ஓட்டமும் நடையுமாக ஓடினாள் பெரியத்தை. வீட்டை நெருங்கும் போது அவிழ்ந்த கொண்டையோடு நெஞ்சில் அறைந்தவாறு ஓடிய பெரிய அத்தை, அப்பாவைக் கட்டிக்கொண்டு அழுதாள்.

திண்ணையிலும் வாசலிலும் நிறைய பேர் குழுமி இருந்தார்கள். அம்மா கதவுக்குப் பின்னால் நின்று இருக்க, தம்பி திண்ணைச் சுவரோரம் சோர்ந்து அமர்ந்திருந்தான். ஓயாமல் அழுத பெரியத்தை அப்படியே மயக்கமனாள். உள்ளே ஓடி நீர் எடுத்து வந்த அம்மா பெரியத்தையின் முகத்தில் தெளிக்க, சத்தியராசின் அம்மா பனை விசிறியால் விசிறி விட்டாள். திண்ணையின் ஓரத்தில் சத்தியராசு அமர்ந்திருப்பதை அப்போதுதான் கவனித்தான். 'அப்பத்தாவும் சின்னத்தையும் எங்கே?' என்ற எதார்த்தமான கேள்விக்கு, ஒரு நிலையற்ற புள்ளியில் வெறித்தவாறு இருந்த அப்பாவின் கண்களில் சிறு சலனம் தோன்றியது.

குணா கந்தசாமி

மயக்கம் தெளிந்து எழுந்த பெரியத்தை திரும்பவும் பெருங் குரலெடுத்து அழுது கொண்டிருக்கையில் நீண்ட நரை தாடியோடு இருந்த ஒருவரை சைக்கிளில் வைத்து அழைத்து வந்தார் சத்யராசின் அப்பா. தாடிக்காரருக்கு மற்றவர்கள் வழி ஏற்படுத்திக் கொடுக்க, திண்ணை சுவரோரத்தில் அமர்ந்தவர் பையிலிருந்த வெற்றிலையை உதறிக்கொண்டு பாம்பு, தேள், பூரான் போன்றவற்றின் விஷம் தீண்டாத ஒரு சிறுவனைக் கூப்பிடச் சொன்னார். சத்தியராசை இழுத்து முன்னால் உட்கார வைத்தார்கள். அவனுடைய உள்ளங்கை யில் வெற்றிலையை வைத்து மையைப் பூசினார் தாடிக்காரர்.

"இந்த வெத்தலையில மை பூசி இருக்கிற இடத்தில என்ன தெரியுது தம்பி?"

"ஒன்னும் தெரியலைங்க" குழப்பத்தோடு சத்தியராசு சொன்னான்.

"நல்லா உத்துப்பாரு" உறுதியான குரலில் தாடிக்காரர் சத்தியரா சிடம் சொன்னபோது திண்ணையில் நிசப்தம் நிலவியது. வெற்றி லையில் மை போட்டுப் பார்த்த சத்யராசு சில நிமிடங்களுக்குப் பிறகு சொன்னான்.

"ரோட்டுக்குப் போற தடத்தில அத்த மேக்க போற மாதிரி தெரியுதுங்க". சத்யராஜ் சொன்னதைக் கேட்டு ஆவல் தாளாதவனாய் வெற்றிலை மையைப் பார்த்தான். ஆனால் எதுவும் தெரியவில்லை.

“ரெண்டு பேரும் பஸ்ல போற மாதிரி தெரியுதுங்க”, மை பரப்பையே பார்த்துக்கொண்டிருந்த சத்தியராசு திரும்பவும் சொன்னான்.

“ஒரு கல்லு மேல ஆத்தா மட்டும் உட்கார்ந்திருக்கிறது தெரியுதுங்க.” அதற்குப் பிறகு மையில் எந்தக் காட்சியும் தெரியவில்லை என்று சத்யராஜ் சொன்னான். ●

திடீரென்று ஒருநாள் அச்சிறுவனின் பாட்டியும் சின்ன அத்தையும் காணாமல் போய்விடுகிறார்கள். அதாவது, வீட்டை விட்டுச் சென்று விட்டார்கள். இதை எப்படி அந்தச் சிறு வயதில் அச்சிறுவனுக்குப் புரிந்து கொள்வது என்று தெரியவில்லை. அதெப்படி இரண்டு பெரியவர்கள் யாரிடமும் சொல்லாமல் வீட்டைவிட்டுக் காணாமல் போவார்கள்? அதற்கு என்ன அர்த்தம்? என்று அவனுக்குப் புரியவில்லை. இதுபோன்று அச்சிறுவனுக்குப் புரியாத பல விஷயங்கள் கதை முழுவதும் சொல்லப்பட்டிருக்கும். நமக்கு அதிலிருந்து வேறொரு பார்வை கிடைக்கும்.

ஒரு குழந்தையை நாம் எப்படி அணுக வேண்டும்? நாம் அனைவரும் ஒரு காலத்தில் குழந்தைகள்தான் என்றாலும், வளர்ந்து பெரியவர்களான பிறகு நம்மால் அவர்களைப் புரிந்து கொள்ள இயலுகிறதா? அவர்களை நாம் புரிந்து கொள்ளவில்லை என்பதை யாவது உணர்ந்திருக்கிறோமா? வாழ்க்கை எதனைக் கற்றுக் கொடுப்பதிலிருந்து நம்மிடமிருக்கும் குழந்தைமையை அபகரித்து கொள்கிறது? இப்படியான பல கேள்விகளை நம்முள் கொட்டிக் குவிக்கும் படைப்புதான் ‘உலகில் ஒருவன்’.

பின்னட்டைக் குறிப்பு

கண்கள் குளமாகி விட்டன. அந்நியம் இழைக்கும் கண்ணீர். இடமும் வாசனையும் காட்சிகளும் அவன் அறியாதவையாக இருக்க, பழகியவற்றின் வாசனையை இழந்துகொண்டு ஏதிலியாய் நிற்பவன், தனக்கு சிறகு முளைக்க வேண்டும் என்று ஓரிரு நாட்களாய்ப் பிரார்த்திக்கிறான். கடவுள் மறுக்காமல் அவற்றை அவனுக்குக் கொடுத்துவிடுவார் என்றும் நம்பினான். சிறகுகள் முளைத்த பின்னர் ஊருக்குப் பறந்து போவான். எப்படிப் பறந்து போகவேண்டுமென்று தடம் தெரியாதுதான். ஆனால் ஊரின் திசையை நோக்கிப் பறப்பான். வழிதவற வைக்கக்கூடிய எதுவும் ஆகாயத்தில் இல்லை என்று உறுதியாக நம்பினான்.

அசலின் நிழல்

நூல் : எங் கதெ
ஆசிரியர் : இமையம்
பதிப்பகம் : க்ரியா

கதைகளைக் கேட்பவர்களும் படிப்பவர்களும் அவற்றை எப்படி உள்வாங்குகிறார்கள் அல்லது புரிந்துகொள்கிறார்கள் என்று ஆராய்ந்தால், அவர்கள் அந்தக் கதைகளுக்குள் தங்களைப் பொருத்தி, அவற்றைத் தம்முடைய சொந்தக் கதைகளாகவே பல சமயங்களில் நினைக்கிறார்கள் என்கிற அடிப்படை தெளிவாகிறது. தனக்கு நிகழாத ஏதோ ஒரு கதையை, என்னுடைய கதை என்று நினைக்க முடிந்தவரின் வாழ்க்கையிலும் ஏராளமான கதைகள் கொட்டிக்கிடக்கின்றன. அவற்றையும் சேர்த்து எல்லாக் கதை களையும் 'என் கதை' என்றே உணர்கிறது மனம்.

கடலூர் மாவட்டத்தைச் சேர்ந்த இமையத்தின் எழுத்தில் வீசக்கூடிய மண்வாசனைக்கு மிகப்பெரிய வாசகர் வட்டம் உண்டு. இவரது படைப்புகள் மண்ணோடு கலந்த வலியையும் இயல்பை யும் நிஜத்தையும் நிறம் மாற்றாமல் நமக்குப் படம் பிடித்துக் காட்டுகின்றன.

"எங் கதெ" நூலை ஒரு குறுநாவல் என்ற வடிவத்திலோ அல்லது நெடுங்கதை என்ற வடிவத்திலோ அணுகலாம். இரண்டினிலும் அடங்கும் வாசிப்பை அது சாத்தியப்படுத்துகிறது.

புத்தகத்திலிருந்து சில வரிகள்

"இது எங்கெத. பத்து வருஷத்து கத. என் ரத்தம். என் கண்ணீர். கத

ஆரம்பிக்கிறப்போ எனக்கு வயசு முப்பத்தி மூனு. கதை முடியிறப்ப நாப்பத்தி மூனு. இது என்னோடது மட்டுமில்ல, கமலாவோட கதயும்தான். தூங்கி எந்திரிச்ச மாதிரி இருக்கு. கனவு கலஞ்சு போச்சு. எங்கேயோ பேய வேண்டிய மழ, காத்தடிச்சா எங்கேயோ போயி பேயறது இல்லையா? அந்த மாதிரிதான் கமலா எங்க ஊருக்கு வந்தது.

வறண்ட நிலத்தில மழை பேஞ்ச மாதிரி இருந்துச்சு அவ எங்க ஊருக்கு வந்தது. கமலாவுக்கு சொந்த ஊரு விழுப்புரம் பக்கம் தாழையூத்து. அவ புருஷன் தொடக்கப் பள்ளி வாத்தியார். சொந்தக்காரங்க எழவுக்கு போயிட்டு வரயில, மெட்ராஸ் ரோட்டில லாரியில அடிபட்டு செத்துப் போயிட்டான். அதனால அவளுக்கு கருணை அடிப்படையில, பிஎஸ்சி படிச்சுருந்ததால கிளார்க் வேலை கிடைச்சது. ஆர்டர் எடுத்துகிட்டு எங்க ஊருக்கு வந்தா.

கமலாவுக்கு ரெண்டு பொம்பளப் பிள்ளைங்க. ரெட்டபுள்ள ரெண்டையும் எங்க ஊரு பள்ளிக்கூடத்திலேயே சேர்த்தா. எங்க ஊருக்கு வர்றப்ப கமலாவுக்கு வயசு இருபத்தி எட்டு. சிதம்பரம் பிள்ளையோட வீட்டில தங்குனா. ஆளையும் நெறத்தையும் பார்த்த சிதம்பரம் பிள்ளை நீ கொடுக்கிறத கொடுன்னு வீட வாடகைக்கு விட்டாரு. எங்க ஊரு பள்ளிக்கூடத்தில் வேலை செஞ்சதுல கமலா மட்டும் தான் பொம்பள. எள வயசுக்காரி, புருஷன் இல்லாத பொம்பள. அதனால எல்லாம் வாத்தியாரும் அவமேல அக்கறையா இருந்தாங்க. அவ எழுதவேண்டிய தபால் எல்லாம் ஹெட் மாஸ்டரே எழுதுனாரு. ரெண்டு நாள்லயே ஊருக்குத் தெரிஞ்ச ஆளா, ஊரே பேசுற ஆளா ஆயிட்டா கமலா". ●

இக்கதையில் விநாயகம் என்கிற தனிமனிதன், தன்னுடைய பார்வையில் தன் சொந்த வாழ்க்கையை நம் முன்னே முழுமையாக விரித்து வைக்கிறார். இந்த நாவலை ஒரு சுயமனிதனின் புனையப்பட்ட வரலாறு என்றுகூடச் சொல்லலாம். அவரது வாழ்க்கையில் நடந்த முக்கியமானதொரு சம்பவம்தான் அவரது வரலாற்றையே தீர்மானிக்கிறது. அது எப்படி தீர்மானித்தது? அதற்குள்ளாக அவர் எப்படி வாழ்ந்தார்? எப்படி உழன்றார்? இறுதியாக அந்தத் தீர்மானம் அவரை என்னவாக்கியது? எத்திசையில் அழைத்துச் சென்றது? என்பதே மொத்தக் கதை.

கதை முழுவதும் செந்தமிழ் இலக்கிய நடையில்

எழுதப்படாமல் பேச்சுநடையைக் கடைபிடித்திருப்பது இந்நாவலின் முக்கியமான அம்சங்களில் ஒன்று. எங்கதெயின் முதல் அத்தியாயத்தை வாசிக்க ஆரம்பிக்கும் போதே அதன் மொழி நம்மைக் கைப்பிடித்து உள்ளே அழைத்துச் செல்கிறது.

இமையம்

விநாயகம் முதல் தலைமுறை பட்டதாரி. படித்து முடித்துவிட்டு எந்த வேலைக்கும் செல்லாமல் தனக்கென்று ஒரு பெரிய உத்யோகம் நாளை கிடைத்துவிடும் என்கிற நம்பிக்கையில் இன்றைய பொழுதை வீணாக்கும் இளைஞன். இரண்டு பெண் குழந்தைகளோடு ஊருக்குள் புதிதாகக் குடி வரும் கைம்பெண் கமலாவுக்கும் இவருக்கும் ஓர் இணக்கம் மலர்கிறது. பிறகு விநாயகத்தின் வார்த்தைகள் மூலமாகவே, அவர்களிடையே எந்த இடத்தில் காதல் ஆரம்பித்து எதுவரை நீள்கிறது என்பதைக் கதை நமக்குத் தெரிவிக்கிறது.

அது காதலா, அன்பா, பாசமா, பரிவா, காமமா, மோகமா, நேசமா போன்ற கேள்விகளுக்கு வாசிக்கும் ஒவ்வொருவருக்கும் ஒவ்வொரு விதமான கருத்து தோன்றலாம். எல்லா விதமான எண்ண ஓட்டங்களுக்கும் இடம்கொடுத்து எழுதி இருப்பதே இமையத்தின் ஜாலம். உதாரணமாக, விநாயகம் கதைசொல்லியாக இருந்தாலும் கமலாவின் பக்க நியாயங்களையும் அவ்வப்போது அவர் எடுத்துக் கூறும் இடங்கள் கதையின் முக்கியக் கட்டங்கள்.

இவற்றையெல்லாம் கடந்து, என்னதான் நியாயங்கள் இருந்தாலும் கமலாவின் நடவடிக்கைகள் விநாயகத்தை ஒருகட்டத்தில் கொலை செய்யத் தூண்டுகின்றன. கத்தியை எடுத்துக்கொண்டு கொலை செய்யும் நோக்கத்தில் கமலா வீட்டுப் படியேறியவன் கடைசியில் அதைச் செய்து முடித்தானா, அவனது அகநிலைமை என்னவானது என்பதே இறுதிக்கட்டத்தில் தீவிரமானதொரு முடிவாய் மாறுகிறது.

இறுதியில் இவ்விருவர் அடையும் மனநிலை, நாம் சமீப காலங்களில் பல சமயங்களில் கேள்விப்பட்டுக்கொண்டிருக்கும் கள்ளக்காதல், மனைவியைக் கொன்ற கணவன், கணவனைக் கொன்ற மனைவி போன்ற செய்தித்துணுக்குகளின் பிரதிபலிப்பாகத்

தோன்றும். அந்தச் செய்திகள் தம்முள் புதைத்து வைத்திருக்கும் அசலான மனிதர்களின் வாழ்க்கையில் வெளிப்படுத்தாத நிழலின் உட்கூறுகள் என்னென்ன? அங்கே என்னவெல்லாம் நடந்திருக்க லாம்? அவர்கள் ஏன் யாவரும் அஞ்சும் நிலைமைக்கு வந்து சேர்ந்தார்கள்? ஒருவேளை, தங்கள் வாழ்க்கையையே தலை கீழாய்ப் புரட்டிப்போட்ட அந்தச் சம்பவம் நிகழும் கடைசி நிமிடங்களில் அவர்கள் மனம் மாறியிருந்தால் அல்லது வேறு சிந்தனைகள் அப்போது குறுக்கிட்டிருந்தால் அவர்களது கதை என்னவாகியிருக்கும்? இப்படி நாம் கேட்டுக்கொள்ளாத கேள்வி களையெல்லாம் கேட்கவைக்கிறார் இமையம்.

ஒரு செய்தித் துணுக்கை வெறும் செய்தியாகக் கடந்துவிடாமல், அதனுள் நுழைந்து அதில் வாழும் மனிதர்களுக்கும் வாழ்க்கை ஒன்று உண்டு என்ற சித்திரத்தை “எங் கதெ” என்று வரைகிறார் இமையம்.

எங் கதெ நூலைப்பற்றி பின் அட்டையில் அச்சிடப்பட்டிருக்கும் வரிகள் :

இமயத்தின் இந்த நெடுங்கதையில் ஆண் பெண் உறவின் ஒரு பரிமாணம் முழு ஆவேசத்துடன் பேச்சு மொழியில் பெருக் கெடுக்கிறது. இமையத்தின் பிற படைப்புகள் அனைத்திலிருந்தும் வேறுபட்ட களம் - வேறுபட்ட நடை.

பின் குறிப்பு : இந்நூல் விரைவில் திரைப்படமாக வெளிவர விருக்கிறது.

அசையும் பல், அசையா நம்பிக்கை

நூல் : **ஒற்றைப் பல்**

ஆசிரியர் : **கரன் கார்க்கி**

பதிப்பகம் : **டிஸ்கவரி புக் பேலஸ்**

கடவுள் என்பது முரண்களின் கூட்டுத்தொகையாகவே தனி மனித அனுபவத்தில் தோன்றுகிறது. காப்பாற்றிக் கரை சேர்க்கும் சக்தியா? அல்லது துன்பத்துக்குக் கொம்பு சீவும் சூழ்ச்சியா? என்பது மற்றுமொரு முரண். கடவுள் இல்லை என்பவர்கள் தங்கள் கொள்கையுடன் உலகமெல்லாம் ஒரே அணியில் திரள்கின்றனர். கடவுளை வழிபடுபவர்களோ ஒருவரது கடவுளை ஒருவர் ஒப்புக்கொள்ளாமல் வரலாறு முழுவதும் பிளவுபட்டே காணப்படுகின்றனர். போர்களும் பொல்லாப்புமே அவர்களது பொதுமையாக உள்ளது. இது மற்றொரு முரண். கடவுள் உள்ளதா இல்லையா என்ற கேள்விக்கு, விவாதத்தை முடித்துவைக்கும் பதிலொன்று இன்று வரை இல்லை என்பது விவாதத்தைத் தொடர்பவர்களே கோபித்துக்கொள்ளாத இன்னொரு முரண்.

ஒற்றைப் பல் நாவலை எழுதியவர் கரன் கார்க்கி. ஒற்றைப் பல்லோடு ஒரு வயதான மனிதன். அவன் பெயர் கோயில் தாஸ். அவனுடைய மனைவி சாரதா லீனா மேரி காலமாகிவிட்டார். அவர்களது மகன் பெயர் ரோசாரியொ. ரோசாரியோவின் மனைவி அதாவது கோயில்தாஸின் மருமகளது பெயர் ட்ரிஷா. கோயில்தாஸ் சாலையோரத்தில் வாழக்கூடிய குஷ்பு என்ற பெண்மணியைச் சந்திக்கிறார். மேலும் குஷ்புவின் கணவர், குஷ்பு வேலை பார்க்கும் இடத்தின் முதலாளியம்மா முதலியோரே நாவலின் முக்கியக்

கதாபத்திரங்கள். இதில் மிக முக்கியமான கதாபாத்திரமாக கோயில்தாஸ் இருக்கிறார். அவரின் வாயிலாகவே பெரும்பாலும் கதை சொல்லப்படுகிறது.

வாயிலிருந்த மொத்தப் பற்களும் கொட்டிப்போன பிறகு, வெறும் ஒற்றைப் பல்லின் வலியோடு இருக்கக்கூடிய மனநிலை பாதிக்கப்பட்ட ஒரு மனிதனின் கதை. ஆனால் அற்புதமான தத்து வங்களையும் கொள்கைகளையும் கோட்பாடுகளையும் அரசியல் நிலைப்பாடுகளையும் கதை முழுவதும் நேர்த்தியாகத் தெளித்து வைத்திருக்கிறார் கரன் கார்க்கி.

இறந்துவிட்ட தன் மனைவி சாரதா லீனா மேரி, பூப்பறிக்கச் சென்றிருப்பதாக நம்பிக் கொண்டிருக்கிறார் கோயில்தாஸ். அதனால் அவர் கண்களுக்கு மட்டும் எப்பொழுதும் சாரதா லீனா மேரி தெரிந்துகொண்டே இருக்கிறாள். அவர் வாய் முனகல்களில் எல்லோருக்கும் கேட்கும் ஒரே ஒரு வார்த்தை, சாரதா. சாரதா அவரோடு வாழ்ந்த காலகட்டங்களில் இருவரும் என்னவெல்லாம் பேசியிருக்கிறார்கள் என்பது சாரதாவின் மரணத்திற்குப் பிறகும் கோயில்தாஸுக்குக் கேட்டுக்கொண்டேயிருக்கிறது.

சாரதா லீனா மேரியின் வாழ்க்கையைப் பின்னோக்கிச் சென்று பார்த்தால், அது ஒரு பெரிய வலியோடும் பல கேள்விகளோடும் பல சிக்கல்களோடும் சொல்லப்பட்டிருக்கும். கோயில்தாஸ் பிறந்ததிலிருந்தே மனநிலை சரியில்லாதவராக இருந்திருக்கிறார். இப்படிப்பட்ட ஒரு மனிதரை, ஒரு பெண் திருமணம் செய்து கொள்ள ஏன் தேர்ந்தெடுக்கிறாள் என்பதிலிருந்து, இந்தக் கதை சொல்லக்கூடிய அனைத்து விஷயங்களும் புதிய கோணங்களிலிருந்து வாழ்க்கையைப் பார்ப்பதற்கான அழைப்பாகவே இருக்கின்றன.

கோயில்தாஸும் சாரதா லீனா மேரியும் பேசுவதாக

புத்தகத்திலிருந்து சில வரிகள் :

“வானத்திலிருந்தா இறங்கி வரப் போறாரு?” குசுகுசுப்பான குரலில் கேட்டார்.

ஆம் என்பது போல் தலையாட்டினாள்.

“வானத்திலிருந்து எப்படி வர முடியும்?”

“கடவுள்ன்னா அப்படித்தான் வருவார்”

“முன்னாடி வந்தவர் அம்மா வயித்துல இருந்துதானே வந்தாரு?”

கரன் கார்க்கி

“அப்போ அப்படி வந்தாரு, இப்ப வானத்துலேந்து” சின்னக் குழந்தையின் நம்பிக்கையுடன் சொன்னாள். சிரித்ததில் அவளுடைய முழுமை அடைந்துவிட்ட வயிறு குலுங்கிஆடியது. மேலும் இறுக்கமாக அவளை அணைத்துக் கொண்டவளின் சிரிப்பின் ஊடே அணைப்பு, அணைப்பின் ஊடே சிரிப்பு.

“கடவுள் எப்படி இருப்பார்ன்னு உனக்குத் தெரியுமா?” கேட்டாள்.

“ம்.. அவருக்கு வலதும் இடதும் ரெண்டு வானதூதர்கள் இறக்கைய அடிச்சுக்கிட்டு பறப்பாங்க. அவர் தோள்வர தலைமுடி தங்க நிறத்தில் தொங்கிக்கிட்டு இருக்கும். அவர் கண்கள் நீல நிறமா இருக்கும். ஒரே துணியிலான வெள்ளை அங்கி வெள்ளை வெளேர்ன்னு மின்னிக்கிட்டு இருக்கும். தோளுல சிகப்புத் துண்டு கால் வரைக்கும் தொங்கும். அவர் தலைக்கு மேலே மின்னல் வெட்டும். இடி முழங்கும். அவருக்குப் பின்ன கடல் கொந்தளித்துக் குமுறும்”.

அவன் சாரதாவிடம் தடுமாறாமல் பேசிய நீளமான பேச்சு. சாரதா அவனை ஆச்சரியமாகப் பார்த்தாள். திரும்பத் திரும்பக் கேட்டாலும் அந்தப் பட்டியல் மாறப்போவதேயில்லை. “எப்பவும் எதுக்கு அவரை எதிர்பார்த்துகிட்டு இருக்க கோவில்தாஸ்?”

அவன் பதிலற்று விழித்தான். பிறகு, “நீ எதிர்பார்க்கலயா சாரதா?” ஏக்கத்தோடு கேட்டான்.

அவனை மிக நெருக்கமாக அணைத்துக் கொண்டு முதுகிலே தடவிக் கொடுத்தாள்.

“நானும் விரும்புறேன். ஆனா வானத்துலேந்து இல்ல கோயில்தாஸ். மனுசங்கள்ல இருந்து. மனுஷனா போர்வீரன் போல வருவாருன்னு நினைக்கிறேன். அவரு அன்பானவரு. ஆனா அவர் கையில் கண்டிப்பா சாட்டை இருக்கும். இல்லன்னா அது மாதிரி ஏதோ ஒன்னு. நிச்சயமா சனங்களைச் சுரண்டிக் கொழுக்கறவங்கள

அவர் பொறுத்துக்கவே மாட்டாரு. இருக்கிறவன் இல்லாதவங்கிற பேதமெல்லாம் அவருக்குப் பிடிக்காது. உண்மையான நேர்மை யானவங்க பக்கம் மட்டும் அவர் இருப்பார்."

கோயில்தாஸ் பலமாகத் தலை ஆட்டினான்.

"ஆமா சாரதா, அவர் அப்படித்தான். ஆமா, ஆலயத்தைக் கள்வர் குகையா மாத்துறவங்கள சாட்டையால் அடிப்பார். அவர் நல்லவர்" மெதுவாக முணுமுணுத்தான். ●

சாரதா இறந்த பின்பும் கோயில் தாஸ் கண்களுக்கு மட்டும் தெரிகிறார்கள் சாரதாவும் கடவுளும். கடைசியில் ஒற்றைப் பல்லின் வேதனையை அனுபவித்த மனிதன் என்ன ஆனார்? ஒற்றைப் பல் எதன் குறியீடு? என்பது நாவலை வாசிக்கும்பொழுது நிச்சயமாகப் புரியவரும். அசையும் பல்லோடும் அசையா நம்பிக்கையோடும் அலைக்கழியும் ஆத்துமாவின் கதையே ஒற்றைப் பல்.

பின்னட்டைக் குறிப்பு

அரசு பல் மருத்துவமனை ஒன்றின் வாசலில் மிகக் கோபா வேசத்துடன், மிஞ்சியிருந்த ஒற்றைப்பல் அசைந்தாட, புலம்பிக் கொண்டிருந்த அரை மனநிலையிலான ஒரு கிழவனின் சாயலுடன் கோயில்தாஸ். கடந்த காலங்களில் என்னைக் கருணை மிக்க அன்பினால் அரவணைத்து நம்பிக்கையூட்டிய எண்ணற்ற முகங்களின் கலவையாய் சாரதா லீனா மேரி. அவர்கள் இருவ ருக்குமான வாழ்வின் இடையிலே, அவனது நம்பிக்கையின்படி அவள் வானத்தில் பூப்பறிக்கப் போய்விட்டாலும் அவளோடு உரையாடியபடியே தன் வாழ்வைக் கடக்கிறவனின் மண்டையில் திணிக்கப்பட்ட நம்பிக்கையை அவள் பகடி செய்கிறாள் என்றாலும் அவளது அன்பு அலையில் அவன் நிரம்பித் ததும்புகிறான். மரணம் வரை அவளைப் பின் தொடர்வதற்கு, காதலைப் போல் ஒரு நம்பிக்கை, நம்பிக்கை போல் ஒரு காதல் இப்புதினம் எங்கும் ஒற்றைப் பல்லாய் அசைந்தாடுகிறது.

சாதிய சோதனை

நூல் : கருக்கு
ஆசிரியர் : பாமா
பதிப்பகம் : NCBH

தன்னுடைய வாழ்வின் கதையை, வரலாறு என்றொருவர் கருதும்போது அவர் தன்வரலாற்றை எழுதுகிறார். அதில் அவர் எவற்றைக் குறிப்பிடுகிறாரோ அதுவே தன் ஆளுமையை நிலைநிறுத்தப் போகிறது என்று அறிந்தே அவற்றை எழுதுகிறார். அவரது ஆளுமை என்ற கட்டமைப்பு அவரது புகழுக்கு உதவுமாயின் அது தம்பட்டமாகிப் போகிறது. அந்தக் கட்டமைப்பு வாசிப்பவர்களின் வாழ்க்கையில் நன்மையை ஏற்படுத்தும்போது பகிரப்பட்டது ஆன்ம வெளிச்சமாகிறது.

அம்பையின் முன்னுரையில்

செவ்வியல் பண்புகளைக் கொண்ட கருக்கு, செவ்வியல் பதிப்பாக ஒவ்வொரு தசாப்தத்திலும் வெளிவர வேண்டுமென்று நான் கருதுகிறேன். காரணம், நாம் சரித்திரத்தை வெகுவேகமாக மறப்பவர்கள். குறிப்பிட்டுச் சொன்னால், தலித்துகளின் வாழ்க்கைச் சரித்திரங்களையும் பெண்களின் வாழ்க்கைப் போராட்டங்களையும் மறப்பது நமக்கு எளிதாக இருக்கிறது. அப்படி எளிதாக்கிக் கொள்வது நமக்கு வசதியாக இருக்கிறது. மனதைக் குத்துபவைகளை அவை இல்லாதவை போலப் பாவனை செய்து கொண்டிருப்பவர்களின் நிம்மதியான தூக்கத்தைக் கெடுக்க, அவர்களை முட்டிமுட்டித் தொல்லை தர, அவர்களின் தடித்துப்போன தோள்களைக் கீறி விட கருக்கு தேவைப்படுகிறது, உருவகமாகவும் புத்தகமாகவும்.

பிரபஞ்சன் பார்வை

தன்வரலாற்றுத் துறையில், தமிழர் இலக்கிய நோக்கில், ஒடுக்கப்பட்டோர் கண்ணோட்டத்தில் பாமாவின் கருக்கு ஒரு புதுப் படைப்பு, புதிய வழி, புதிய தொடக்கம். எழுத்து எப்படி என்கிறீர்கள்? சும்மா, பேச்சை அப்படியே பதிவு செய்கிறார். அலங்காரம், ஆடம்பரம், அணிகலன்கள் எதுவும் இல்லாமல் உடைத்துக்கொண்டு கிளம்பும் ஊற்று மாதிரி வார்த்தைகள் வந்து விழுந்து, இந்தத் தன்வரலாற்றை ஆக்கி இருக்கின்றன. ●

எழுத்தாளர் பாமா அவர்கள் விருதுநகரைச் சேர்ந்தவர். இவர் தன்னுடைய சுயசரிதையைச் சுருக்கமாக நமக்குக் கொடுத்திருக்கிறார். இக்கதையில் வரும் சிறுவயதுப் பெண் பாமாதான். சாதிய அடக்குமுறை உச்சக்கட்டத்தில் இருந்த ஒரு காலத்தில், கீழ் சாதியில் தலித்தாகப் பிறந்த காரணத்தினால் இயல்பென சமுதாயத்தில் விதிக்கப்படும் பிரச்சினைகளை, வாழ்க்கைச் சூழலை, சிக்கல்களைச் சந்திக்கிறார். அதைத்தான் இந்த நாவல் முழுக்க தன்னுடைய சுயசரிதையாக நம் முன் வைக்கிறார். கருக்கு, படிக்கும் வாசகர் மனதையும் அறுக்கும்.

சாதிய அடக்குமுறை நடப்புக் காலத்தில் கிடையாது என்றும் அப்பிரச்சனைகளைக் கடந்து விட்டோம் என்றும் ஒரு காலத்தில் அவை இருந்திருக்கலாம்; இப்பொழுது அறவே கிடையாது என்றும் சொல்லிக் கொண்டிருக்கும், கருதி மட்டுமே கொண்டிருக்கும் சிலரை அடிக்கடி சந்தித்துக்கொண்டு இருக்கிறோம்.

தன்னுடைய வாழ்க்கையில் சாதியப் பிரச்சனைகளை அனுபவித்து, அதை உடைத்தெறிவதற்காகப் படிப்பை மேற்கொண்டு, படிக்கும் இடத்தில் பிரச்சனைகளைச் சந்தித்து, பிறகு வளர்ந்தபின் ஒடுக்கப்பட்ட குழந்தைகளை முன்னேற்றும் நோக்கில் கன்னியாஸ்திரியாக மாறி, மடத்துக்குச் சென்று, அங்கும் இதே போன்ற பிரச்சனைகளைச் சந்தித்து, வாழ்க்கையின் ஒரு முனையில் நின்று நொந்து போகும் ஒரு பெண்மணியாக பாமா கதையில் பயணிக்கிறார்.

இது ஒரு புத்தகம் மட்டுமே என்று எடுத்துக் கொள்ள இயலாது. சொல்லப்பட்டுள்ள நிஜம் ஆவணமாக, வாசிப்பின் அகத்திலும் புறத்திலும் தோற்றம் கொள்வதை நிராகரிக்கவே முடியாது. பாமா

மட்டுமல்லாமல், அவர்களைப் போலுள்ள அத்தனைப் பெண்களுக்காகவும், கதையில் பெயரில்லாமல் நான் என்று மட்டுமே சொல்லப்பட்டிருக்கும். நான் என்ற மனிதர் யாராக வேண்டுமானாலும் இருக்கலாம்.

பாமா

வாசிப்பிற்காக சில பத்திகள்

கடவுள் மேல நான் வச்சிருக்க நம்பிக்கை, பக்தி எல்லாம் இத்தனை வருஷத்துக்குப் பிறகு பார்க்கையில எம்புட்டோ மாறி இருக்கு. எனக்கே ஆச்சரியமாகூட இருக்குது. ஊர்ல இருக்கும்போது கடவுளைப் பத்தி எனக்கு சொல்லிக் கொடுத்தது அம்மா, பாட்டி, வாத்திமாருங்க, சிஸ்டருங்க அப்புறம் சாமியாருங்க. இவக சொன்னத பூரா அப்படியே நம்புவேன். அப்படியே செபம் செய்வேன். தெனமும் சாயங்காலத்தில மந்திர கிளாஸ் கோயில்ல நடக்கும். துண்டை எடுத்து பொத்திக்கிட்டு, பள்ளிக்கூடம் முடிஞ்சு வந்த கொஞ்ச நேரத்துல கோயிலுக்கு புறப்பட்டுப் போயிருவோம். பசியான பசி எடுக்கும். எதுனாச்சும் இருந்தா தின்னுக்கிட்டே கோயிலுக்குப் போலாம்னு ஆசையா இருக்கும்.

சில நேரம் குருன நனையப் போட்டு படியில அல்லது சட்டப்பயில போட்டுகிட்டு தின்னுக்கிட்டே போவோம். போற வழியில செக்கடி பஜாரில் கண்டகண்ட சாமானும் விக்கும். ம்ச்... துட்டுத்தான் இருக்காது. சும்மா நின்னு பார்த்துட்டு போவோம். விடியங்காட்டி மழன்னாளும் பனின்னாலும் வெள்ளனத்துல எந்திரிச்சி கால பூசைக்கு போவணும். பல்லு வெலக்கியும் வெலக்காமலும் துண்டைத் தூக்கிப் போட்டுக்கிட்டு ஓடணும். கோழி கூப்பிடத்தான் உறக்கமும் நல்லா வரும். ஆனா அன்னியா ரந்தான் எந்திரிச்சு கோயிலுக்குப் போகணும். எந்திரிக்கவே சங்கடமா இருக்கும். மூஞ்சிய கழுவியும் கழுவாமலும் ஓடுவோம். அதுலயும் கம்மா பெருகிக் கடந்தா எந்துருச்சி போகவே முடியாது. ரொம்பக் குளிரும். எத்தனை தடவை உசுப்பி விட்டாளும் புரண்டு படுக்கத்தான் சொல்லுமே தவிர, மனசு எந்திரிக்கவே வராது. அட என்னபாடு பட்டாலும் எந்திரிச்சு போய்த்தான் ஆகணும். போகாட்டி மறுநா பள்ளிகூடத்து அசம்பிளியில வச்சு சாமியார்கிட்ட இல்லனா

வாத்தியார்கிட்ட அடி வாங்கணும். அடின்னா சாதாரண அடி இல்லை. புறம்புகிட்ட சுளீர் சுளீர்ன்னு அடி வுழும். வீங்கிப் போகும் வீங்கி. அந்த அடியை நினைச்சுக்கிட்டா போதும், படுக்கையில் இருந்து துள்ளிக் குதிச்சி எந்திரிச்சிருவோம். ●

இப்படியாக விருதுநகரின் வட்டார வழக்கில் பாமா நம் அருகில் அமர்ந்து பேசுவதைப் போல எழுதப்பட்ட நாவல் கருக்கு.

எந்தத் தவறும் செய்யாமல் 'தலை குனிந்து நிற்க வேண்டும்' என்ற சுயத்தையே வெறுக்கச் செய்யும் தண்டனை, குறிப்பிட்ட சில சாதிகளில் பிறந்ததால் மட்டுமே ஒருவருக்குக் கிடைக்கிறது. அவரின் தாய், 'சாதியை மறைத்துவிடு' என்று சொல்லும்போது, 'மற்றவர்கள் பிரச்சினைக்கு எதற்காக சாதியை மாற்றிச் சொல்ல வேண்டும்?' என்ற ஒரு கிளர்ச்சி ஏற்படுகிறது. அதிலிருந்து பிரிகிறது, தன் சாதிய அடையாளத்தைப் பதக்கமாகச் சுமப்பவர்கள்– பழியாகச் சுமப்பவர்கள் என்ற இரு உலகங்கள்.

ஆதி நிலம்

நூல் : **காடு**

ஆசிரியர் : **ஜெயமோகன்**

பதிப்பகம் : **தமிழினி**

நிலமெல்லாம் மரங்களாக இருக்கும் ஒரு பிரதேசம், மனிதர் மனதில் எப்போதும் கற்பனைக்கு உடனடியாகப் புலப்படும் காட்சியாக இருக்கிறது. காரணம், ஆதிப்புள்ளி அந்நிலம்தான். மனித இனமே அங்கிருந்துதான் நகரத்தை உருவாக்கியது. நாகரிகத்தின் பெயரில் எண்ணற்றவை உருவாக்கப்பட்டாலும் மனிதரின் மரபணுவில் அந்நிலம் தன் பதிவைச் சற்றும் கலைத்துக் கொள்ளவில்லை. அப்பதிவை வெவ்வேறு வார்த்தைகளால் அழைக்கிறோம். வனம் - கானகம் - ஆரண்யம். ஒவ்வொரு வார்த்தையும் வெவ்வேறு காட்சிகளை மனதில் எழுப்புகின்றன. அந்த அடர்த்தியின், இருள்வெளியின் மர்மத்தில் புதைந்திருக்கும் சமுத்திரம் போன்றதொரு வார்த்தையே காடு.

காடு நாவல், வாசிப்பு என்ற உடலிழக்கும் மனவிரிவால் நம்மை ஒரு காட்டுக்குள்ளேயே வாழ வைத்திருக்கும். இந்த நாவலில் வரும் கதாபாத்திரங்கள் அனைத்தும், நான் என்ற எண்ணத்திற்கு இடம் கொடுக்காமல் நம்மை ஆக்கிரமித்திருக்கும். இந்தக் கதாபாத்திரங்கள் நம்மை ஆக்கிரமிப்பது தாண்டி, அந்தக் காடு நமக்குள் முழுவதுமாக வியாபித்திருக்கும்.

இந்தக் காட்டின் ஒரு தொன்மப் படிமமாக வனநீலி கதை ஒன்று ஆரம்பிக்கிறது. ஒரு ராஜாவின் மகனுக்கு மிகவும் உடல் நலிவடைந்து இருக்கிறது. அந்தக் காட்டிற்குள் காஞ்சிர மரம்

என்று ஒரு மரம் இருக்கிறது. அது தென்னைமரம் அளவே அகலம் கொண்ட ஒரு சிறிய மரம். ஆனால் ஒரு மரத்தில் இருந்து எடுத்த ஒரு பலகையில் கட்டில் செய்து, அந்தக் கட்டிலில் படுத்து உறங்கினால், மன்னரின் உடல் சரியாகும் என்று ஒரு மருத்துவர் கூறுகிறார்.

அந்த மருத்துவர், 'ராஜாவின் மகனைக் காப்பாற்ற முடியாது என்பதற்காக அப்படிச் சொல்கிறார், என்பதாக எல்லாரும் எடுத்துக்கொள்ள, மருத்துவர் அதைத் தீர்க்கமாக மறுக்கிறார். இது ஒரு சவாலாக ராஜாவிற்கு அமைகிறது. ஆனால் ராஜாவோ, காட்டிற்குள் எதிர்பார்க்கவே முடியாத அளவுக்கு ஒரு பெரும் காஞ்சிர மரத்தைக் கண்டுபிடித்து, அந்த மரத்தில் மகனுக்கு ஒரு பெரிய அறையையே கட்டிவிடுகிறார். அந்த மரத்தை வெட்டுவதில் இருந்து, அதைக் கொண்டுவந்து சேர்ப்பது வரையிலும் நிறைய உயிர்ப் பலிகள் ஏற்படுகின்றன. சில பேர் பைத்தியங்களாகவும் மாறுகிறார்கள்.

ஆனால், அந்த அறையைக் கட்டி முடித்ததும் ராஜாவின் மகன் குணம் அடைகிறான். பிறகு, அந்த ராஜாவின் மகன் அறையைவிட்டு வெளியில் வராமல் இருக்கிறான். அவனுக்குத் திருமணம் செய்து வைக்கிறார்கள். திருமணத்திற்குப் பிறகும்கூட, ராஜாவின் மகன் அந்த அறையைவிட்டு வெளியில் வரவில்லை, அந்தப் பெண்ணிடம் பேசுவதும் இல்லை. 'இவன் ஏன் இப்படி இருக்கிறான்?' என்று பார்க்க அந்தப் பெண் அந்த அறைக்குள் சென்று பார்க்கிறாள். அந்த ராஜாவின் மகனை விட ஒரு அடி கூடுதல் உயரமாக, கருகருவென்று பச்சைவிழிகளோடும், பற்களில் ரத்தம் வழியக்கூடிய கோரமான ஒரு பெரிய உருவத்தின் மடியில், ராஜாவின் மகன் உட்கார்ந்திருக்கிறான். அந்தப் பெண் அதைப் பார்த்துவிட்டு பயந்து அலறி ஓடிவந்து ராஜாவிடம் சொல்கிறாள். அப்பொழுதுதான் இவர்களுக்கு ஒரு உண்மை தெரியவருகிறது, அந்தப் பெரிய உருவம் வனநீலி. அந்த நீலியாலேயே அந்தக் காஞ்சிர மரம் அவ்வளவு பெரியதாக இருந்திருக்கிறது.

அந்த மரத்தை வெட்டி எடுத்து வரும்பொழுது அவளும் அந்த மரத்தோடே வந்து தங்கிவிட்டாள். அவளே அந்த ராஜாவின் மகனை அந்த அறையிலிருந்து வெளியில் செல்லாமல் பிடித்து வைத்து இருக்கிறாள். அந்தக் காஞ்சிரமரம் இருந்த இடத்திற்கு அருகிலேயே ஒரு காஞ்சிர மரத்தை நட்டுவைத்து, அந்த மரத்தில்

ஆணி அடித்து வைத்து விட்டால் இந்த நீலி அந்த மரத்திற்குள் சென்றுவிடுவாள் என நம்பப்பட்டது. இது முந்நூறு வருடங்களுக்கு முன்பாகவே நடந்ததாகச் சொல்லப்படக் கூடிய ஒரு வாய் வழிக் கதை.

ஜெயமோகன்

இந்தக் கதையைப் படிக்க ஆரம்பிக்கும் பொழுதே, நாம் இந்தப் புத்தகத்தினுள் முழுவதுமாகச் சென்று விடுவோம். எழுத்தாளர் இந்தக் கதைக்குள்ளேயே காட்டை வேறு ஒரு கோணத்தில் காட்ட ஆரம்பிக்கிறார். நாவல் முழுவதும் வரும் வெவ்வேறு பெண் கதாபாத்திரங்களை நாம் நீலியோடு ஒப்பிட்டுப் பார்த்துக் கொண்டே வரமுடியும்.

நாவலில் காட்டின் வர்ணனையில், இயல்பாக இருக்கும் காட்டிற்கும் மழை வரும்போது இருக்கும் காட்டிற்கும் உண்டான வித்தியாசத்தையும் அற்புதத்தையும் கூறியிருக்கிறார்.

கிரி என்ற கதாபாத்திரத்தின் வாயிலாக இந்தக் கதை சொல்லப்படுகிறது. இந்தக் காட்டில் மழை வரும்பொழுது நாமே கிரியாக மாறி, அந்த மழையை அனுபவிப்பதாகவும் ரசிப்பதாகவும் நமக்குத் தோன்றும். அப்படிப்பட்ட அழகுணர்ச்சியின் வர்ணனை வெளிப்பாடு அந்த மழை. கிரி 18 வயதாக இருக்கும் பொழுது, அங்கு ஒரு கட்டட வேலை ஆரம்பிக்கிறது. அங்கு ஒரு கல்லில் அவன் தன் பெயரை எழுதி வைக்கிறான். அந்த சிமெண்ட் காய்வதற்கு முன்னால் அந்த இடத்தில் ஒரு மிளா வந்து தண்ணீர் குடிக்கிறது. அந்த மிளாவின் பாதத்தடம் அந்த சிமெண்டில் பதிகிறது. இந்த கிரிதரனுக்கும் மிளாவுக்குமான உறவு கதையெங்கும் தொடர்கிறது.

ஒரு முறை கிரி தனியாகச் சென்று, காட்டுக்குள் மாட்டிக் கொள்கிறான். முதலில் 'ஐயோ நான் தனியா மாட்டிகிட்டேன், யாருமே இல்லையா?' என்று கூப்பாடு போடுபவன், சிறிது நேரம் கழித்து தன்னைச்சுற்றி, 'மண்புழுவில் ஆரம்பித்து பறவைகள், விலங்குகள் எனப் பலப்பல உயிரினங்கள் ஜீவித்துக் கொண்டிருக்கின்றன. நாமும் உயிர் வாழ்ந்து கொண்டிருக்கிறோம். எப்போதுமே உயிருக்குப் பாதுகாப்பாக இருக்கும் சூழல் என்பதே ஒரு மயக்கம்தான். ஒரு புலியால், ஒரு மான் எப்போது வேண்டு

மானாலும் கொல்லப்படலாம். ஆனால், அதற்காக மான் பயந்து பயந்து வாழ்வதில்லை. அது தன் வாழ்க்கையை வாழ்கிறது. அதுபோல் மக்களும் எத்தனையோ பேர் வாழ்கிறார்கள். அந்தக் காட்டில் உயிரினங்களும் மரங்களும் செடிகளும் தங்கள் வாழ்க்கையை வாழ்கின்றன. உயிர் வாழும் வெளியே காடு' என்று கிரி புரிந்து கொள்கிறான்.

பிறகு, இந்தக் கதையில் முக்கியமான ஒரு அட்சக்கோடாக கபிலனும் கம்பனும் விளையாடி இருப்பார்கள். சங்க இலக்கியத்தைப் படித்தவர்களுக்கு, அந்த இலக்கியத்தைப் பற்றிய வேறு ஒரு கோணம் இந்தப் புதினத்திலிருந்து கிடைக்கும். கதையின் ஒரு பகுதியில் அய்யர் என்ற கதாபாத்திரமும் கிரியும், கபிலனின் வரிகளைப் பற்றிப் பேசிக்கொண்டே இருப்பார்கள். இருவரும் கபிலனின் காலத்தைத் தாண்டிய விசிறிகள். பிறகு ஒரு கால கட்டத்தில், கிரிக்கு வயதான பிறகு, எதிர் வீட்டில் இருக்கும் ஒரு நபர் கம்பராமாயணத்தைத் திரும்பத் திரும்பப் படித்து, அதன் கவித்துவத்தில் கரைந்து கொண்டிருப்பார். அவர் மூலமாக, கம்பரின் வரிகள் பற்றிய வர்ணனைகள் முன்வைக்கப்படுகின்றன.

ரசாலம் என்பவர் பைபிளை மீண்டும் மீண்டும் படிக்கிறார். இந்த மாதிரி பல இடங்களில் புதினத்தின் மேல் மையல் கொண்ட பார்வை, வெளி உலகம் என்ற சரித்திர மற்றும் சமுதாயக் கட்டுமானங்கள் சார்ந்த கேள்விகளால் சீண்டப்படும்.

இந்தப் புத்தகம், எடுத்ததும் மடமடவென்று படித்துவிட்டு வைக்க வேண்டிய ஒரு குவளைத் தண்ணீர் இல்லை. சில வேலைகளை எவ்வாறு அவசரம் காட்டாமல் நிதானமாகச் செய்தால் சரியாக இருக்குமோ, எப்படி சூடான கட்டஞ்சாயாவை மழை நேரத்தில் அவசரமாகக் குடிக்காமல் ஆசுவாசமாகக் குடிக்கிறோமோ, அதே போல் இந்த நாவலை நிதானமாக, பொறுமையாகப் படிக்கும்போது இந்தக் காட்டுக்குள் நாமே தொலைந்து போய்விடுவோம். பிறகு, இந்தக் கதையில் கிரிக்கும் நீலிக்குமான காதல் அழகாகச் சொல்லப்பட்டிருக்கிறது. ஆனால், கிரி தன் மாமன் மகளான வேணியைத் திருமணம் செய்து கொள்கிறார். இவர்கள் இருவருக்கு மான உறவு நிலை, இவை அனைத்தையும் தாண்டி காமம் ஒரு மனிதனை எந்த அளவுக்குக் கொண்டு செல்கிறது, எப்படி ஆட்டு விக்கிறது என்பதை 'ஒரு வாழ்க்கையின் தோல்வி - ஒரு வாழ்க்கை

யின் வெற்றி' என்று வெளிப்படும் பொதுவான ஒப்புதல்களை எடைபோட்டு இந்த நாவல் பேசுகிறது.

கிரிக்கும்வேணிக்கும்நடுவிலானஉறவையும்,கிரிக்கும்நீலிக்கும் நடுவிலான உறவையும் சொல்கிறது. எழுத்தாளர் நீலியைப்பற்றி விவரிக்கும்போது, நமக்கே இது நீலியைப் பற்றிய வர்ணனையா அல்லது காட்டைப் பற்றிய வர்ணனையா என்ற குழப்பம் எழும். அதேபோல், காட்டைப்பற்றி வர்ணிக்கும்போது இது நீலியைப் பற்றிய வர்ணனையோ எனவும் தோன்றும். குட்டப்பன் என்ற கதாபாத்திரம் மிகவும் அருமையாக உருவகப்படுத்தப்பட்டிருக்கும். குட்டப்பன் கிரிக்கு காட்டைப் பற்றிய கதை சொல்வதன் மூலமாக, நமக்கே காட்டைப் பற்றிச் சொல்லி இருப்பார். அவரின் வாய்மொழியாகவே நாம் இந்தக் காட்டையும் அதன் பிம்பத்தையும் ஆபத்தையும் அறிந்து கொள்கிறோம். காமம் வேறொரு பார்வையில் இந்தப் புத்தகத்தில் காட்டப்பட்டிருக்கிறது.

சொல்லப்பட்டவை அனைத்தும் மிகவும் குறைவானவையே. இந்தப் புத்தகத்தை நாம் வாசித்தால் மட்டுமே, காடென்ற ஒரு சுலபமான வார்த்தையைத் தனதாக்கிக்கொள்ள, ஒரு இலக்கியப் படைப்பால் முயற்சிக்க முடியுமா என்று அனுபவித்துத் தீர்ப்பளிக்க முடியும்.

புத்தகத்திலிருந்து ஒரு பகுதி

உன் நினைவென ஓயாது பெய்து கொண்டிருக்கிறது மழை. இம்மண்ணில் உள்ள அனைத்தையும் ஈரமாக்கி விட்டாய். புதைந்து கிடந்த விதைகளை எல்லாம் முளைத்தெழச் செய்துவிட்டாய். எல்லா இடைவெளிகளையும் நிரப்பி வழிகிறாய். எல்லாவற்றையும் கழுவிக் கழுவி நீ ஓய்ந்தாய். புத்தம் புதியதாக நான் விரிந்து எழ, புதிய வெயிலொளி போல மென்மையாக என் மீது படர்கிறாய். உன் பெயர் என்னில் ஒரு கோடித் துளிகளைச் சுடர்விடுகிறது. உன்னை நிசப்தமாகப் பிரதிபலித்தபடி வியந்து கிடப்பதே என் கடன் என்று உணர்கிறேன். உன் மகத்துவங்களுக்குச் சாட்சியாவதற்கென்றே படைக்கப்பட்டிருக்கிறேன். உன் மௌனத்தால் அடித்தளம் இடப்பட்டு இருக்கின்றன என் உரையாடல்கள் அனைத்தும். உன்னுடைய அசைவற்ற ஆழத்தின் மீது சுழிக்கும் அலைகளே நான். ஜன்னலுக்கு அப்பால் பேச்சி மலையின் கரிய பாறை. நீர் வழியும் பட்டைகள் இளம் வெயிலில் ஒளிவிட, குளிர்ந்து உடல்

ஒடுக்கி அமர்ந்திருப்பதை என் அறைக்குள் பிரமித்த கண்களுடனும் ஒலியற்று உச்சரித்துக் கொண்டிருக்கும் உதடுகளுடனும் பார்த்துக் கொண்டு படுக்கையில் அமர்ந்திருக்கிறேன்.

இதுபோல ஒரு பகுதி செல்லும், மற்றொரு பகுதி வட்டார வழக்கில் எழுதப்பட்டிருக்கும். அதைப் புரிந்துகொள்ள சிறு முயற்சி தேவைப்படும். ஒரு மலை உச்சியை அடைவதற்குப் பெரிய தைரியமும் உடல் உழைப்பும் அசாத்திய நம்பிக்கையும் தேவைப்படும். இந்தக் கஷ்டங்களைத் தாண்டி நாம் ஏறி அந்த உச்சியிலிருந்து பார்க்கும்போது தெரியும் சூரியனோ, கடலோ, நகரமோ, பனிமலைகளோ எத்தகைய புது அனுபவங்களோ அது போலத்தான் காடென்ற இந்த நாவலும். காட்டுக்குள் நுழைந்த சற்றுநேரத்தில் நமக்குக் கால் வலிக்கும், வழிதவறிச் செல்லக்கூடும், எங்கேயாவது சிக்கிக் கொள்ளக் கூடும். எவ்வாறு இந்தக் கதையில், கிரி காட்டில் தவறிச்சென்று எங்கு செல்வது என்று அறியாமல் நின்று கொண்டிருந்தபோது மிளாவைத் தொடர்ந்தானோ, அதேபோல் நாமும் இந்தக் காட்டுக்குள் இருந்து வெளி வரலாம். ஆயினும் காட்டைக் கடப்பது எளிதானதல்ல. ஆனால் கடந்து வந்த பின்பு, உங்களுக்கு மிகப்பெரிய வாசிப்பு அனுபவம் கிடைத்திருக்கும்.

வீழ்ச்சியின் எச்சம்

நூல் : காலா பாணி
ஆசிரியர் : மு.ராஜேந்திரன் IAS
பதிப்பகம் : அகநி

மக்கள் தம் தாய்நிலத்துடன் வேர்பிடித்து வாழ்கிறார்கள். அவர்களது ஐம்புலன்களும் தமக்குண்டான நினைவுகளை அள்ளி, நெகிழ்ச்சியான ஒரு பெரும் பற்றை மனிதர்கள் அறியாமலேயே அவர்களுக்குள் விதைத்துவிடுகின்றன. அவர்கள், தாம் என்று நினைத்துக்கொண்டிருக்கும் அடையாளமாகிய அத்தகைய நிலம் அவர்களது உயிருடன் கலந்துவிடுகிறது. தனது தாய்நிலத்திலிருந்து வேறெங்கோ தூக்கி எறியப்பட்டவன், தன் உயிரைத் தானே தேடி அலையும் துயரத்தை அடைகிறான்.

மதுரையைச் சேர்ந்த ராஜேந்திரன், இதற்கு முன்னதாக 1801 என்ற நாவலை எழுதி இருக்கிறார். அந்நாவலுக்காகப் பல விருதுகளைப் பெற்றிருக்கிறார். நாடு கடத்தப்பட்ட முதல் அரசனின் கதையான காலா பாணி, பல வரலாற்றுத் தரவுகளை உள்ளடக்கிய நூல்.

1800களில் நடந்த கதையாக இது சொல்லப்படுகிறது. அதுவரை நம் நாட்டில் இருந்து எவருமே நாடுகடத்தப்பட்டதில்லை. முதன்முதலாக சிவகங்கைச் சீமையை ஆண்டு கொண்டிருந்த மருது சகோதரர்களின் மருமகனான வேங்கை பெரிய உடையனத்தேவன் என்ற அரசன், எழுபத்து மூன்று நபர்களுடன் பினாங்கிற்கு நாடு கடத்தப்படுகிறார்.

காலாபாணி என்பது கருப்புத் தண்ணீர் என்று பொருள்படும்.

உடையனத்தேவன் முதலானோர் சிறைப் பிடிக்கப்பட்டதிலிருந்து, வேறு ஒரு நாட்டிற்கு அனுப்பப்பட்டு, போகிற வழியில் நடந்த சம்பவங்கள், சென்றடைந்த பின் நடந்த சம்பவங்கள், அதன் பின் வரும் சம்பவங்கள் என்று பதினோரு மாதங்களை உள்ளடக்கிய ஒரு வரலாற்றுப் புனைவாக அமைகிறது காலாபாணி. இது ஒரு கதை என்றோ நாவல் என்றோ வாசகர் நினைக்குமளவுக்கு இராது. தரவுகளை மட்டுமே எடுத்துக்கொண்டு, தேவைப்படக்கூடிய இடங்களில் மட்டுமே புனைவுகளைப் பயன்படுத்தி இருக்கிறார். புனைவுகளைக்கூட வர்ணனைக்காகவே அதிகம் பயன்படுத்தி யிருப்பார்.

அதிகபட்சமாக இக்கதையில் வரும் அத்தனை சம்பவங்களும் நிஜமானதாகும். நாடு கடத்தப்பட்ட இருபத்து மூன்று நபர்கள் சந்திக்கக்கூடிய பிரச்சனைகள், பயணத்தில் மூவர் இறப்பது, அந்த மூவர் யார் என்ற தெளிவுகள், எழுபத்து மூன்று நபர்களுடைய பெயர்கள் என்ன, அவர்கள் எந்தக் குலத்தைச் சேர்ந்தவர்கள், எந்த இடத்தைச் சேர்ந்தவர்கள் என்பது முதலாக நாவலின் இறுதியில் ஒரு பட்டியல் கொடுக்கப்பட்டிருக்கிறது. அத்துடன் இந்தத் தரவுகள் எங்கிருந்தெல்லாம் எடுக்கப்பட்டன என்ற விவரங்களும் அரசன் எங்கு அடைத்து வைக்கப்பட்டிருந்தார் என்று அறிய உதவும் பல புகைப்படங்களும் இணைக்கப்பட்டிருக்கின்றன.

பத்து வருடங்களுக்கும் மேலாக சிவகங்கையை ஆண்ட வேங்கை அரசன், அந்நியரின் ஆதிக்கத்துக்கு உட்பட்டு கைதியாக, அடிமையாகக் கடந்த நாட்கள், அந்த நாட்களை கடக்கும்பொழுதும் எந்த நிலையிலும் எப்படி ஒரு அரசன் அரசனாகவே இருப்பான், என்ன நடந்தாலும் தன் மக்களுக்காக, தன் இனத்திற்காக, தன்னோடு சிறைப்பட்டு இருக்கக்கூடிய மற்ற நபர்களுக்காகப் போராடக்கூடிய அரசனின் தன்மை, இவை எல்லாமும் நாவலில் நேர்த்தியாக விவரிக்கப்பட்டிருக்கும். அதுமட்டுமல்லாமல், அப்போதைய ஆட்சியாளர்களான பிரிட்டிஷ்காரர்களின் மனசாட்சியற்ற தந்திரங்கள் பற்றிய தகவல்களையும் காலா பாணி சித்தரிக்கத் தவறவில்லை.

சிறைப்பட்டவர்களை ஏற்றிக்கொண்டு பயணப்பட்டுக் கொண்டிருக்கும் கப்பல், போகும் வழியில் சிட்டிசன் தீவைச் சந்திக்க நேரிடுகிறது. இந்தத் தீவிற்குச் சொல்லப்பட்டிருக்கும்

கதை சுவாரஸ்யமானதாக இருக்கும். 40 வீரர்கள், பத்து வருடங்களாக எந்த அரசாலும் கண்டுகொள்ளப்படாமல், உணவில்லாமல் அடைத்து வைக்கப்பட்டு இருப்பார்கள். ஒரு பட்லர் அவர்களை 'உணவு தந்தால் நான் சொல்வதைச் செய்வீர்களா?' என்று கேட்டு, நிபந்தனை அடிப்படையில் விடுதலை செய்து அந்த பட்லரால் ஒரு படை உருவாக்கப்படுகிறது.

மு. ராஜேந்திரன். IAS

இதைப் படிக்கும் பொழுது எல்லா வற்றுக்கும் அடிப்படை என்ன என்பதும், மிகப்பெரிய சாம்ராஜ்யங்கள் உருவாக்கப்பட்டதன் அடிப்படைக் கருதுகோள் என்ன என்பதும், சாம்ராஜ்யங்களின் வீழ்ச்சியை சாத்தியப்படுத்தும் விசை எங்கிருந்து பிறக்கிறது என்றும் பூடகமாக இந்த நாவல் சொல்வதாகத் தோன்றும்.

புத்தகத்திலிருந்து சில பத்திகள்

"ஜெகனாதரே, உள்ளே வரும்போது பாதுகாப்பைப் பார்த்தீர்கள் அல்லவா? கம்பெனியின் மேஜரையே அவர்தானா என்று உறுதிப்படுத்திக் கொண்டுதான் உள்ளே அனுமதித்தார்கள். நம் கை கால்கள் மட்டும் விலங்கிடப்படவில்லை. நாம் எல்லோருமே இரும்புக் கூண்டுக்குள் அடைபட்டு இருக்கிறோம். நம் சீமைக்குப் போதாத காலம். சேதுபதி உண்டாக்கிக் கொடுத்த சீமை இன்று நம் கையை விட்டுப் போனதோடு சூழ்ச்சியாளர்களும் துரோகிகளும் தலையெடுக்கும் காலமாகிவிட்டதை நினைத்தால்தான் மனம் கொதிக்கிறது. முளையிலேயே கிள்ளி எறிய வேண்டிய அந்நிய ஆதிக்கம் ஆலமரமாய் வேரூன்றப் போவதை நினைக்கும்போது தான், நம் வீழ்ச்சி பெரிதாகத் தெரிகிறது. இனி இந்த மக்களை யார் காப்பாற்றப் போகிறார்கள்? இந்த செம்மண்ணில் இன்னொரு எழுச்சி எப்போது உயிர் பெறுமோ! சின்ன மருதுவைப் போல் ஒரு மனிதன் மீண்டும் பிறக்க எத்தனைக் காலம் ஆகுமோ?"

"ஆம் அம்மான்"

"ராஜா! காலா பாணியாக நம்மை எங்கு அழைத்துச் செல்கிறார்கள் என்று தெரியவில்லையே? திருமயத்தில் இருந்து

மதுரை. மதுரையிலிருந்து தூத்துக்குடி என நம்மை நடக்கவைத்து அலைக்கழிக்கும் கம்பெனி, எங்கு நாடு கடத்தப் போகிறது?"

"இதுவரை இவர்கள் யாரையும் நாடு கடத்தியதில்லை அம்மான். முதல் முறையாக நம்மைத்தான் காலா பாணியாக அனுப்புகிறார்கள். எந்த தேசத்திற்கு என்றால் என்ன, நம் தேசத்தை விட்டு அனுப்பப் போகிறார்கள்".

வேங்கை சொல்வதைக் கேட்டு ஆங்காங்கு பெரும் அழுகுரல்கள் கேட்டன. சோர்வில் படுத்திருந்தவர்களும் காயத்தினால் அழுதிருந்தவர்களும் மீண்டும் அழுதார்கள்.

"என் மகனைப் பார்க்க வேண்டும். நான் காளையார்கோவில் காட்டுக்குள் வரும்போதுதான் அவன் பிறந்தான். தொப்புள் கொடியோடு என்னிடம் காட்டினார்கள். கண்விழித்துப் பார்க்காத பிள்ளையை விட்டுவிட்டு யுத்தத்திற்கு வந்தேன் ராஜா. என் குழந்தையை ஒரே ஒருமுறை பார்க்க வேண்டும். பிறகு உயிர் போனாலும் பரவாயில்லை."

வேங்கையின் கால்களைப் பிடித்துக்கொண்டு அழுதான் தேவி நாயக்கன். அவன் அண்ணன் உடையனத்தேவன் அவன் தோள் தொட்டு எழுப்பினான்.

"கடலம்மை என்னைக் கைவிடமாட்டாள். நான் அவளிடம் தானே பிறந்து வளர்ந்தேன்?! நல்லதுதான். நம்மைக் கப்பலில் ஏற்றினால் போதும். கடலில் குதித்து அம்மையிடம் போய் விடுவேன்".

வாழ்ந்து செழித்த இனத்தின் வீழ்ச்சியின் எச்சமென இந்நாவலைக் கொள்ளலாம். எங்கோ ஒரு மண்ணில் பிறந்து, வேறு ஒரு மண்ணில் வாழ்ந்து கொண்டிருக்கும் மனிதர்களை அடிமைப்படுத்தி, அவர்களை வேறெங்கோ அனுப்புவதன் பெயர் வெறும் நாடு கடத்துதல் அன்று. அது ஓர் இனத்தை வேரறுப்பது.

தனி மனிதப் போராட்டச் சித்திரம்

நூல்	:	கிழவனும் கடலும்
ஆசிரியர்	:	எர்னஸ்ட் ஹெமிங்வே
தமிழாக்கம்	:	எம்.சிவசுப்ரமணியன்
பதிப்பகம்	:	காலச்சுவடு

ஒரு மனிதன் வெற்றி அடையாமல் இருப்பதென்பது வேறு. தோல்வி அடைவதென்பது வேறு. வெற்றியும் தோல்வியும் தங்களுக்கிடையே போட்டி போடுவதில்லை. அவை அதற்குண்டான மனிதர்களைத்தான் தேர்வு செய்கின்றன. தோல்வியடைந்தவர் அதற்காக சோராமல், தோல்வி தன்னுடையதுதான் என்று உணரும் புள்ளியிலிருந்து வெற்றி அவரைத் தேர்ந்தெடுக்கிறது. அவர் வெல்கிறாரோ இல்லையோ, வெற்றி அவரைத் தேர்ந்தெடுப்பது உறுதி. அவர் வெற்றியின் படிமமாக மாறுகிறார்.

சதாம் உசேன் அவர்களை அமெரிக்கா சிறைப்படுத்தி இருந்த பொழுது, அவரிடம் கேட்கப்பட்ட கேள்விகளுக்கு எந்தப் பதிலும் கிடைக்காத நிலையில், மனநல ஆலோசகரின் உதவியுடன் அவரை அணுகி, 'இறுதியாக என்ன வேண்டும்?' என்று வினவியபோது, The old Man and the Sea என்ற புத்தகம் தனக்கு வேண்டும் எனத் தெரிவித்தார் என்கிற குறிப்பு, இந்நூலை மேலும் புரிந்துகொள்ள வழி வகுக்கிறது.

கடலுக்குச் செல்லும் வயதான மீனவர் ஒருவருடைய ஒரு நாள் போராட்டத்தை எழுத்தாக்குகிறது இந்நாவல். அந்த ஒரு நாளில் அவருடைய ஒட்டு மொத்த வாழ்க்கையும் நமக்குப் புரியவரும். சான்டியாகோ என்ற கிழவர், தொடர்ந்து 84 நாட்களாகக் கடலுக்கு மீன்பிடிக்கச் சென்றும், வெறும் கையுடன் வீடு திரும்புகிறார். முதல்

30, 40 நாட்கள் வரை, ஒரு சிறுவன் அந்தக் கிழவருடன் கடலுக்குச் செல்கிறான். அந்தச் சிறுவனுக்கும் கிழவருக்கும் ஏற்பட்ட முதல் சந்திப்பிலேயே இந்தக் கதை தொடங்கப்படுகிறது. தொடர்ந்து கிழவருடன் செல்ல முடியாமல் போவதற்கு, தன் தாய் தந்தையைக் காரணமாகச் சொல்கிறான்.

தனக்கு கிழவர் மீது மிகுந்த நம்பிக்கை இருப்பதாகவும் சொல்கிறான். அவர்கள் இருவரும் பேசும் ஆரம்ப நிகழ்வுகள் மிகுந்த நெகிழ்ச்சியைத் தரும். கிழவர் 85ஆவது நாளாகக் கடலுக்குள் செல்லும்பொழுது, குறிப்பிட்ட தூரத்திற்குப் பிறகு ஒரு மீன் கிடைக்கிறது. பிடிபட்ட அந்த மீன், தன் படகைவிட நீளமானது என்று அவர் தெரிந்துகொள்கிறார். கிழவர் மீனைப் பிடித்தாரா? இல்லை மீன் அவரைப் பிடித்திருக்கிறதா? என்று குழப்பும் இழுபறி தொடங்குகிறது. அந்த மீன் இழுத்துச்செல்லும் பாதையிலேயே பயணிக்கிறார்.

தனி ஒரு மனிதனாக அந்த மீனைக் கட்டுப்படுத்த இயலாது என்ற நிலையில், அந்த மீனுடன் பேசிக்கொண்டே செல்கிறார். அந்த மீனின் மீது கிழவருக்கு மிகப்பெரிய மரியாதை ஏற்படுகிறது. இதுபோன்ற நேரத்தில் அந்தச் சிறுவன் தன்னுடன் இருந்திருந்தால் சரியாக இருந்திருக்கும் என்று கிழவர் யோசிக்கிறார். ஒரு பறவை மூன்றாவது நபராகத் தோன்றுகிறது. எல்லாவற்றையும் தாண்டி, பெரிய போராட்டத்துக்குப் பிறகு மீனைக் கொன்று பிடித்தும் விடுகிறார். படகை விட அளவில் பெரிய மீன் ஆதலால், படகுக்குள்ளே வைக்க இயலாது. பக்கவாட்டில் அம்மீனைக் கட்டி கரையை நோக்கிக் கிளம்புகிறார் கிழவர். அம்மீனிலிருந்து வழியக்கூடிய ரத்தம், சுறாக்கள் பின்தொடரக் காரணமாய் அமைகிறது.

தனி மனிதனாக, பெரிய கடலுக்கு மத்தியில் உணவு, நீர் போன்ற அத்தியாவசியத் தேவைகள் பூர்த்தி அடையாமல் பல நாட்கள் உணவு உட்கொள்ளாமல் தோல்வியை மட்டுமே பல நாட்களாகச் சந்தித்து வந்துள்ள, எந்த ஒரு ஆயுதமும் இல்லாத ஒரு கிழவர், அந்த சுறாக்களை எப்படி எதிர்கொண்டு இருப்பார்?

சுறாக்கள் சூழ, ஆயுதமற்ற வயது முதிர்ந்த கிழவர், தன்னிடம் இருக்கும் மீனை இழக்கத் தயாராக இருந்தால் தன்னுடைய உயிரும் பாதுகாப்பும் நிச்சயம். ஆனால் அவரோ, 84 நாட்கள் போராட்டத்தின் பலனை இழக்கத் தயாராக இல்லை. மரணத்தைத்

தழுவத் தயாரானவருக்கு தோல்வியைத் தழுவும் எண்ணமில்லை. இதைத்தான் சதாம் உசேன் அன்று சொல்ல நினைத்து இருக்க வேண்டும் என்று தோன்றுகிறது. தொடர்ந்து அந்த சுறாக்களுடன் போராடி, கரைக்கு அவர் என்ன கொண்டு வந்து சேர்த்திருப்பார்? அதன்பிறகு அவர் என்ன செய்தார்? என்று இறுதி அத்தியாயத்தில் சில பக்கங்களில் முடிவுக்குண்டான காவிய இலக்கணத்துடன் சொல்லப்பட்டிருக்கிறது.

எர்னஸ்ட் ஹெமிங்வே

இந்த நாவல் முழுவதும் வாசிக்க வாசிக்க இலக்கியச் சுவை ஈர்க்கும். பொதுவாழ்வில் என்ன செய்வதென்று தெரியாமல் தோற்று, சோர்ந்து போனவர்கள் இந்நாவலைப் படித்தார்களேயானால் அவர்களுக்குள் வெற்றியை நோக்கிய கிளர்ச்சி ஒன்று ஊற்றெடுக்கலாம்.

புத்தகத்திலிருந்து சில வரிகள்

வடக்கிலிருந்து ஒரு சிறிய பறவை படகை நோக்கிப் பறந்து வந்து, கடல் நீருக்கு மிக நெருக்கமாகப் பறந்தது. அது மிகவும் களைப்படைந்துள்ளதைக் கிழவன் கவனித்தான். அது படகின் முன்பக்கம் வந்து அமர்ந்தது. சற்று இளைப்பாறியது. பின் அவன் தலைக்குமேலே சுற்றிப் பறந்துவிட்டு, தூண்டில் கயிற்றில் வசதியாக அமர்ந்து கொண்டது.

"என்ன வயது உனக்கு?" என்று கேட்டான் கிழவன்.

"இதுதான் முதல் பயணமா?" அவன் பேசும்போது பறவை அவனையே பார்த்துக் கொண்டிருந்தது. கயிற்றின் தன்மையை அறியாத அளவுக்கு அது களைப்படைந்திருந்தது. மெல்லிய கால்கள் கயிற்றை இறுகப் பற்றியபடி அசைந்து கொண்டிருந்தன.

"கயிறு அசங்காது" என்றான் பறவையிடம்.

"நேற்று இரவு காற்று இல்லையே... பின் ஏன் இப்படிக் களைத்திருக்கிறாய்?"

"பறவைகளெல்லாம் வரவர இப்படி ஆகிவிட்டதே! பருந்துகள் இதைத் துரத்தி இருக்கும்". ஆனால் இதை அவன் பறவையிடம் கேட்கவில்லை. கேட்டாலும் அதற்குப் புரியாது. எப்படியும் பருந்து

களைப்பற்றி விரைவில் அது தெரிந்து கொள்ளத்தானே போகிறது.

"சின்ன பறவையே, நன்கு ஓய்வு எடுத்துக்கொள்" என்றான்.

"அப்புறம் உன் விதியை மனிதனைப் போலவோ பறவையைப் போலவோ மீனைப் போலவோ ஏற்றுக்கொள்".

இரவு அவன் முதுகு இறுகி இருந்ததால் பேசுவது இதமாக இருந்தது. ஆனால் உண்மையில் வலித்தது.

"உனக்கு விருப்பம் இருந்தால் என் வீட்டிலேயே தங்கலாம்" என்றான் பறவையை நோக்கி.

பாய்மரத் துணியை விரித்து வீசும் காற்றுடன்,

"உன்னை உள்ளே அழைக்க முடியாதே என்று வருத்தமாக இருக்கிறது. நான் ஒரு நண்பனுடன் இருக்கிறேன்".

அப்போது மீன் 'விழுக்' என்று இழுத்த இழுப்பில், அவன் படகின் முன்பக்கம் சாய்ந்தான். சமாளித்துக்கொண்டு இன்னும் கொஞ்சம் கயிற்றைவிட்டுக் கொடுக்காமல் இருந்திருந்தால், வெளியே கடலில் விழுந்து இருப்பான். கயிறு இழுபட்டதும் பறவை பறந்து விட்டது.

ஒரு மனிதனுக்கும் மீனுக்கும் இடையே நடைபெறும் உயிர்ப் போராட்டத்தை, காவியச் சுவையுடன் சித்தரிக்கிறார் நோபல் பரிசு பெற்ற எழுத்தாளரான எர்னஸ்ட் ஹெமிங்வே. இந்நூலில் இடம் பெற்றுள்ள அழகிய கோட்டோவியங்கள் கதைக்கு மேலும் மெருகூட்டுகின்றன. வாசிப்பவருக்கு மொழிபெயர்ப்பு நாவலைப் படிப்பதுபோன்று உணர்வை ஏற்படுத்தாமல் தோழமையுடன் சகஜமான வாசிப்பை தருகிறது இதன் தமிழாக்க மொழிநடை.

கிழவனும் கடலும் வெளிவந்து 60 ஆண்டுகளுக்கு மேல் ஆகிறது. அது ஒரு தளத்தில் மனிதனையும் நீரையும் பற்றிய கதை. மற்றொரு தளத்தில் மனிதனுக்கும் இயற்கைக்குமான போராட்டம். இன்னும் ஒரு தளத்தில் மானுடப் பண்பாடு, துணிச்சல், போர்க்குணம் பற்றியது. பிறிதொரு தளத்தில் அமெரிக்க வாழ்வின் மையமாக, குழுவோ அமைப்போ அல்லாமல் தனிமனிதன் இருந்த காலகட்டத்தின் கதை. வாழ்வுக்கான அவனது போராட்டத்தின் சித்திரம். சிக்கனமான சொற்பிரயோகத்தாலும் தெறிக்கும் விவரணைகளினாலும் தனிமனிதப் போராட்டத்தைக் கொண்டாடும் ஒரு படைப்பே இந்நாவல்.

சுப சகுனம்

நூல் : கூகை
ஆசிரியர் : சோ.தர்மன்
பதிப்பகம் : அடையாளம்

பன்னெடுங்காலமாக நம் சமூகத்தின் மிகப்பெரிய பிரச்சினையாக சாதிய அடக்குமுறை இருந்து வருகிறது. சாதிகள் தோன்றிய போது அவற்றுக்குண்டான காரணங்கள் என்னவாக இருப்பினும் அக்காரணங்கள் காலாவதி ஆகிவிட்டன என்பது நிதர்சனம். இப்போது அடக்குமுறையாகவும், வன்முறையாகவும், பிறப்பால் ஒருவர்மீது சுமத்தப்படும் பழியாகவும் மட்டுமே சாதி நம்மிடத்தில் உள்ளது. சாதியக் கொடுமைகளை அகற்ற, சாதியை விட்டொழிப்பதே ஒரே தீர்வு.

புத்தகங்கள் நம் நேரத்தை அழகானதாக மாற்றுகின்றன. புத்தகங்களுக்காக எவ்வளவு நேரம் ஒதுக்கினாலும், ஒரு தேர்ந்த வாசகனுக்கு அந்தக் கால அளவு போதாதென்றே தோன்றும். வாசிப்பால் மட்டுமல்லாமல் அவை ஏற்படுத்தும் தாக்கத்தாலும் சமுதாய ஜீவியான நம் வாழ்க்கையுடன் புத்தகங்கள் இரண்டறக் கலந்துள்ளன.

புத்தகத்திலிருந்து சில வரிகள்

சக்கிலியப் பெண்கள் குலவையிட, மதுக்கன் வெள்ளையம்மாளின் கழுத்தில் தாலி கட்டினான். ஒரே நொடியில் எல்லோரும் போய்விட்டார்கள். இலை உதிர்ந்த மரமெனக் கருப்பி நின்றாள். மொட்டை மரத்தில் கூடு கட்டும் பறவை. மதுக்கன் கூடு கட்டினான்.

இணைப் பறவை குடிசைக்குள் போய் முடங்கிக் கொண்டது. கழற்றிய மாலை சர்ப்பமெனச் சுருண்டு மூலையில் கிடந்தது. கழுத்தில் மாலையுடன், முற்றத்தில் சாராயம் குடிக்கும் முத்தையா பாண்டியனுக்குப் பணிவிடை செய்துகொண்டிருந்தான் மதுக்கன். சண்முகமும் கருப்பியும் இறக்கை உடைந்த பறவைகளாய் முட்டுக்கட்டி உட்கார்ந்திருந்தார்கள். கண்கள் சிவப்பு ஏறியது முத்தையா பாண்டியனுக்கு. வேகமாய் எழுந்தார். காவக்காரக் கம்பை குடிசையின் வாசலில் சாத்தினார். செருப்புகளைக் கழட்டி வாசலின் முன்னால் விட்டெறிந்தார். கருப்பி புரிந்துகொண்டாள். பருந்தின் நிழல் கண்டு பதுங்கி ஓடும் கோழிக்குஞ்சு எனப் பாய்ந்தோடி, பற்றிப் பிடித்தாள் முத்தையா பாண்டியனின் பாதங்களை.

“சாமி நீங்க நல்லா இருக்கணும். வேண்டாஞ்சாமி. சாமி அது உங்களுக்குப் பொறந்த புள்ள சாமி. இத்தன வருஷமா என்னைய தின்னது காணலயா சாமி? சாமி, இந்தாங்க சாமி. எடுத்துக்கங்க சாமி, அவள விட்டுடுங்க சாமி.”

ஒரே எத்தில் கருப்பி முற்றத்தில் உருண்டாள். படல் கதவுகளுக்குள் நுழைந்து ஓங்கிச் சாத்தினார். அனுமனின் எத்தில் சுக்கு நூறாய் உடைந்த சஞ்சீவி மலைபோல், கருப்பி சுக்கல் சுக்கலாய் நொறுங்கிச் சிதறினாள். கருப்பியின் சதை, ரத்தம் சிதறிய இடமெல்லாம் கருப்பிகள் நடந்து வந்தார்கள். கைகளில் தீப்பந்தங்கள் ஏந்தி வேட்டைக்குக் கிளம்பும் ஜடாமுடிகளென, கோஷமிட்டபடி ஓடிவந்தார்கள். எதிரில் உட்கார்ந்திருக்கும் சண்முக பகடையைச் சுற்றி வட்டமாக நின்றுகொண்டு அத்தனைத் தீப்பந்தங்களையும் அவன் உச்சந்தலையில் விட்டெரிந்தார்கள். செந்தீயில் பஸ்பம் ஆகிய சண்முக பகடை, காற்றில் கலந்து உயிர்த்தெழுந்தவனைப் போல் வேகமாய் எழுந்து நின்றான். நீதிகள், அநீதிகள், அக்கிரமங்கள், தர்மங்கள், சத்தியங்கள், சாதுக்கள், சன்யாசிகள், மழலைகள், முதியோர்கள் என இத்தனையும் அள்ளி ஏப்பம் இட்டுவிட்டு தகதகத்து எக்காளமிடும் தீ நாக்கின் நிறை சூட்டில் கம்பு பிடித்து சுடலை காத்த அரிச்சந்திரனாய், கையில் கம்புடன் நின்றான் சண்முகம். மின்னல் வெட்டெனத் தலையில் இறங்கி ரத்தம் குடிக்க, தலை துண்டிக்கும் அரிவாள் முன் நிற்கும் கழுத்தில் பூமாலை சுற்றிய ஆட்டுக்குட்டியென உட்கார்ந்து இருந்தான்

புதுமாப்பிள்ளை மதுக்கன். பிணம் எரிக்கும் அரிச்சந்திரனுக்குத் தெரிந்திருந்தது மதுக்கன் அப்பாவி என்று. முற்றத்தில் கவுத்து இருந்த மண் பானைகளை டமார் டமார் என்று ஓங்கி அடித்தான் சண்முகம். இடியின் ஓசை மரண பயம். மதுக்கன் நிற்காமல் கழுத்தில் மாலை தொங்க ஓட்டம் பிடித்தான்.

சோ.தர்மன்

இதுபோன்ற வரிகளைப் படிக்கும் பொழுது வட்டார வழக்கு என்ற அனுப வத்தைத் தாண்டி, வேறு ஒரு பகுதிக்குள் வாசகர்களை அழைத்துச் செல்லும்போது சன்னதம் போன்றதொரு அனுபவம் ஏற்படு கிறது.

தாழ்த்தப்பட்ட சமூகத்தைச் சேர்ந்த முத்துக்கருப்பனும் மூக்கனும் சாவு செய்தி சொல்லக் கூலி கொடுத்து அனுப்பி வைக்கப்படுகின்றனர். அந்த அற்பக் கூலியில் போகும் வழியில் உண்ணப்போகும் உணவு குறித்துக் கனவு கண்டபடி இருவரும் கிளம்புவதில் கதை தொடங்குகிறது.

இந்நாவலின் நிலத்தில் சீனி என்ற அற்புதமான கதாபாத்திரம் உலவுகின்றது. அந்தக் கதாபாத்திரத்தின் வாழ்க்கையாக விரியும் சம்பவங்களை, அவற்றைத் தீர்மானம் செய்யும் சாதிய அடுக்குகளை அப்பட்டமாக, பார்க்கும் கோணத்தில் கதையாகத் தந்திருக்கிறார் சோ.தர்மன். நாம் அந்த ஊருக்குள் சென்று அந்த மக்களோடு புழங்கி வசித்து, அவர்களின் வாழ்க்கை எப்படிப்பட்டது என்ற உணர்வைப் பெறும்படி நம்மை அழைத்துச் செல்கிறார்.

பொதுவாக கதைகள் ஒன்று அல்லது அதற்கு மேற்பட்ட கதா பாத்திரங்களை எடுத்துக்கொண்டு, அவற்றின் ஆரம்பத்தில் தொடங்கி முடிவில் முடித்துக்கொள்ளும். ஆனால் கூகை அப்படிப் பட்ட வழக்கமான கதையாக இல்லாமல், ஒரு கதாபாத்திரத்தில் ஆரம்பித்து அந்தக் கதாபாத்திரத்தின் முடிவில் அதனைத் தொடர்ந்து வேறு கதாபாத்திரம் மூலம் கதை தொடர்ந்து சங்கிலியாகப் பயணப்படுவது இந்நாவலின் மற்றொரு சிறப்பம்சம். கதையின் நடுவே பேச்சி, அய்யனார், அப்பு சுப்பன் போன்ற கதாபாத்திரங்கள் காட்டப்பட்டு, அவர்கள் ஒவ்வொருவரும் தனித்தனியான கதையை நகர்த்திச் செல்கிறார்கள். இக்கதையில் வரும் பெயர்கள் மிகப்

பரிச்சயமான, பார்த்துப் பழகிய பெயர்களாகவே அமைந்திருப்பது கூடுதல் சிறப்பாகும். இரண்டு பாகங்களாகப் பிரிக்கப்பட்டு வெவ்வேறு கதைகளாக சொல்லப்பட்டிருந்தாலும் அவற்றின் வேர் ஒன்றே.

இந்தக் கதையின் மொழி என்று பார்க்கும்பொழுது, சோ.தர்மன் அவர்களின் மொழி தனியாக எடுத்துக்கொண்டு பாராட்டும் அளவுக்குச் செறிவானதாக இருக்கிறது. இந்தக் கதையில் வரும் வட்டார வழக்கு என்பது மிகவும் உண்மைத் தன்மையானதாகவும் நேர்மையானதாகவும் தோன்றுகிறது. கதையின் உரையாடல்களில் வட்டார வழக்கைத் தாண்டி, எழுத்தாளரின் கைவண்ணம் இலக்கியம் சார்ந்த மிக அழகான தமிழிலும் மேலோங்கியே இருக்கிறது. வட்டார வழக்கைத் தொடர்ந்து அத்தகு பகுதியைப் படிக்கும்பொழுது, வேறு ஒரு புத்தகத்தைப் படிக்கின்ற அனுபவத்தைப்போல் ஒரு மயக்கம் ஏற்படுவதினால், இந்த ஒரு புத்தகத்தின் அனுபவமே பல புத்தகங்களைப் படித்த அனுபவமாக மாறுகின்றது.

பொதுப்புத்தியில் அபசகுனமாகப் பார்க்கப்பட்டாலும், சாதிய அடக்குமுறைகளுக்கு சாவுமணி அடிக்க நினைப்பவர்களுக்கான சுபசகுனம்தான் கூகை.

பின் அட்டைக்குறிப்பு

கூகை என்கிற கோட்டான் இடப்பெயர்ச்சியில் ஆர்வமில்லாத பறவை. மிகுந்த வலிமை கொண்டது எனினும் அந்த வலிமையை உணவுக்காக அன்றி வேறு சமயங்களில் பெரிதும் பயன்படுத்துவது இல்லை. இருளில் வெளிவந்து உழலும் இயல்புடையது. பகலிலோ அஞ்சி ஒடுங்கி தன் பொந்துக்குள் கிடக்கும். கூகையின் தோற்றத்தை அருவருப்பாகப் பார்ப்பதும் கோரம் என்று முத்திரை குத்துவதும் கூகையைக் காணுதலையும் அதன் குரல் ஒலியைக் கேட்பதையும் அபசகுனம் என்று கருதுவதும் இந்தச் சமூகத்தில் பாரம்பரியமாகத் தொடர்ந்து வரும் பொதுப்புத்தி. கூகையைத் தலித்துகளுக்கான குறியீடாக்கி, சமகால தலித் வாழ்க்கையைப் படைப்பாக உருவாக்குவதில் பெரும் வெற்றி கண்டிருக்கிறார் சோ.தர்மன்.

அநீதியின் வெறி ஆட்டம்

நூல்	: கையறு
ஆசிரியர்	: கோ.புண்ணியவான்
பதிப்பகம்	: புண்ணியவான்

ஒரு தேசத்தை உருவாக்கவோ அல்லது அதனை வல்லரசாக்கவோ பலரின் தியாகங்களும் அர்ப்பணிப்பும் தேவைப்படுகின்றது. அதற்காக மக்களே முன்வந்து, தம் தேசப்பற்றை வெளிப்படுத்தும் தருணங்கள் அத்தனை தேசங்களின் வரலாற்றிலும் காணக்கிடைக்கின்றன. ஆனால், அப்படி மக்கள் தாமே முன்வராத சூழலில், யாரையெல்லாம் ஒடுக்கமுடியுமோ அவர்களெல்லாம் தேர்ந்தெடுக்கப்பட்டு அவர்களின் பலவீனமான அரசியல் பின்புலமும் அதிகாரமின்மையும் அரசாங்கத்தினால் சாதகமாகப் பயன்படுத்திக்கொள்ளப்பட்டு, அவர்களுக்கு தேசத்தின் எதிரிகள் என்ற முத்திரையையும் குத்தமுடியும் என்றால், மனிதநேயத்தின் சாயல் சிறிதும் இல்லாமல் சக்கையாய்ப் பிழியப்படும் அவர்கள், உலகத்தின் கண்களால் அந்த சரித்திரத் தருணத்தில் சொல்லமுடியாத இருட்டிற்குள் கொடூரமாக வஞ்சிக்கப்பட்டிருக்கிறார்கள் என்றே அர்த்தம். இத்தகு சித்ரவதைகள் சில தேசங்களின் சரித்தரித்தில் துடைக்கமுடியாத ரத்தக் கறைகளாகப் படிந்துவிடுகின்றன.

மலேசியாவில் நவீன இலக்கியம் ஒரு அலையாக எழுந்தபோது, அதன் தொடக்கக்கால எழுத்தாளர்களில் ஒருவராகக் கருதப்படுபவர் கோ புண்ணியவான். நான்கு சிறுகதைத் தொகுப்புகள், இரண்டு நாவல்கள், ஒரு கட்டுரைத் தொகுப்பு, ஒரு கவிதை நூல், இரு சிறுவர் நூல்கள் எழுதி, நாற்பது ஆண்டுகளுக்கு மேல் இடைவிடாது

செயல்படுபவர். கொத்தடிமை வாழ்வில் சிக்கி மீட்கப்பட்ட ஒரு சமூகத்தைப் பற்றிய நாவலான ஜலாஞ்சாரம்பாட், தொடர்ந்து மூன்று விருதுகளை வென்றது. அடித்தட்டு மக்களின் வாழ்வினைப் பிரதிபலித்த சில சிறுகதைகள், கவிதைகள் இன்றைக்கும் இலக்கிய விமர்சகர்களால் பேசப்பட்டு வருகின்றன. மரபான மானுட நுகர் வாழ்வில் இருந்து விடுபட்டு, புனைவுக் கலையின் உன்னதங்களைத் தரிசித்து வாழ்வின் முழுமையை அடைய விரும்பும் ஓர் ரசனையாளன் இவர்.

இந்த நாவலுக்கு சு.வேணுகோபால் முன்னுரை எழுதி இருக்கிறார். முன்னுரையிலிருந்து சில வரிகள் புத்தகத்தின் பின்னட்டையில் கொடுக்கப்பட்டிருக்கின்றன. அந்த வரிகள் பின்வருமாறு:

புண்ணியவான் முன்னால், தத்துவங்களை விட வாழ்க்கையே முன் நிற்கிறது. நீண்ட சயாம் ரயில் பாதையின் அடியில் தமிழர்களின் சடலங்கள் புதைக்கப்பட்டிருக்கின்றன. எளிய பாட்டாளித் தமிழர்களின் நம்பிக்கையும் ஏமாற்றங்களும் அதன்மேல் படிந்திருக்கின்றன. இது தமிழர்களின் தியாகமோ அர்ப்பணிப்போ அல்ல. அவர்கள் பட்ட கொடுந்துயர வாழ்வு. அந்த வாழ்வை அழுத்தமாகச் சொல்லியிருக்கிறார் புண்ணியவான். பலிகடா ஆக்கப்பட்ட தமிழர்களின் ஆவி, தண்டவாளம் நெடுகக் கிடப்பதைச் சொல்லியிருக்கிறார். தமிழர்கள் கண்டது என்ன? வெறுங்கையோடு வந்து வெறுங்கையோடு போனதுதான். ஒன்றரை ஆண்டு பாடு பட்டுச் சேர்த்த ஜப்பானியரின் பணம் செல்லாமல் போகிறது. மீண்டும் ஆங்கிலேயன் ஆட்சிக்கு வரப் போகிறான். அப்போது தெரிந்துகொள்ள நியாயமில்லை, ஆனால் வாழ்ந்தாக வேண்டும். காயங்களோடும் கண்ணீரோடும் நம்பிக்கைகள் பொய்த்துப் போகப்போவதை ஏற்றாக வேண்டும். மலேயா தமிழர்கள்களின் துயரம் நதியாக ஓடுவதைப் புண்ணியவான் ஒரு இடத்தில் நிறுத்தி நமக்குக் காட்டுகிறார், கையறு நாவல் வழியாக. மலேசிய நாவல் இலக்கியத்திற்குச் செழுமை பெறும் நாவலாகத் தந்திருக்கிறார். பம்மாத்து இல்லாமல் உண்மையை நாடிய நாவல். நல்ல நாவல். தமிழுக்கும்தான். ●

சயாம் மரண ரயில், துயரத்தின் சின்னமாக நாம் அனைவருமே கேள்விப்பட்டிருக்கக்கூடிய ஒரு ரயில் பாதை. ஜப்பானியர்களால், பர்மா வரை நீண்டு போவதற்காகப் போடப்பட்ட ஒரு ரயில் பாதை.

கோ.புண்ணியவான்

இன்று அந்த ரயில் பாதை, பல மனிதர்கள் உயிரிழந்த ஒரு வரலாற்று நிகழ்வுக்கான சாட்சியாகத் திகழ்கிறது. எந்தவித வணிக ரீதியான பயன்பாடும் அந்த ரயில் பாதைக்கு இன்றில்லை.

இந்த ரயில் பாதை அமைப்பதற்காக, ஜப்பானியர்கள் சிறிதும் மனசாட்சி இன்றி செயல்பட்ட காலம் அது. அந்த ரயில் பாதையிட, மனித உழைப்பு என்ற பெயரில் தங்களிடம் சிக்கிய பிரிட்டிஷ்காரர்கள், மலேயத் தமிழர்கள் உட்பட பல இன மக்களை ஜப்பானியர்கள் பலியாக்கியது வரலாறு. அதில் பாதிப்படைந்த மலேயத் தமிழர்களுடைய பரிதாபமான கடுந்துயரத்தையும் பழகி நீர்க்கும் சித்திரவதையையும் ஒரு ஆவணம் போல் சொல்லும் புதினமே கையறு.

அந்த ரயில் பாதை, உழைப்பாளிகளின் அர்ப்பணிப்போ தியாகமோ அல்ல. அவர்களாக விரும்பி நாட்டிற்காகச் செய்தால் மட்டுமே அந்த உழைப்பை அப்படி வகைமைப்படுத்த முடியும். கசையடிக்கும் உயிர் மிரட்டலுக்கும் மனிதப் பேராசை தூண்டும் வன்முறைக்கும் பிறந்தால், அது ஒருபோதும் தியாகமாகாது. அதை அநீதியின் மிகப் பெரிய வெறி ஆட்டம் என்று கூறலாம். கதை ஆரம்பிக்கும்போது மலேசியாவின் ஒரு பகுதியில் தோட்டத்தில் திருவிழா கொண்டாடப்படுகிறது. அம்மன் இறங்கி, அருள்வாக்கு கேட்கப்படுகிறது. அப்படிக் கேட்கும்போது அம்மன் அருள்வாக்கு சொல்வதாவது:

“அம்மா உன் தயவு இல்லாமல் தீமிதி நடந்ததில்லை. இந்த வருஷமும் ஆசி வேண்டி நிக்கிறோம். எந்தக் குறையும் இல்லாமல் நடத்திக் குடு தாயி. சத்திய வாக்கு தா தாயி”

“அப்படி இல்லடா பாலகா.. கருமேகம் சூழண்டு கிடக்கு. புயல் மழை பொரண்டு கிடக்கு. நேரம் நல்லா இல்லையேடா பாலகா”

“அம்மா தாயே, உன்ன நம்பித்தானே கேட்கிறோம். நல்ல வாக்கு சொல்லுமா. தாய்தானே எங்களுக்குக் காப்பு?”

“பாலகா.. வென வந்தா சுமந்துதான் ஆகணும். கடுங் காலத்தைக்

கடந்துதான் வரணும். இது அக்கினி ஆறு பொங்குற காலம்டா.''

"இப்படி சொன்னா எப்படி தாயே...? நீயே இப்படி சொன்னா எப்படி? ரெண்டு வார்த்த நெஞ்சு நோகாம சொல்லப்படாதா..''

"நேரமாச்சு வாக்கு தந்தாச்சுடா. ம்.. இறக்குங்கடா.''

நாவலின் முதல் அத்தியாயத்தைப் படிக்கும்போதே, பெரும் துயரத்தைப் படிப்பதற்கான மனநிலைக்குத் தயார்படுத்திவிடுகிறார் புண்ணியவான். ஒரு பெரும் வேதனைக் காலத்தை, அக்கினி ஆறு பொங்கும் காலத்தை இந்த நாவல் மூலமாகக் கடக்கப் போகிறீர்கள், அதற்குத் தயாராகி விடுங்கள் என்கிறார். நாம் கேள்விப்பட்ட சரித்திரத்தினால் ஏற்கனவே நாம் தயாராக இருந்தாலும் இன்னமும் உக்கிரமாக இருக்கப்போகிறது என்ற எச்சரிக்கையோடு நம்மை தைரியப்படுத்திக்கொண்டு நாவலைத் தொடர்வதற்கான மன நிலையைப் புண்ணியவான் உருவாக்குகிறார்.

இரண்டாம் உலகப்போர் காலகட்டத்தில் ஒவ்வொரு பகுதிகளிலிருந்தும் மக்கள், குறிப்பாக ஆண்கள், கொத்துக்கொத்தாக ஜப்பானியர்களால் வலுக்கட்டாயமாகக் கொண்டு செல்லப்படுகிறார்கள். அங்கிருக்கும் குழந்தைகள், பெண்கள், வயதானவர்கள் அனைவரும் நடுங்கிப் போகிறார்கள். முதலில் அதிக ஊதியம் என்று தேன் தடவிய வார்த்தைகளால் ஜப்பானியர்கள் ஆசை காட்டுகிறார்கள். பிறகே பாய்கிறது பலாத்காரம்.

திருவிழாவில் அப்போதைய ஆட்சியாளர்களான பிரிட்டிஷ்காரர்கள் கலந்துகொண்டிருக்கின்றனர். ஜப்பானியர்கள் உள்ளே வந்துவிட்டதாக ஒரு தகவல் வந்ததும், பிரிட்டிஷார் அனைவரும் அவசரமாக வெளியேறுகிறார்கள். இதற்கு அடுத்த அத்தியாயத்தில், பல ஆண்டு காலமாக பிரிட்டிஷ்காரர்களின் ஆட்சியில் உண்மையும் நேர்மையுமாக உழைத்த அம்மக்களின் வாழ்வாதாரமான தோட்டங்களை, பிரிட்டிஷ்காரர்களே தீயிட்டு அழித்துவிடுகின்றனர். ஏனெனில், பிரிட்டிஷ்காரர்களிடமிருந்து ஜப்பானியர்களிடத்தில் ஆட்சி வந்துவிட்டதால், ரப்பர் தோட்டங்களின் லாபம் ஜப்பானுக்குக் கிடைத்துவிடும் என்ற அற்பக் காரணத்தினால் மக்களின் மீது கொஞ்சமும் அக்கறையற்று, அப்படி ஒரு செயலைச் செய்து விடுகின்றனர். மொத்த ரப்பர் தோட்டமும் எரிந்து, மக்களின் வாழ்வாதாரமும் சாம்பலாகி விடுகிறது.

அதன்பிறகு மக்கள் உணவுக்குத் திண்டாடுகிறார்கள். அப்படிப்பட்ட சூழ்நிலையில்தான், ரயில் பாதை போடுவதற்காக மக்களை வற்புறுத்தி அழைத்துச் செல்கிறார்கள். குறிப்பாக, ஜப்பானியர்கள் பெண்களை பாலியல் வன்கொடுமை சித்திரவதைக்கு ஆட்படுத்து கிறார்கள். இது ஒருபுறமிருக்க, ரயில் பாதை வேலைக்கு எடுத்துச் செல்லப்படாமல் விடுபட்டுப்போன அந்த சமூகத்தைச் சேர்ந்த ஆண்களும் சூழ்நிலையைப் பயன்படுத்திக்கொண்டு அங்கிருக்கும் பெண்களை வன்புணர்வு போன்ற சித்திரவதைக்கு ஆளாக்கு கிறார்கள். எல்லா விதமான அதிகார நிலைகளும் இந்நாவலில் விமர்சிக்கப்பட்டிருக்கின்றன.

ஒருபுறம் கதை முழுக்க ரயில்பாதை போடுவதற்குக் கொண்டுசெல்லப்பட்ட மனிதர்கள் படும்பாட்டையும் மறுபுறம் பெண்கள் தனியாக உணவுக்காகவும் மானத்திற்காகவும் அனுப விக்கும் பிரச்சனைகளையும் எடுத்துரைக்கிறது கையறு.

ஜப்பானியர்கள் அழைத்துச்சென்ற முதல் நாளே மலேயத் தமிழர்களுடைய மலப்பாதையை அடைத்து விடுகிறார்கள். ஏனென்றால், பயணிக்கும் நான்கு நாட்களும் மலம் கழிக்கக் கூடாது என்பதற்காக ஆரம்பமே மனிதத்தன்மையற்ற செயலாக இருக்கிறதே என்று பார்த்தால், அடுத்தடுத்து நடக்கும் சித்திர வதைகளை முழுமையாகச் சொல்வதற்கு வார்த்தைகளே இல்லை. அப்படிப்பட்ட நரகத்தின் கொடூரம் நம் கண் முன் விரிகிறது. அந்த ரயில் பாதைக்காக வேலை பார்த்தவர்களின் பணிச்சுமை, மனிதர்கள் உயிரைத் தக்க வைத்திருக்கும் எல்லைகளை உடைக்கிறது. அவர்கள் தங்கும் இடங்கள், சீக்காளிகளுக்குக் கொடுக்கப்படும் மருத்துவம் என்று சகலமும் வாழ்வதற்கான ஏற்பாடுகளாக இல்லாமல், உழைப்பவர்கள் - உயிர் இழப்பவர்கள் என்ற ஒரு பிணக் கணக்காக ஜப்பானியர்களால் கையாளப்படுகிறது.

'பிரிட்ஜ் ஆன் தெ ரிவர் க்வாய்' என்ற படம், காட்சிகளாக நம்முள் எத்தகைய பாதிப்பை ஏற்படுத்தியதோ அதைப்போல் பலமடங்கு பாதிப்பை எழுத்துகளால் கையறு ஏற்படுத்தும். உடல் நலம் குன்றியவர்களுக்கு எந்த மருத்துவ உதவியும் இல்லாமல், சீக்குக் கொட்டாய் என்ற பெயரில் ஒரு இடத்தில் கொண்டுபோய்ப் போடப்படுகிறார்கள். ஆனால், அங்கிருந்து யாரும் குணமடைந்து வருவதில்லை. உடல் நலம் குன்றியோரைத் தனிமைப்படுத்து

வதற்காகவும் மற்றவருக்கு நோய் பரவி ரயில் பாதை போடுவ தற்கான உழைக்கும் கரங்களின் எண்ணிக்கை குறைந்துவிடும் என்பதற்காகவும் ஏற்படுத்தப்பட்ட ஒரு இடமே அந்த சீக்குக் கொட்டாய். ஒருநாள் அந்த சீக்குக் கொட்டாயை மனிதர்களுடன் சேர்த்து ஜப்பானியர்கள் தீயிடுகிறார்கள். அச்செயலைச் செய்யும்படி ஒரு ப்ரிட்டீஷ் அதிகாரியிடம் சொல்லும்போது அவன் நடுங்குவதைப்போல், படிக்கும் நமக்கும் அந்த நடுக்கம் தொற்றிக் கொள்ளும். இந்த நாவலை அவ்வளவு சுலபமாகக் கடந்துவிட முடியாது. இதனை, தனிப்பட்ட ஒரு கதையாக அல்லாமல் ஒட்டு மொத்த வடிவமாக, இரண்டாம் உலகப்போரின்போது ஜப்பானிடம் சிக்கிக்கொண்ட மலேயத் தமிழர்கள், சயாம் மரண ரயில் பாதையை அமைக்கும் வேலையின்போது வாழ்ந்த வாழ்க்கை யையும் அவர்களுடைய குடும்பங்கள் பட்ட வேதனைகளையும் சொல்லக்கூடிய ஒரு நாவலாகக் கருத வேண்டும்.

இத்தனைக்கும் சாட்சியாக இந்த பூமி இன்னும் சுழன்று கொண்டுதான் இருக்கிறது என்ற கையறு மனநிலையே இந்தப் புத்தகம் படித்து முடிக்கும்போது நமக்குள் எழுகிறது.

பேரிடர் அரசியல்

நூல் : **கொண்டல்**

ஆசிரியர் : **ஷக்தி**

பதிப்பகம் : **யாவரும்**

காலம் காலமாக, பேரிடர் என்ற ரூபத்தில் புயலாகவும் நோய்த் தொற்றாகவும் ஆழிப் பேரலையாகவும் பெருவெள்ளமாகவும் இயற்கை மனித இனத்துடன் விளையாடிக் கொண்டேதான் இருக்கிறது. இதை விளையாட்டு என்று கூறும்போதே பாதிப்பு களைச் சந்தித்தவர்களுக்குப் பதறிக்கொண்டு கோபம் வரலாம். ஆனால், 'அத்தகைய பேரிடர்களை வருடாவருடம் அனுபவித்து, பெரும் இழப்புகளை வழக்கமாகச் சந்திக்கும் தமிழகம், எத்தகைய முன்னேற்பாடுகளைச் செய்துவைக்கிறது? என்று கேட்டால், அடுத்த பேரிடரில் தன் வாழ்க்கையின் ஒரு கணிசத்தை இழக்கப்போகும் பொருளாதாரத்தில் பிற்படுத்தப்பட்டோரின் தலையெழுத்தே பதிலாக அமையலாம்.

'கஜா புயல் தடத்திலிருந்து ஒரு குரல்' என்று அட்டையிலேயே குறிப்பிட்டு சொல்லப்பட்டுள்ளது. கஜா புயல் ஏற்படுத்திய பாதிப்பை ஆவணப்படுத்தும் இந்த நாவல், அதை அனுபவிக்கும் ஒரு மனிதனின் குரலில் விவரிக்கப்பட்டதால் ஒரு பயணக் கட்டுரையின் நம்பகத்தைப் பெறுகிறது. தான் வாழும் சமுதாயத்தின்மீது மாற்றத்தைக் கோரும் விமர்சனமாகவும் இந்நாவல் முக்கியத்துவம் பெறுகிறது.

பின்னட்டைக் குறிப்பு

காற்று ஓயவில்லை, நின்று நிதானமாக வீசியது. அதன் வேகம் மட்டும் நேரம் ஆக ஆக கூடிக்கொண்டே போனது. வாய்க்காலுக்குள் இருந்தபடியே கோட்டகத்தின் ஒட்டுமொத்த சீரழிவையும் பார்த்தேன். தெற்கே அரசலாற்றின் கரையும் வெறிச்சோடி இருந்தது. இனி எதையும் பார்க்கத் திராணியில்லை. பாலத்தின் நடுத் தூண்களைக் கட்டிக்கொண்டேன். பொதுவுடை தலையை வெளியே நீட்டினான்.

"பாக்காத"

"சரி"

தூரத்து வயக்காட்டில் நரிகள் ஊளையிட்டன. ஒன்று மட்டும் உறுதியாகத் தெரிந்தது. இது ஒரு பேரழிவு. ●

அழிவு என்பது கொரோனா போன்ற கொள்ளை நோயாக இருக்கட்டும் அல்லது சுனாமியாக இருக்கட்டும், எதுவாகினும் வேறு ஒரு நாட்டிலோ அல்லது வேறு ஒரு இடத்திலோ வந்தால் அது நமக்கு ஒரு செய்தியாக மட்டுமே இருக்கிறது. ஆனால், அந்த இடத்திலும் நம்மைப்போன்ற மக்கள் வாழ்கிறார்கள். அவர்களுடைய வாழ்வியலும் வாழ்வாதாரமும் அதற்குள் அடங்கி இருக்கிறது. அது அங்கு நசுக்கப்படுகிறது, பாதிக்கப்படுகிறது, பிரச்சினைக்கு உள்ளாக்கப்பட்டிருக்கிறது என்கிற மனநிலையிலும், அவ்வாறு பாதிக்கப்பட்ட மனிதர்களாக எந்த வினாடியிலும் காலம் நம்மை மாற்றி, கருணையை இழக்கலாம் என்கிற மனநிலையிலும் சிந்தித்தால் மட்டுமே இந்நாவலை நம்மால் முழுமையாகப் புரிந்துகொள்ள முடியும்.

ஷக்தி எழுதியிருக்கும் இந்த 'கொண்டல்' நாவலுக்குள், ஒடுக்கப்பட்ட சமூகத்தின் குரல் ஒலிக்கிறது. அவர்கள் சாதிய ரீதியாக சந்திக்கும் ஒடுக்குமுறையின் அவலத்திற்கு மேல்தான் கஜா என்கிற புயல் வருகிறது. அந்தப் புயலில் இருந்து அவர்கள் தங்களை எவ்வாறு காத்துக் கொள்கிறார்கள் என்பதை நாவல் ஆவணப் படுத்துகிறது.

கஜா புயலில் அவர்கள் என்னவெல்லாம் இழந்தார்கள்? என்ன மாதிரியான பிரச்சனைகளை எல்லாம் சந்தித்தார்கள்? அதையெல்லாம் தாண்டி அவர்களுக்கு பாதகமாகச் செயல்படும்

அரசியல் பின்புலம், காவல்துறை அவர்களுக்கு நீதியின் தரப்பில் நியாமாக நின்றதா? இந்தக் கேள்விகளுக்கு விடையளிக்கும் வழியே தற்கால அரசியலைத் தோலுரிக்கிறது 'கொண்டல்'. 'இதுதானா நாமெல்லாம் தமிழர்களாகக் கடந்துசென்ற கஜா புயல் என்ற இயற்கைச் சீற்றம்?' என்று நம்மை வியக்கவைக்கும் நாவல் இது.

ஷக்தி

புயலில் மாட்டிக்கொண்ட ஒரு மனிதனின் மனநிலையை ஆழமாக எடுத்துரைக்கும் புத்தகத்திலிருந்து ஒரு பகுதி வாசிப்பிற்காக:

காற்றுக்குக் கருணையே போனது. பிடிவாதமாகத் தாக்கியது. இது ஒரு தண்டனையைப் போலத் தோன்றியது. தென்னங்குலை ஒன்று என் முன் விழுந்து சிதறியது. தடுக்கமுடியவில்லை, நெஞ்சில் பலமாகத் தாக்கியது. தெருக்கடைசிக்கு இழுத்து வந்துவிட்டிருந்தது காற்று.

பொதுவுடைக்கு இடக்கை முழுவதும் சிராய்த்திருந்தது. வலியில் அலறினான். ராமலிங்கம் காற்றின் தாக்குதலை எதிர்கொள்ள முடியாமல் வாய்க்காலுக்குள் போய் விழுந்தான். பொதுவுடைக்கும் தாக்குப் பிடிக்க முடியவில்லை. ஒரு தென்னை மரம் அடியோடு சாய்ந்தது. குறுக்கே கிடக்கும் மின்சாரக் கம்பிகளோடு சேர்ந்து ராமலிங்கம் வீட்டின் மையத்தில் விழுந்தது. காற்று கொஞ்சமும் அசந்த பாடில்லை. கழுத்தளவு நீரில் நின்றபடி 'ஐயோ' என்று அலறினான் ராமலிங்கம்.

"ஐயோ, இதையெல்லாம் பாக்குறதுக்கு என்ன கொண்டுட்டு போயிருக்கலாமே", அவன் அடித் தொண்டையிலிருந்து அழுதான்.

நான் அங்கிருந்த ஆளுயரத் தென்னையை வலுவாகக் கட்டிப்பிடித்துக் கொண்டேன். உடல் நனைந்து பின் குளிர்ந்தது. ஆற்றில் நீர்மட்டம் உயரவும் கீழே வாய்க்காலில் தண்ணீர் மடமட வென்று உயர்ந்தது. கழுத்தை ஏதோ அழுத்துவதாக உணர்ந்தேன். தலையைத் திருப்பவெல்லாம் முடியவில்லை. அப்படி ஒரு பாரம். முகத்தில் தேக்கு மர இலை ஒன்று வந்து அப்பிக் கொண்டது.

"வந்துத் தொலடா." பொதுவுடையின் குரல் கேட்டது.

பின்புறமிருந்த வாழைகள் ஒன்றன்பின் ஒன்றாக என்மீது சரிந்தன. என்னை இலைகள் மூடின. வேறு எதுவும் விழுந்தால் முடிந்துவிடும். மின்சாரக் கம்பிகளை இறுகப் பற்றிக்கொண்டேன். மெதுவாகக் கீழ்வாய்க்காலை நோக்கி முன்னேறினேன். வாய்க்காலுக்குள் பதுங்கிக் கொள்வதைவிட வேறு வழியில்லை. அதைக் கடந்துவிட்டால் வெறும் வயக்காடு. வயக்காட்டில் சிக்கினால் நிச்சயம் பிழைப்பது கஷ்டம். இதுதான் வழி. வாய்க்காலை நெருங்குவது என்பது சிரமமாக இருந்தது. மதியின் வீடுதான் கடைசி வீடு. அந்த வீட்டில் தென்னை மரம் ஒன்று முறிந்து விழுவதைப் பார்த்தேன். உயிர் பிழைத்து இருப்பதே பெரும் காரியம்தான் என்று தோன்றியது. காற்று ஊவென இன்னும் அதிகமாக ஊதத் தொடங்கியது.

"காப்பாத்துடா தர்மா...." மதியின் வீட்டிலிருந்து அவன்தான் கத்தினான்.

அவன் தன் வீட்டுக் கதவைப் பிடித்துக்கொண்டு போராடிக் கொண்டிருந்தான். மரத்தின் மேல் பாதி முறிந்து, அவன் வீட்டின் மீது கிடக்கிறது. அவன் கதவின் ஆட்டம் தாளாமல் அதை இறுகப் பற்றிக் கொண்டிருந்தான். கதவு பலமாக ஆடிக்கொண்டிருந்தது. மரம் இப்பொழுது அவன் வீட்டுக்குள்ளேயே விழுந்தது. அவன் கதவில் இருந்து விடுபட்டு, மரத்தின் மட்டைகளுக்குள் புகுந்து கொண்டான். நானும் உள்ளே ஓடக் கிளம்பினேன்.

இவை அனைத்தும் கஜா புயல் வீசியபொழுது, ஒரேஒரு மனிதன் பார்த்த சம்பவங்கள். ஆயிரக்கணக்கான மக்கள் ஒரே பிரச்சினையில் மூழ்கித் தவித்து, தத்தளித்து, சிக்கித் திணறும்பொழுது அதை அரசு எப்படிக் கையாண்டது என்பதைச் சொல்லும் வேறொரு முக்கியமான பதிவும் இந்தப் புத்தகத்தில் உள்ளது. இந்த நாவல் தமிழ்நாடு என்ற நிலத்தில் வாழ்பவர்களின் அரசியல் நிலவரம். அந்த நிலவரத்தை நாம் புரிந்துகொள்ள வேண்டிய வேறொரு கோணம்.

தொன்ம நினைவு

நூல் : கோபல்ல கிராமம்

ஆசிரியர் : கி.ராஜநாராயணன்

பதிப்பகம் : காலச்சுவடு

மனிதன், தன் சுயவாழ்க்கையையும் கடந்து பல நினைவுகளைப் பொதுமையாக தன்னகத்தே கொண்டிருக்கிறான். அதுவே அவனைக் கலாச்சாரப் பிராணியாக்குகிறது. அவன் ரத்தத்தில் கலந்திருக்கும் வாழ்க்கை என்கிற தொன்மமாகிய நினைவு, கிராமம் சார்ந்ததாகவே இருக்கிறது. இது வளர்ச்சியின் மேற்கூரையில் இருக்கும் நகரவாசி களுக்கும் பொருந்தும். கிராமங்கள் இத்தகு வாசனைகளைத் தங்கள் உயிர்ப்பாக இன்னமும் தக்கவைத்துக் கொண்டுள்ளதே இந்த அக்கரை பச்சை நிறத்துக்குக் காரணமாக இருக்கலாம். அவற்றின் உயிர்ப்பை ஒப்பிட்டு அறியும் இயந்திரத்தனமே நகர வாழ்வு.

ஒரு படைப்பு வாசித்து முடிக்கப்பட்ட பிறகும், அதன் நினைவுகள் சிறிது நேரம் நம்முள் தோய்வது பொதுவாக நல்ல படைப்புகளுக்கு உரித்தான குணம். ஆனால் ஒரு சில எழுத்துகள் மட்டுமே படித்து முடித்த பிறகு, அதன் உள்ளேயே வெகு நாட்கள் நம்மைச் சிறை வைக்கும். அது மாதிரியான எழுத்துக்குச் சொந்தக்காரர் கி.ராஜநாராயணன். அவரது படைப்புலகின் தலைநகரம் கோபல்ல கிராமம். இதை ஒரு புத்தகம் என்று சொல்வது சரி அல்ல. இது ஒரு கிராமம். இது ஒரு ஊர். இந்த ஊருக்குள் சென்று, அங்குள்ள மக்களைப் பார்த்து நலம் விசாரித்து, அவர்கள் வீட்டில் மோர் அருந்திவிட்டு, விருந்தினராக வெகுநாட்கள் தங்கியிருந்தது போன்ற உணர்வைத் தரும் வாசிப்பு இது. இந்தக் கதை நடக்கும்

ஓரிரு நாட்களின் சம்பவங்களிலேயே, முந்தைய காலங்களில் இந்த கோபல்ல கிராமம் எப்படி உருவானது என்ற கதை லகுவாகத் தட்டுப்படும். அத்தகு தோற்றங்களிலிருந்து பிறக்கிறது தமிழின் மிக அற்புதமானதொரு நாவல்.

கதைக்குள் நாம் பயணிக்க நம்மை கி.ராஜநாராயணன் எவ்வளவு அழகாகத் தயார் செய்கிறார் என்பதை ஒரு இலக்கிய யுக்தியாகவும் பார்க்கலாம். இதோ நாவலின் முதல் வரிகளைப் போன்ற கதையின் முன்னுரை. இவையே கோபல்ல கிராமத்தை அறிந்துகொள்ள நம்மை ஆயத்தப்படுத்தவும் செய்கின்றன.

நாவலின் முதல் அத்தியாயம்

கிராமம் ஆழ்ந்த தூக்கத்தில் லயித்திருந்தது. நிலவு பட்டாய்ப் பிரகாசித்து குளுமையாய்க் காய்ந்து கொண்டிருந்தது. மேல் காற்று அப்பொழுதுதான் சற்று அமர்ந்திருந்தது.

வெகு தூரத்தில் இருந்து தினமும் பறந்துவரும் பழ வெளவால்கள், குளத்தங்கரை அத்தி மரங்களில் வயிறுமுட்ட பழங்களைத் தின்றுவிட்டு அவர்களின் இருப்பிடத்திற்குப் புறப்படுகிற வேளை.

இரவு ஜீவராசிகளின் அரவம் சன்னம் சன்னமாய் ஒடுங்கிக் கொண்டு வந்தது. பூனைகள் வேட்டையை முடித்துக்கொண்டு வீடு திரும்பிக்கொண்டிருந்தன. கூகை, ஆந்தை முதலிய பறவைகள் பொந்துகளுக்குத் திரும்ப ஆரம்பித்துவிட்டன. பெருச்சாளிகள் அவைகளின் செலவை நோக்கித் திரும்ப ஆரம்பித்துவிட்டன. ரா முச்சூடும் பாடிய சுவர்க் கோழிகளும் வாய் ஓய்ந்து தூங்க ஆரம்பித்துவிட்டன. நாய்கள் அவைகளது காதல் வேலைகளை முடித்துக்கொண்டு சுருண்டு படுக்கத் துவங்கிவிட்டன.

இரவு தூங்க ஆரம்பித்து, பகல் விழிக்கப் போகும் நேரம். பகல் ஜீவராசிகளின் முன்னோடியான சேவல், சிறகுகளைத் தட்டி கிராமத்தை விழிக்கச்சொல்லிக் கூவியது. கரிச்சானும் ஆள்காட்டியும் ஏற்கனவே சத்தம் கொடுக்கத் துவங்கியிருந்தன. காகங்களும் கரைய ஆரம்பித்து விட்டன. கோவிலில் சங்கும் நகராவும் முழங்கியது.

முடிவுத்தூக்கத்தில் சோம்பல் முறித்துக் கண்விழித்தது கிராமம். முனங்கும் ஒலிகள். ஒட்டியிருந்த உடம்பைப் பிரித்துக் கொள்ளும்போது ஏற்படும் செல்லச் சிணுக்கட்டங்கள். பச்சிளம்

குழந்தைகள் தாலியுடனோ மறுகாம்பை நெருடிக்கொண்டோ முலை உண்ணும் மெல்லொலிகள். பெரியவர்கள் சிறுசுகளை எழுப்பும் அன்பான கண்டிப்புக் குரல்கள். கதவு கிரீச்சிடும் மொழிகள், செருமல்கள், இருமல்கள், சாணிப்பால் கொண்டு முற்றம் தெளிக்கும் சத்தங்கள், கன்றுகளின் பால்தாகக் குரல்கள், அதை வாங்கி எதிரொலிக்கும் தாய் மாடுகளின் கத்தல்கள். ஒரு ஜீவ இயக்கத்துடன் கிராமம் பூரணமாக விழித்து செயல்பட ஆரம்பித்தது.

கி. ராஜநாராயணன்

இப்படியாக அந்த கோபல்ல கிராமம் கண்விழிக்கும். அது கண்விழிக்கக் கண் விழிக்க, நாம் அந்த கிராமத்துக்குள் கொஞ்சம் கொஞ்சமாகச் சென்று கொண்டிருப்போம். முதல் அத்தியாயம் முடியும்பொழுது, நாம் கிராமத்துக்குச் சென்று நிலையான ஒரு இடத்தில் அமர்ந்திருப்போம். அப்படியே கிராமத்து மக்களின் அழகான வாழ்க்கையுடன் வாசிப்பால் வசிக்கலாம்.

ஒருநாள் விடியற்காலை ஒரு கிராமம் கண்விழிக்கிறது. ஒரு கர்ப்பவதி சாலையோரமாகச் சென்று கொண்டிருப்பாள். அவள் தன் காதில் பாம்படம் அணிந்திருப்பாள். அதை அபகரிக்க, திருடன் ஒருவன் முயற்சி செய்கிறான். அந்தப் பிரச்சனையில் அவள் கொல்லப்படுகிறாள். அந்தத் திருடனை கிருஷ்ணப்ப நாயக்கர் பிடித்து தன் ஊருக்குக் கொண்டுசெல்கிறார். யார் இந்த கிருஷ்ணப்ப நாயக்கர்? கிருஷ்ணப்ப நாயக்கரின் உடன் பிறந்தவர்கள் ஏழு பேர். அவர்கள் அனைவரும் யார்? அவர்கள் அந்த ஊருக்கு எப்படி வந்தார்கள்? அவர்கள் கோட்டையார் வம்சத்தைச் சேர்ந்தவர்கள். இவர்கள் அனைவருக்கும் ஒரு பூட்டி இருப்பாள். அந்தப் பூட்டிக்கும் ஒரு பாட்டி இருப்பாள். அவர்களுடைய காலகட்டத்தில் இந்த கோபல்ல கிராமம் உருவானது. ஒரு கிராமம் எப்படி உருவாகும்? ஒரு பகுதியிலிருந்து ஒரு குடும்பம் புலம்பெயர்ந்ததால். புலம் பெயர்வதின் காரணம் என்ன? அந்தக் காலத்தில் நடந்தது என்ன? துலுக்க ராஜா என்ற ஒரு முஸ்லிம் மன்னனுடன் ஏற்பட்ட பிரச்சினை. புலம்பயர்ந்து வழி தெரியாமல் ஓடிவந்த ஒரு பெரிய குழு, ஒரு நிலப்பகுதியைத் தங்களுக்கான பகுதியாக நிர்மாணிக்கிறது.

ஒரு முழு கிராமம் உருவாகிறது. குழுவாக இருந்தவர்கள் எப்படி கிராமமாக ஆகிறார்கள்? அதன்பின் அவர்களின் வளர்ச்சி எப்படிப்பட்டது? அந்த கிராமத்தில் ஒவ்வொருவருக்கும் ஒரு தனிச் சிறப்பு காட்டப்பட்டிருக்கும்.

கதையில் "தழையிறது" என்ற ஒரு விஷயத்தைப் பற்றி கி.ரா. சொல்லியிருப்பார். ஒரு பசுமாட்டை, தன்னுடையதல்லாத கன்றுக்குட்டியுடன் எப்படி சேர்ப்பது என்பதை உணர்வுப்பூர்வமாகச் சொல்லியிருப்பார். பொதுவாக, தான் ஈன்றது அல்லாத கன்று குட்டியை, தாய்ப்பசு தன் அருகில் இருக்கவோ பால் ஊட்டவோ அனுமதிக்காது. அதற்கான வழிமுறையாக, தாய்ப்பசு தான் ஈன்றதாக நினைக்கும் வகையில் அந்தக் கன்று அப்பொழுதே பிரசவித்தது போன்ற உணர்வை ஏற்படுத்தி அதன் நீரை, ரத்தத்தை கன்றின் மேல் பூசி தாயின் அருகில் நிறுத்த, அந்தத் தாய்ப்பசு தான் தற்பொழுதே ஈன்றெடுத்த கன்று என்று தன் வசப்படுத்திக் கொள்ளும் என்ற சம்பவம் சொல்லப்பட்டிருக்கும்.

நிறைய மனிதர்கள் இப்படிப் பல கதைகளுடன் நாவலெல்லாம் வாழ்ந்திருப்பார்கள். அம்மனிதர்களின் பெயருக்குப் பின்னால் அடைமொழிகள் விவரிக்கப்பட்டிருக்கும். அந்த அடைமொழி களுக்குப் பின்னால் கதைகள் சொல்லப்பட்டு இருக்கும். கடைசி யாக அந்த கொலை வழக்கு என்னவாக முடிந்தது? அந்தத் திருடனுக்கு தண்டனை கிடைத்ததா? என்னவாக தீர்ப்பு சொல்லப் பட்டது? அனைத்தும் முழுக்க முழுக்க அபாரமான காட்சிகளால் சொல்லப்பட்டிருக்கும்.

படித்து முடித்தபிறகு விரைவாக முடிந்து போய்விட்டது என்கிற வருத்தத்தையும், அந்த மக்களுடன் இன்னும் சற்று பயணிக்க வேண்டும் என்கிற தவிப்பையும் ஏற்படுத்தும் "கோபல்ல கிராமம்" நமது வாழ்வின் தொன்ம நினைவு.

பின் அட்டைக் குறிப்பு

கதை மாந்தர்களில் ஒருவர் நூலுக்கு உள்ளிருந்து வெளியேறி கோபல்ல கிராமத்தை வாசிக்க நேர்ந்தால், இந்த நூலின் ஒரு வரியும் ஒரு அம்சமும் அவருக்குப் புரியாமல் போகாது. தீவிர வாசகனுக்கான உள்ளோட்டமும் மேலோட்டமான வாசிப்புக்கு உகந்த எளிமையும் உள்ள அபூர்வமான வசீகரம் கொண்ட எழுத்து

இது. வாசிப்பவனின் தோள் மீது கை போட்டுக்கொண்டு, இயல்பான குரலில் பேசும் எழுத்து. பேச்சு வழக்குக்கும் எழுத்து மொழிக்கும் ஆன இடைவெளியை மெல்ல மெல்ல அழித்துச் செல்லும் எழுத்து. எளிமையாகவும் நேரடியாகவும் கதை சொல்வதால், மொழியின் அழகிலும் லாவகத்திலும் சமரசம் செய்து கொள்வதில்லை கி.ரா. தொண்ணூறுகளில் ஆரம்பத்தில் தமிழில் வந்து இறங்கிய சில இலக்கியக் கோட்பாடுகள் முன்வைத்த வாசிப்பின் இன்பம், மையமற்ற எழுத்து, நேர்க்கோட்டில் அல்லாத எழுத்து போன்ற கருதுகோள்கள், இந்த நூலில் அதற்கு 20 வருடத்திற்கு முன்பே செயல்பட்டிருக்கின்றன. சமூகவியல் பார்வையும் இலக்கிய விமர்சனமும் கூட்டாக இயங்கி உருவாக்கும் கோட்பாடுகளை விடவும் படைப்பாளியின் நுண்ணுணர்வு மேலாண்மை கொண்டது என்பதும் உறுதி செய்யப்படுகிறது.

சமூகத்தின் களை

நூல் : **கோரை**

ஆசிரியர் : **கண்மணி குணசேகரன்**

பதிப்பகம் : **தமிழினி**

உலகின் பார்வையில் விவசாயத்தைப் பிராதனமாகக் கொண்ட நாடு இந்தியா. உலக மக்கள் தொகையில் இரண்டாம் இடத்தில் இருக்கும் நாடு, விவசாயம் என்ற பெரும் இயந்திரத்தின் நகர்வைத் தன் இதயத் துடிப்பாய்க் கொண்டுள்ளது. ஆனால் விவசாயி இந்நாட்டின் பிரதானமான மனிதன் அல்ல. அவன் சமுதாய முன்னேற்றத்தில் கடைநிலை ஆதாயங்களைத்தான் அனுப விக்கிறான். அவனது பாடுகளுக்கும் பிரச்சினைகளுக்கும் இங்கு முதல் அக்கறை கொடுக்கப்படுவதில்லை. அவன் வணிகத்தின் கையில் அல்லாடும் பரிதாபத்துக்குரிய நிலையிலேயே இன்றும் இருக்கிறான்.

தமிழ்நாட்டின் விருதாச்சலம் பகுதியைச் சேர்ந்த கண்மணி குணசேகரன், ஒரு அற்புதமான எழுத்தாளர். அவர் நடுநாட்டு சொல் அகராதியைத் தமிழ்ச் சமுதாயத்துக்குக் கொடுத்தவர். தனது மண்ணின் மொழியை மிகத் தெளிவாகவும் நேர்த்தியாகவும் வார்த்தைகளில் கொண்டுவருவது அவரது எழுத்தில் மிளிறும் பண்பு.

கண்மணி குணசேகரனின் புத்தகங்களில் நான் படித்த கோரை மற்றும் அஞ்சலை ஆகிய இரண்டிலுமே நான் பார்த்த பொதுவான அம்சம், முதல் வரியிலேயே நம்மை கதைக்குள் அவர் இட்டுச் செல்கிறார் என்பதுதான். அத்தகைய முதல் வரியில் ஆரம்பிக்கும் சுவாரசியமும் விறுவிறுப்பும் சம்பவக் கோர்வையும் நாவலின் கடைசி வரிகள் வரை தொடர்கின்றன.

முதல் வரியில் தொடங்கி புத்தகத்திலிருந்து சில வரிகள்

கண்மணி குணசேகரன்

காலடியில் ரத்தம் கசியிற மாதிரி ஒரே வலி. நெருஞ்சி முள்ளாய் மனதில் குத்துகிற கோரைக் கம்பில் உத்தண்டியால் அதற்கு மேல் நிற்க முடியவில்லை. நடந்தான். கால் விரல்களில் கோரைகள் நாராய் சிக்கின. கோரையின் நெரிசலில் முழி பிதுங்கிக் கொண்டிருந்த மல்லாட்டைக் கொல்லையை விட்டு, காட்டாமணி வேலி மருட்சியை நீக்கிவிட்டு ரோட்டுக்கு வந்தான். ரோடு வெறிச்சோடிக் கிடந்தது. மனசெல்லாம் கோரைகள் அடம்பு கட்டி நின்றன.

கோரையின் நுனி, உள்ளுக்குள் சீவு முள்ளாய்க் குத்தி அவனை சின்னாபின்னப் படுத்திக்கொண்டிருந்தது. அதன் வலியில் அவனையும் அறியாமல் அவன் வாயிலிருந்து தாறுமாறாய் வார்த்தைகள் வந்துகொண்டிருந்தன.

"என்னென்னமோ நெனச்சிருந்தனே . இப்டி என் நெனைப்பில் மண் அள்ளிப் போட்டுட்டியே, சங்கு கம்னாட்டிப் பயலே... உன்ன.."

சங்குவிற்குப் பாட்டு விழுந்து கொண்டிருந்த அதேவேளை, சூட்டோடு சூடாய் அவன் பன்றிகளுக்கும் வாசாங்குக்குப் பஞ்சமில்லை.

"அது வயித்துல புழு வைக்கோ.. புத்து வைக்கோ.. அது கறி பறக்க கறியா பூட, ஈச மடியிராப்பில அதுவ எல்லாம் சுருண்டு விழ"

களை வெட்டி கை எரிச்சல் காணும்போது, மொட்டை வெயில் கோரைக் கம்பியில் உழப்பறித்துக் கிடந்ததில், உடம்பு சூடு எடுத்து சொட்டுச் சொட்டாய் உயிரை எடுக்கிற ஒன்னுக்குக் கட்டை விரலில் சுண்ணாம்பு தடவிய போது, இடுப்பு வலி கண்டு கவிழ்ந்து படுத்துக்கொண்டு பூரணியை ஏறி மிதிக்கச் சொல்லி, வலி சுகத்தில் 'எம்மா எம்மா' என நரட்டியபோது, 'மென்னியை வளைத்துக் கவ்வும் இந்த கோரைக்கான அடி வேர் எங்கிருந்து வந்தது?' என்று தெரியாமல் குழம்பிப் போய்க் கிடந்திருக்கிறான். எவனிடம்தான் போய்க் கேட்பான்?

"இந்த மாதிரி நல்லா இருந்த என் கொல்ல பூரா கோரையா பூட்டது. என்னன்னு தெரியல எப்படின்னு புரியல"

எவன்தான் கரிசனமாக வந்து சொல்லுவான்? ஏற்கனவே அவனவன் இவன் நிலம் வாங்கியது பார்த்துப் பொச்செரிப்பில் வயிறு எரிந்துபோய் நிற்கின்ற நிலையில், இவன் கேட்டுவிட்டால் அது வரவோட்டில் தண்ணீர் தெளித்த கதைதான். சுர்ரென்று பொங்கும், புகையும், கடைசியில் ஆவியாய் வறண்டுபோகும், வார்த்தைகள் பதில் சொல்வதற்கு இல்லாமல்.

இப்படித்தான் இந்தக் கதை ஆரம்பிக்கிறது. உத்தண்டி படாத பாடுபட்டு வாங்கிய ஒரு சின்ன காக்காணி நிலத்தில் மல்லாட்டை விதைத்திருக்கிறார். அவரது நிலத்தில் கோரை களையாக வளர ஆரம்பிக்கிறது. இந்தக் கோரையை என்ன செய்வது என்று தெரியாமல் அவர் புலம்பிக் கொண்டிருக்க நாவல் ஆரம்பிக்கிறது. கோரையுடன் உத்தண்டி போராடுவதே மையக்கதையாக இருந்தாலும், சாதிய அடுக்குகளைப் பற்றியும் தெளிவாகக் கூறியிருக்கிறார். ஒரு சாதிக்கும் மற்றொரு சாதிக்கும் இடையில் இருக்கும் உறவு பற்றியும் வேற்றுமை பற்றியும் காட்சிகளை அமைக்கிறார்.

நிலம் வாங்கத் தகுதி இல்லாதவன் என்று சாதிய அடிப்படையில் ஒதுக்கப்பட்ட ஒரு மனிதன், தன் உயிரைக் கொடுத்து ஒரு சிறு நிலம் வாங்கி, அதில் அவன் ஒரு பயிரை விளைவிப்பதும் அந்தப் பயிரின் ஊடே கோரை களையாக முளைப்பதும், அதைக் களைவதற்கு உத்தண்டியும் அவர் மனைவியும் படும்பாட்டையும் பற்றிக் கூறுவதே இந்த நாவல். அவர்கள் நிலத்திற்குத் தண்ணீர் இடுவதற்குப் படும் கஷ்டத்தைப் பற்றிப் படிக்கும்போது, நம்மால் கண்ணீர் சிந்தாமல் அந்தப் பகுதியைக் கடக்க இயலாது. ஏனென்றால், நிலத்திற்குத் தண்ணீர் விடுவதற்கு அவர்களிடம் பெரிய கிணறோ அல்லது மோட்டாரோ கிடையாது. அவர்களுடையது வானம் பார்த்த பூமி. பக்கத்து நிலத்தாரிடம் கேட்கலாம் என்றால் அவர்கள் உதவுவார்களா மாட்டார்களா? உதவினால் அதற்கு என்னவெல்லாம் பேசுவார்கள்? உதவவில்லை என்றால் அதற்கு என்னவெல்லாம் பேசுவார்கள்? எனத் தவிக்கிறான் உத்தண்டி.

நம் நாட்டின் முதன்மைத் தொழிலாகச் சித்தரிக்கப்படும் விவசாயம் எந்த அளவிற்கு சீர் கெட்டுப் போய்க் கிடக்கிறது என்பதை எடுத்துச் சொல்லும் அதே வேளையில், சமூகத்தில் அகற்றப்படவேண்டிய களை பற்றியும் தெளிவாகப் பேசுகிறது கோரை.

நாகரீகக் கோமாளி

நூல் : **கோலப்பனின் அடவுகள்**

ஆசிரியர் : **பிரபு தர்மராஜ்**

பதிப்பகம் : **வாசகசாலை**

இலக்கியங்கள் துன்பத்தின் பாதையிலேயெ பெரும்பாலும் மானுட தரிசனங்களுக்கு அழைத்துச் செல்கின்றன. அத்தகைய நெகிழ்வே இலக்கியப் பரணின் மேல்தட்டுகளில் ஏறி அமர்கிறது. அதே தரிசனங்களை, சிரித்துக்கொண்டே அங்கதமாகச் சொல்லிவிட்டுச் செல்லும் இலக்கியங்களும் ஒரு நூற்றாண்டு காலத்தில் சில முறைகள் தோன்றத்தான் செய்கின்றன. துன்பத்தின் பாதையே இலக்கியத்தின் தரத்துக்குச் சான்றிதழாக மாறாமல் இருக்கப் பாய்ச்சப்படும் உயிர்ப்பே அத்தகைய புத்தகங்கள்.

பொதுவாகவே நகைச்சுவை என்ற சுவை நம் வாழ்க்கைக்கு அதி அத்தியாவசியமான ஒன்று. ஆனால் இலக்கியத்துக்கும் (ஸீரியஸ் லிட்ரேச்சர்) நகைச்சுவைக்கும் என்றுமே ஏழாம் பொருத்தம்தான். உலகம் முழுவதுமே சிறந்த இலக்கியங்களாகக் கருதப்படுபவை, சோகத்தைப் பிழிந்து அழ வைப்பவைதான். இந்தக் கற்பிதத்தை ஏற்றுக்கொண்டால்தான் நீங்கள் சிறந்த இலக்கிய வாசகர் என்று ஏற்றுக்கொள்ளப்படுவீர்கள். அதேசமயத்தில், சமூகத்தின் மீது மிகுந்த அக்கறை கொண்டு, உன்னதமான கலைப் படைப்புகள் நகைச்சுவையாளர்களிடத்திலிருந்து வந்துள்ளன. உலகலாவிய உதாரணம், சார்லி சாப்லின். தமிழில் என்.எஸ்.கிருஷ்ணன். அப்படிப்பட்ட இலக்கியங்களும் உண்டு. தமிழில் வாய்விட்டுச் சிரிக்க வைத்து ஆழமான கருத்துக்களையும் கையாளும்

இலக்கியங்கள் குறைவோ என்று (எனக்கு மட்டும்தானோ?) ஒரு சந்தேகம் உண்டு. 'இந்தத் தட்டுப்பாடை மாற்றியே தீருவேன்' என்று கங்கணம் கட்டிக்கொண்டு, அற்புதமான பல இலக்கியங்களைப் புனைந்து கொண்டிருப்பவர்தான் பிரபு தர்மராஜ். இவரது எழுத்துக்களைப் படிக்க ஆசை இருப்பவர்களுக்கு ஒரு முக்கியமான எச்சரிக்கை, தயவுசெய்து பொதுவெளியில் அமர்ந்து படிக்காதீர்கள். அப்படியும் படித்தீர்களென்றால் உங்களைப் பைத்தியம் என்று வேடிக்கை பார்ப்பவர்கள் சந்தேகிக்கும் அளவுக்கு, நீங்கள் அப்போது நிச்சயம் உங்களை மறந்து சிரித்துக் கொண்டிருப்பீர்கள். பிரபு தர்மராஜ் எழுதிய கோலப்பனின் அடவுகள் என்ற நாவல் மேற்சொன்ன நகைச்சுவைக் கோட்பாட்டுக்கெல்லாம் மிகச் சிரிப்பானதொரு உதாரணம்.

நாவலின் பின்னே தென்பட்டதால் பின்னட்டை, அதிலிருந்து சில வரிகள்.

கோலப்பனின் தோற்றம்

பூமி உருவாவதற்கு முன்பே கோலப்பன் பிறந்துவிட்டார். கோலப்பனின் பிறப்பை அண்டப் பெருவெடிப்பில் நிகழ்ந்த ஒரு பித்த வெடிப்பாகவே நாம் பார்க்க வேண்டும். கோலப்பனின் அக்கா பிறப்பதற்கு முன்பாகவே அவளது மகன் பாப்பச்சன் பிறந்து கோலப்பனைத் தாய்மாமன் ஆக்கினான் என்பதை இந்த வரலாறு எப்போதும் சொல்லாது. ஆதாமும் ஏவாளும் அதற்குப் பிற்பாடாகவே பிறந்தனர். கோல் என்பது அதிகாரம், அப்பன் என்றால் சகலத்தையும் படைத்தவன் என்பதை ஒருமுறை சொல்லிப் பாருங்கள். கோலப்பனின் தோற்றத்தில் இருந்த பிழைகள் மறைந்து தெளிவு பிறப்பதைக் காண்பீர்கள்.

கோ என்றால் அரசன், கோமாதா என்றால் பசு, கோயிலென்றால் அரசனின் இல்லம், கோஷ்டி என்றால் பஜனைக் குழு, கோணையன் என்றால் கோலப்பன் என்பதாய், கோ என்று தொடங்கும் வார்த்தைகளின் பட்டியல் நீளமானது, வெகு சுவாரஸ்யமானது. எல்லா மனிதனுக்குள்ளேயும் ஒரு கோலப்பன் இருப்பான். எல்லா கோலப்பனுக்குள்ளும் ஒரு பாப்பச்சன் இருப்பான். கடவுளும் சாத்தானும் என்ற கோட்பாடும் கோப்புராயங்களும் இதனுள்தான் அடங்கும். எல்லா மதநூல்களும் நன்மை தீமை என இதைத்தான் எடுத்துரைக்கின்றன. இங்கே கோலப்பனும் பாப்பச்சனும்

பிரபு தர்மராஜ்

கடவுளாகவும் சாத்தானாகவும் மாறி மாறி உருவெடுப்பதுதான், மனிதர்கள் பன்னெடுங் காலமாய் ஈரெடுக்கும் கோமாளித்தனங் களின் நீட்சி. இதற்கு நாகரீகம் என்று, வேறு ஒரு தெண்டித்தனமான பெயர் வேறு வைக்கப்பட்டிருக்கிறது. இது எங்கனமோ! உங்களால் கடவுளையோ அல்லது சாத்தானையோ கோலப்பனையோ பாப்பச் சனையோ கண்களால் காண முடியாது. மாறாக உணர முடியும். அதையும் மீறிக் காண வேண்டுமென்றால் புகைப்படத்திலிருக்கும் சர்வ லோகாதிபரைக் காணுங்கள். மோட்சம் கிட்டும்.

- பாப்பச்சன், மருமோன் ஆஃப் கோலப்பன்.

இந்தக் கடைசி வரிக்குக் கீழே பிரபு தர்மராஜின் புகைப்படம் இருக்கும்.

நாவலின் அத்தியாயங்கள் ஒவ்வொன்றுமே தனித்தனிக் கட்டுரைகள் என்றோ சிறுகதைகள் என்றோ எடுத்துக்கொள்ளத் தக்கவை. எல்லா அத்தியாயங்களும் தனித்தனியாகப் பல விஷயங் களைச் சொல்லும். ஆனால் எல்லாம் சேர்ந்தும் ஒரு விஷயத்தைச் சொல்லும். தற்கால அரசியலை, கல்விச் சூழலை, அரசை, அரசுப் பணியாளர்களை என்று எதையும் விட்டு வைக்காமல் பாரபட்சமே இன்றிக் கிழித்துத் தொங்கவிட்டிருப்பார்.

ஒரு சர்க்கஸில் திகிலுக்கும் பதற்றத்துக்குமுரிய பலவிதமான வித்தைகள் கண்முன்னே நிகழும். ஆனால், அந்த அனுபவத்தைக் கேளிக்கை ஆக்குவதே ஒரு கோமாளிதான். அவனே உங்களை ஆசுவாசப்படுத்தித் தயார் செய்கிறான். அந்த சர்க்கஸின் பிற வித்தை களுக்கு எவ்வளவு முன்னேற்பாடுகளும் பயிற்சிகளும் சாதுர்யமும் தேவைப்படுமோ, அதேபோல் தன் சிரிப்பின் மறைவில் பெரும் கூர்மையோடு தன்னைப் பட்டைத்தீட்டிக் கொண்டவனே கோமாளி. உள்ளுக்குள் நுழைந்து பார்த்தால், ஒரு கோமாளி எப்போதும் அதி புத்திசாலியாகவே இருப்பான். அப்படி ஒரு சரியான கோமாளித்த தனத்தைக் கையாள்கிறார் பிரபு தர்மராஜாகிய பாப்பச்சன். பாப்பச்சன் மிகப்பெரிய கோமாளி,

மிகப்பெரிய புத்திசாலி. அவனிடம் யாரெல்லாம் எப்படியெல்லாம் மாட்டிக்கொண்டு தவிக்கிறார்கள் என்று சொல்லிக் கொண்டு செல்கிறது கோலப்பனின் அடவுகள். கோலப்பன் என்ற கோணங்கித்தனம் ஒவ்வொரு மனிதனிடமும் உள்ளது.

பிரபு தர்மராஜின் மீது 'மத நம்பிக்கைகளுக்கு எதிராக எழுதுகிறார்' என்ற குற்றச்சாட்டு பொதுவாக உள்ளது. அவர் மூடநம்பிக்கைகளுக்கெதிராகப் பேசிக் கொண்டிருக்கிறார் என்பதே அதிலிருக்கும் மறைபொருள். அந்த மூடநம்பிக்கைகளை, அவர் தன் பகடியின் வழி உடைக்கும்போது சிரித்துக்கொண்டே மனம் சாத்வீகமாகத் தன் தவறுகளைச் சிந்திக்கத் தொடங்குகிறது. இதுவே பிரபு தர்மராஜின் எழுத்துலகம்.

புத்தகத்திலிருந்து ஒரு அத்தியாயம்

உமென்ஸ் டே ஸெலிபிரேஷனில் கோலப்பன்

கோலப்பன் மாமா அன்பே உருவாக அமர்ந்திருந்தார். என்னுடைய நாவில் அமர்ந்திருந்த சனி பகவான் சிறிய பாடல் ஒன்றைப் பாடத் துவங்கினான்.

"மாமா.. நேத்திக்கு பெண்கள் தினமாமே..?"

"அத ஏம்லே என் கிட்ட வந்து பேசிக்கிட்டு நிக்க?"

"இல்ல, நீர் அத்தைக்கு வாழ்த்து சொன்னீரா?"

"நான் ஏம்டே அவளுக்கு வாழ்த்துச் சொல்லணும்? அவ எனக்கு லவ்வர்ஸ் டேவுக்கு வாழ்த்துச் சொன்னாளா?"

"அவுக சொல்லலனாலும் நீரு சொல்லாண்டாமா?"

"அதலாம் சொல்ல முடியாது, உனக்கு அவசரம்னா நீ போய் சொல்லு"

நான் அத்தையிடம் சென்று,

"எத்தே, பிலேடட் விமன்ஸ்டே விஸஸ்"

"உனக்கு மாமன் இருக்காம்ல.. அந்த ஓந்தான்கிட்ட போய் சொல்லு"

"அதெப்டி மாமன் கிட்ட போய் சொல்றது?"

"நீ போய் சொல்லு, அவனுக்கு புரியும்"

நான் மீண்டும் மாமனிடம் திரும்பப் போய் நின்றேன்.

"என்னப்போ, உம்ம அத்தைக்கு வாழ்த்துச் சொன்னீயா?"

"ம்ம்ம்..."

"பதிலுக்கு வாழ்த்திருப்பாளே?"

"ம்.. ம்.."

"வாழ்த்தினா, ஆனா என்னை இல்ல, உம்மத்தான் வாழ்த்தினா.."

மாமன் முகத்தில் ஒளி

"என்னடே சொல்லுற? என்னைய வாழ்த்தினாளா?"

"ஆமாம் உமக்குத்தான் பெண்கள் தின வாழ்த்துக்கள் சொல்லச் சொன்னா"

மாமன் முகத்தில் அதிர்ச்சி கலந்த கடும் சினத்தைக் காண முடிந்தது.

"அப்பிடியா சொன்னா கொள்ளி முடிவா?"

"ஆமாம்"

"அப்போ அவகிட்ட போய், மாமன் ஆண்கள் தினத்துக்கு வாழ்த்துச் சொல்லச் சொன்னேனு சொல்லுப் போ.."

"தூ.."

"என்னலே துப்புத? அவல்லாம் எனக்குச் செருப்புக்குச் சமானம். அவ அப்பனுக்கு காரியம் எனக்குத் தெரியும். அந்த நாய நான் செருப்பால அடிச்சுக் கொல்லனும்னு நினச்சேன், அதுக்கு முன்னால அந்த நாய்க்கு சிறுநீரகம் காஞ்சுப்போய் செத்துட்டான். அவனுக்கு கல்லறக்குப் போய் சாணியக் கரச்சு ஊத்தினதே நாந்தாம்டே"

என்று பேசிக்கொண்டிருந்தபோது, எங்களது பின்புறம் அத்தை நின்று கொண்டிருந்ததைக் கோலப்பன் மாமா அறிந்திருக்கவில்லை. அம்மாதிரியே நானும் கவனித்திருக்கவில்லை. உலகின் அத்தனை பெண்களை விடவும் அந்த மகளிர் தினத்தை கோலப்பன் அற்புதமாகக் கொண்டாடினார்.

இந்த நாவலில் எந்த இடத்திலுமே உங்களுக்கு சிரிப்பு வர வில்லை என்றால், மன்னிக்கவும், நீங்கள் ஒரு மனநல வைத்தியரைப் பார்க்கும் தருவாயில் இருக்கிறீர்கள் என்றே அர்த்தம். கோலப்பனின் அடவுகள் சிரிப்புக்கும் சிந்தனைக்கும் உத்திரவாதம்.

பேரழிவின் சித்திரம்

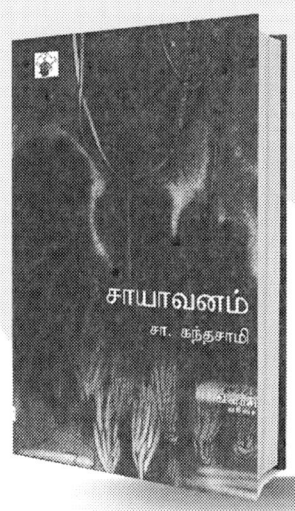

நூல்	:	சாயாவனம்
ஆசிரியர்	:	சா.கந்தசாமி
பதிப்பகம்	:	காலச்சுவடு

மனிதன் இயற்கையைத் தன் இச்சைகளுக்கு வளைக்கப் பார்க்கிறான். இயற்கையோ தாவரங்களில் தொடங்கி இன்னபிற ஜீவன்கள் வரைக்கும், ஒன்றை ஒன்றோடு இணைக்கும் இரைச் சங்கிலிகளைப் படைத்துள்ளது. தங்கள் ஜீவனைக் காப்பாற்றிக் கொள்ளும் இச்சைக்கு எல்லா உயிர்களும் கட்டுப்பட்டே இந்தச் சங்கிலிகள் இயங்குகின்றன. மனிதன், இந்தச் சங்கிலிகளில் தன் இச்சைகளுக்காக ஒரு பெரும் சலனத்தை உருவாக்குகிறான். அந்தச் சலனம் வேறெந்த உயிராலும் பகிர்ந்து கொள்ள முடியாத, ஈடுகட்ட முடியாத, சுயநலம் என்கிற அழிவின் சக்தியாக உருவெடுக்கிறது.

சா.கந்தசாமியின் எழுத்துக்கள் பெரும்பான்மை சமூகத்தால் ஊடுருவிப் பார்க்க முடியாத, நிறைய உண்மைகளையும் நிதர்சனங்களையும் வாசகருக்கு எடுத்துக்காட்டும். சாகித்திய அகாடமி விருது பெற்றுள்ள சா.கந்தசாமியின் முதல் நாவல் சாயாவனம். ஆங்கிலத்திலும் பல இந்திய மொழிகளிலும் மொழி பெயர்க்கப்பட்டுள்ள இந்நாவல், வீடியோ படமாகவும் வெளி வந்திருக்கிறது. சுமார் 40 ஆண்டுகளுக்கு முன், சுற்றுச்சூழல் பற்றி அதிகம் பேசப்படாத காலத்தில், இயற்கையுடனான மனிதனின் போராட்டத்தை மையமாக வைத்து, தஞ்சை மாவட்ட கிராமியப் பின்னணியில் எழுதப்பட்ட இந்த நாவல், இன்றைய சூழலுக்கும் பொருத்தமான வாசிப்பு அனுபவத்தைத் தருகிறது.

சிதம்பரம், சாயாவனம் என்ற கிராமத்தில் இருக்கக்கூடிய காட்டுப் பகுதியை விலைக்கு வாங்குகிறான். அந்த இடம், ஐயர் ஒருவரின் பரம்பரைச் சொத்து எனவும் பராமரிப்புகள் ஏதுமின்றி பெரும் வனாந்தரமாக இருக்கும் ஒரு நிலப்பரப்பு எனவும் அதனால், வனவிலங்குகள் வாழும் பெரும் காடாக மாறிவிட்டது எனவும் அந்தக் காட்டுக்கு ஒரு பின் வரலாறு சொல்லப்படுகிறது.

சா.கந்தசாமி

விலைக்கு வாங்கிய காட்டை அழித்து விட்டு, கரும்பு ஆலை கொண்டுவர வேண்டும் என்பது சிதம்பரத்தின் நோக்கம். அந்த கிராமத்தில் யாரும் உதவிக்கு வராத சூழ்நிலையில், தூரத்து உறவினரான தேவர் ஒருவரின் உதவியுடன் மேலும் இரு பையன்களுடன் சேர்ந்து காட்டை அழிக்கும் வேலையைத் தொடங்குகிறான் சிதம்பரம். இந்த நான்கு நபர்களே இக்கதையின் முக்கியக் கதாபாத்திரங்கள்.

பொதுவாகவே கதை படிக்கும்பொழுது, வாசகர்கள் தங்களை அந்தக் கதாபாத்திரமாக உருவகித்துப் பார்ப்பதென்பது வழக்கமான மனநிலை. இந்தக் கதையில் அது ஒரு பெரும் சிக்கலாகத் தோன்றும். வாசகரால் அந்த முதன்மைக் கதாபாத்திரமான சிதம்பரமாக, தன்னை தராசில் வைத்து எடை போட முடியாது. ஒரு காட்டை முழுவதும் அழிக்கக்கூடிய ஒரு கதாபாத்திரமாக நம்மை நாமே கற்பிதம் செய்துகொள்வது என்பது கடினமான ஒரு செயல். வாசகர்கள் அதைப் படிக்கப் படிக்க, பறவைப் பார்வையோடு முழுவதுமாக மேலிருந்து வேண்டுமானால் பார்க்கலாம். இயற்கையின் பெரும் கொடையான காட்டை, இப்படி லாபத்துக்காக அழிப்பது தகுமா? குறிப்பிட்ட காலத்திற்குப் பிறகு தீ வைத்து அழிக்கப்படுகிறது அந்த வனம். ஒவ்வொரு அத்தியாயத்திலும் அந்தக் காட்டை, அதன் அடர்த்தியுடன் போராடி எப்படி விட்டேத்தியாக அழித்தார்கள் என்று குறிப்பிடப் படுகிறது, இருந்தும் வனம் என்ற நம் ஆழ்மனப் படிமம் அங்கே கிளர்ந்தெழுகிறது.

கதையின் ஆரம்பத்தில் இருந்து சில பத்திகள்:

புளியந்தோப்பின் முகப்பில் நின்று வானத்தை ஊடுருவி நோக்கினான் சிதம்பரம். ஒரு மடையான் கூட்டம் தாழப் பறந்து சென்றது. அதைத் தொடர்ந்து கழுத்தை முன்னே நீட்டியபடி ஒரு கொக்குக் கூட்டம், ஒரு தனி செம்போத்து, இரண்டு பச்சைக்கிளிக் கூட்டங்கள். சற்றைக்கெல்லாம் வானம் நிர்மலம் ஆகியது.

சிதம்பரம் குத்து குத்தி வளர்ந்து இருக்கும் காரைச் செடிகளைத் தள்ளிக்கொண்டு, நாயுருவி கீற, ஒற்றையடிப் பாதைக்கு வந்தான். வனம் போன்ற தோட்டத்தில் இடையறாது திரியும் மாட்டுக்காரப் பிள்ளைகள் ஏற்படுத்திய பாதை அது. கோடையிலும் கார் காலத்திலும் இடம் மாறும், நீளும் குறையும், வளையும், தனித்துப் போகும். ஆனால் ஒற்றையடிப் பாதைகளில் பல சிறியவை. வளைந்து வளைந்து சென்றாலும் நெடுந்தூரம் தொடர்ச்சியாகச் செல்வதில்லை. பருவ மாறுதல்களுக்கும் மாட்டுக்காரப் பிள்ளைகளின் உணர்ச்சிகளுக்கும் ஏற்ப அமைவதால் ஒன்று சேராமலும் நீளாமலும் போய்விடுகின்றன.

ஒவ்வொரு ஒற்றையடிப் பாதையும் கூப்பிடு தூரம்தான். பெரிய சாலையிலிருந்து கிளிமூக்கு மாமரம் வரையில் ஒரு கொடிப் பாதை. ஆல மரத்திலிருந்து முனீஸ்வரன் தூங்குமூஞ்சி மரம் வரையில் ஒரு பாதை. அப்புறம் இலுப்பை மரத்திலிருந்து கொய்யா மரம் வரையில் இன்னொரு பாதை. அதற்குப் பின்னால் பாதை ஏதும் கிடையாது. மனிதர்கள் தொடர்ச்சியாகச் சென்றதில் தடம் ஏதும் புலனாகாது. தேவையும் அவசியமும் வந்தால் நொச்சியையும் காரையையும் தள்ளிக்கொண்டு புல் தடைகளைத் துவைத்தவாறு நடக்க வேண்டும்.

இந்த முதல் பத்தியிலேயே தெரிந்திருக்கும், எத்தனை வகையான மரங்கள், செடிகள், கொடிகள், மற்றும் பறவைகளைப் பற்றி இந்த நாவல் பேசுகிறது என்று.

இந்த நாவல் முழுக்க, ஒரு தனி மனிதன் தனது ஆசை என்ற தீயினால், ஒரு சுற்றுச்சூழல் பேரழிவை எத்தனை எதார்த்தமாகச் செய்கிறான், அதனால் எத்தனை பேரின் வாழ்வாதாரம் எதிர் வினையின்றிப் பறிபோகிறது, கேவலம் அந்த ஊருக்கு எந்த இனிப்பையும் தராத ஒரு கரும்பாலைக்காக, என்று பகடியைப் படிமங்களால் மறைத்து நமக்குத் தருகிறது.

எத்தனையோ ஆண்டுகளாக சிறுகச் சிறுக உருவான காடு, ஒரு தனி மனிதனுடைய ஆசையால் அழிக்கப்படுகிறது. அதனால் அந்தக் காட்டை நம்பி வாழும் உயிரினங்கள், இயற்கை வளம், மண் வளம், மழை வளம் - இவை பாதிப்படையும் என்ற அக்கறை இல்லாதவனாக சிதம்பரம் கதாபாத்திரம் படைக்கப்பட்டிருக்கிறது. பேரழிவின் சித்திரம்தான் இந்த சாயாவனம். இதை ஒரு குறியீடாக எடுத்துக்கொண்டால், நாட்டில் எத்தனையோ தனிமனிதர்களின் ஆசைகள் என்ன செய்து கொண்டிருக்கிறன? பேரழிவின் விளைவுகளை அடுத்த சந்ததியினர் என்னவாகச் சந்திக்க நேரிடும்? முதலிய அறம் சார்ந்த கேள்விகளை நம்மை நாமே கேட்டுக் கொள்ளலாம்.

ஆதியைத் தேடி

நூல் : தட்டப்பாறை
ஆசிரியர் : முஹம்மது யூசுஃப்
பதிப்பகம் : யாவரும்

ஆதி அந்தம் இல்லாதது எது? என்று கேட்டால், மொத்தப் பிரபஞ்சமுமே அந்தக் கேள்வியின் பதிலாகக்கூடும். எதனுடைய மூலமும் எதனுடைய முடிவும் இதுவரை கண்டுபிடிக்கப்படவே இல்லை. புரிதலில் சமரசம் அடையும் நிலைகளையே அறிவு சராசரியான மனிதர்களுக்குத் தருகின்றது. ஆயினும் எல்லாவற்றின் ஆதியையும் அந்தத்தையும் எவரேனும் சிலர் தேடிக்கொண்டேதான் இருக்கின்றனர். அப்படிப்பட்ட விரிந்த தேடல் உடையவர்கள், சராசரியான சமுதாயக் கற்பிதங்களிலிருந்து விடுதலையும் அடைகின்றனர்.

டாக்குஃபிக்ஷன் என்ற வகைமைக்குள் வரும் தட்டப்பாறை கதை என்பது புனையப்பட்டது. உண்மைச் சம்பவங்களைப் பின்புலமாகக்கொண்ட கதைகள் இருந்தாலும் அவையும் கதைகளுக்குண்டான அம்சங்களைப் பெற்றிருக்கும் பட்சத்தில் புனைவு என்றே அழைக்கப்படுகின்றன. டாகுஃபிக்ஷனின் சரியான தமிழாக்கம் ஆவணப்புனைவு என்று கொள்ளலாம். ஏனெனில் அத்தகைய புனைவுகள், கதை என்ற வடிவில் தொடர்ந்துகொண்டு இருக்கும்போதே, கட்டுரையின் வடிவிலும் இருக்கின்றன. அவற்றில் இருக்கும் உண்மைகள், தகுந்த ஆராய்ச்சியின் முடிவில், ஆராய்ச்சியின் மூலங்கள் குறிப்பிடப்பட்டு, புனைவை ஒட்டிய ஒரு பாதையில் கதை தோறும் அளிக்கப்படுகின்றன.

முஹம்மது யூசுஃப்

இந்தப் புத்தகத்தை நாவல் என்று வாசிக்கக் கையில் எடுத்தால், இனிப்பு தடவப்பட்ட மாத்திரை உடலுக்குள் சென்று எப்படி நம் நோயைக் குணப்படுத்துகிறதோ அதைப்போன்று, ஆவலைத் தூண்டும் ஒரு கதை என்கிற இனிப்பினுள்ளே மிக முக்கியமான தகவல்களும் சிந்தனைகளும் இடம்பெற்று, நம்முள் இறங்கிப் பல விளைவுகளை ஏற்படுத்தும். இந்நாவலில் இடம்பெற்றிருக்கும் தகவல்கள், அதிக பட்சம் நாம் கேள்விப்படாத தகவல்களாக இருக்கும். நாம் அவற்றில் சிலவற்றைக் கேள்விப்பட்டிருந்தாலும் நம் அறிதலின் பார்வையை மாற்றி, இன்னும் ஆழமான ஆராய்ச்சியைத் தூண்டுவதாக இருக்கும்.

இந்தப் புத்தகம் முழுவதும் தகவல்களுக்குப் பஞ்சமே இல்லை. அந்தத் தகவல்களெல்லாம், ஒரு பெரும் தேடலுக்கு நம்மைத் தள்ளும் முதல் வார்த்தைகளாக இருக்கின்றன. புத்தகத்தை மூடி விட்டு அத்தகு ஆராய்ச்சியில் இறங்க ஒரு எத்தனிப்பு நமக்குள் கண்டிப்பாகத் தோன்றும். இந்த நாவலின் நாயகன் டானியல் அப்படிப்பட்டவன்தான். தொடர்ந்து ஆராய்ச்சியில் ஈடுபட்டுக் கொண்டே இருக்கிறான். வாசிக்கும் நமக்குள்ளும் அந்தப் பழக்கம் இறங்கிவிடுகிறது. இந்தப் புத்தகத்தின் அனுபவத்திற்குப் பிறகு எந்தப் புத்தகத்தை வாசித்தாலும் அதனைச் சார்ந்த தகவல்களில் ஒரு பெரும் ஆராய்ச்சியை ஆரம்பித்தே தீருவோம். அப்படி ஒரு பயிற்சியை கொடுத்துவிட்டார் யூசுஃப்

ஆதியைத் தேடிச் செல்லும் பாதைகள் என்றொரு கட்டுரை நூலாக இது இருந்திருந்தால், ஒரு எளிய வாசகன் இந்தப் புத்தகத்தைத் தேர்ந்தெடுக்காமல் போகும் வாய்ப்புள்ளது. இது புதினமாக அமைந்தது ஒருவரின் வாசிப்பின் தரத்தை உயர்த்த, ஆசிரியர் போட்டுத்தந்த பாதையாக அமைந்துவிட்டது. புனைவு அபுனைவு என்ற இரு தளத்திலுமே பெரும் சாதனை தட்டப்பாறை.

அகதி முகாமில் தொலைக்கப்பட்ட சின்னஞ் சிறுவன் சீலன். அவனுடைய கதையில் ஆரம்பிக்கிறது நாவல். தன் தாயால் நிர்க்கதியாக விடப்பட்ட ஒரு சிறுவன், சீலனாய்ப் பிறந்து

தேவசகாயமாய் மாறுகிறான். இந்தப் புத்தகத்தில் மிக முக்கியமாக சாதிய மற்றும் மத அடுக்குகளின் சிக்கல்களைப் புனைவின் மூலமே பிரித்து, நம் பரீசிலனைக்கு வைக்கிறார் யூசுஃப்

கதையில் தேவசகாயம் சிறுவனாக இருந்து, பின் அவன் வளர்ந்து, ஒரு காதல் ஏற்பட்டு அது திருமணத்தில் முடிந்து, அந்தத் திருமணம் கைவிடப்பட்ட பிறகு, அது எப்படி கைவிடப்படுகிறது? என்ன நிகழ்ந்தது? அவன் வாழ்க்கை அப்போதிலிருந்து எப்படித் தலைகீழாக மாறுகிறது? என்று தேவசகாயம் பின்தொடரப்படுகிறான். அவனுக்கு ஒரு மகள். அவள் அவனிடமிருந்து பிரிக்கப்பட்டு, பின் அவள் வளர்ந்து வருகிறாள். தேவசகாயம் முதுமை அடைகிறான். அப்பா மகள் உறவு கதைக்குள் சொல்லப்பட்டுக்கொண்டே இருக்கும்.

கதையின் மாந்தர்களான டானியல் என்ற இயக்குனர் (அவனே ஆராய்ச்சியாளன்), கடற்கரை என்ற சுவாரஸ்யமானவர், தேவசகாயம் என்ற மையம், இருளன் என்ற போராளி மற்றும் அபு என்ற அதிபுத்திசாலி, அனைவரும் எந்தப் புள்ளியில் இணைவார்கள், அதன் தாத்பரியம் என்ன? என்பதை அள்ள அள்ளக் குறையாத தகவல்களுடன் சொல்கிறது தட்டப்பாறை.

டானியல் ஒரு திரைப்படம் எடுக்கும் போக்கில் செய்யும் பயணங்கள், நாவலில் தனித்துவமாகக் கிடைக்கும் இன்னொரு அற்புதம்.

முஹம்மது யூசுஃப், கனவுப் பிரியன் என்ற பெயரில் கவிதைகளும் படைத்திருக்கிறார். இந்த நாவல் ஒரு டிரையாலஜி என்று சொல்லப்படுகிறது. இது அவரது மூன்றாவது புத்தகம் ஆகும். கடற்காகம், மணல் பூத்த காடு, பிறகு தட்டப்பாறை இதுவே டிரையாலாஜியின் வரிசை. தமிழில் இத்தகைய புத்தக வரிசைகள் அரிது என்றமையால், இந்த நாவல் வரிசை மென்மேலும் முக்கியத்துவம் பெறுகிறது.

புத்தகத்தின் பின்னட்டையில்

வாழ்வின் மீதான தீவிரத் தேடல் உள்ள ஒருவனுக்கு, இதில் குறிப்பிடப்பட்டிருக்கும் அனைத்தும் அவனது நிலத்தின் ஆதாரம். மேம்போக்கான ஆட்களுக்கு அவை கடக்க இயலாத சலிப்பூட்டும் வெற்றுத்தகவல்கள். கன்னி, கொடி, மோலை, பல்லை, செம்பொறை என ஆட்டின் வகைகளையும் தர்பைப் புல்லையும் இடையனையும்

தேடி அலைந்ததில் என் உடல் முழுக்க ஆட்டாம் புழுக்கை வாசம். தட்டப்பாறை நாவல் என்பது இதுவல்ல. இதை வாசித்ததும் நீங்கள் தேடப்போகும் உங்கள் உள் மனதின் விசாலமான எண்ணங்கள்தான் உண்மையான தட்டப்பாறை நாவல்.

இதைப் படிக்கும் பொழுதும் படித்து முடித்த பிறகும் வாசகனுக்கு நிறைய தேடல்கள் ஏற்படக்கூடும். தேடல்களை ஏற்படுத்துவதே உன்னதத்தின் கடமை. இது ஒரு உன்னதமான நாவல்.

புத்தகத்திலிருந்து சில வரிகள்

"எல்லாத்துக்கும் ஒரு பதில் வச்சிருக்கீங்க"
"பதில்னா அத நினைச்சுகிட்டு இருக்க."

"நா வருத்தத்தைப் பேசிட்டு இருக்கேன். Virginia Osten Cydeco (VOC) *அதாவது, ஐக்கிய கிழக்கிந்தியக் கம்பெனிலிருந்து கிழக்கிந்தியக் கம்பெனி வரைக்கும் அவங்க வேலைக்கு அனுப்பின சர் ஜோசியா சைல்ட், கவர்னர் ஆஃ தே ஈஸ்ட் இந்தியா கம்பெனி 1680, 90லிருந்து பலபேரு ஜாதியைப் பற்றி ஆராய்ச்சி பண்ணி புக்கு எழுதி வச்சுட்டுப் போயிருப்பான். மிளகு, ஏலக்காய், கிராம்பு, பட்டைன்னு கரம் மசாலா வியாபாரம் பார்க்க வந்தவன், மதத்தைப் பரப்ப நினைச்சான். சரி, அதுல ஒரு அர்த்தம் இருக்கு. ஆனா, ஜாதி இருக்குன்னு ஏன் ஒரு வேலை செஞ்சிட்டு போகணும்? ஒரு பக்கம் நேரடியான நடவடிக்கையில கிறிஸ்துவப் பாதிரிமார்கள் இறங்கியபோது, இன்னொரு பக்கம் கிறிஸ்துவத்தை முன்னிலைப் படுத்தாமல் இந்துக்களைப் பிளவுப்படுத்தும் முயற்சியும் தொடங்கியது அப்படின்னு கால்டுவெல்லின் தயாதிகள் என்கிற அத்தியாயத்தில் இருக்கு"*

"நீங்கதான் புதுசு புதுசா ஏதாவது சொல்றீங்க"

"சரி விடு, சமகாலத்தில் காலச்சுவடு பதிப்பகம் வெளியிட்டிருக்குற கிறிஸ்தவமும் சாதியும் புக்ல எழுத்தாளர் ஆ.சிவசுப்பிரமணியன், நோபிலி சொன்னதா எழுதி இருக்காரு. தீண்டாமையைக் கடுமையாக ஆதரித்த இவர், 'கிறிஸ்தவர் ஆவதில் ஒருவர் தன் சாதிக் குடியிருப்பு, பழக்கவழக்கம் முதலானவைகளைத் துறக்க வேண்டியதில்லை. கிறிஸ்தவ சமயத்தைத் தழுவினால் இவை கெட்டுப்போகுமென்று போதனையைப் புகட்டியவன் சாத்தான்.

கிறிஸ்துவ சமயம் பரவுவதற்கு இடையூறாக இருப்பது இப்போதனையே' என்று 1650ல் எழுதியதாக, ஒரு கடிதத்தில் தன் குறிக்கோளை தெள்ளத் தெளிவாகக் குறிப்பிட்டிருக்கிறார் ராபர்ட் டி நொபிலி. இதுக்கு என்ன சொல்ற?"

முழுக்க முழுக்க புதுமையான தகவல்கள் பொதிந்து கிடக்கிற ஒரு புதையல்தான் தட்டப்பாறை. 531 பக்கங்கள் கொண்ட இந்த நாவல், அறுபது புத்தகங்களை ஆராய்ந்து எழுதப்பட்டது. இந்நூலையும் சேர்த்து அறுபத்தியோரு நூல்களின் வாசிப்பவனு பத்தை, தட்டப்பாறை என்கிற ஒரே நூலில் பெறலாம்.

நோய்மைப் பின்னல்

நூல் : **துயில்**

ஆசிரியர் : **எஸ்.ராமகிருஷ்ணன்**

பதிப்பகம் : **தேசாந்திரி**

நோய்மை, ஆரோக்கியத்தின் எதிர்ச் சித்தாந்தமாக கருதப்படு கிறது. அதன் பயமுறுத்தலே நோய்மையை எதிர்க்கும் கவலை யையும் பொறுப்பையும் மக்களுக்கு அளிக்கிறது. நிறுவனமயமான மருத்துவம், ஆரோக்கியத்தைப் பெற்றிழந்தோம் என்று நினைவு படுத்தாமல் மனிதர்களை நோயாளிகளாக இருத்தி வைக்கப் பார்க்கிறது. தமக்குள்ளிருந்து சுரக்கும் இனிமையாக ஆரோக்கி யத்தை ரசிக்கும் மனிதர்கள் இன்று அருகி வருகின்றனர்.

இந்நாவலைப் படித்து முடித்தவுடன் வாழ்தலுக்குண்டான அடிப்படையையே புரட்டிப்போட்டது போன்ற ஓர் உணர்ச்சி ஏற்படும். இந்நாவலில் இருந்து மீண்டு வெளிவருவது அத்தனை சுலபமான விஷயமாக இருக்காது.

எஸ்.ராமகிருஷ்ணன் அவர்கள், விருதுநகர் மாவட்டத்தைச் சேர்ந்தவர். இன்றைய தமிழ் இலக்கியத்தின் சமகால எழுத்தாளர் களில் போற்றப்படும் மிக முக்கிய ஆளுமை.

ஓர் உணவு உண்டு முடித்த பிறகு எவ்வளவு பொறுமையாக ஜீரணிக்கப்படுகிறதோ, அதைப்போன்ற நிதானத்தோடு வாசிக்கப்பட வேண்டிய நாவல் துயில்.

பொதுவாக, ஏதாவது சைக்கோத்தனமான படத்தைப் பார்க்கும்பொழுது அத்தகைய மனப்பிறழ்வு உள்ளவர் நம்மைத் தொடர்கிறாரோ என்ற எண்ணம் நம்மைப் பயமுறுத்தும்.

அதேபோல், இந்த நாவலைப் படிக்கும்பொழுது, இதில் குறிப்பிட்டுள்ள ஏதாவது ஒரு நோய் நமக்கும் இருக்கிறதோ என்ற எண்ணம் நிச்சயம் மிரட்டும். நம்மைச் சுற்றி இத்தனை நோய்கள் இருக்கின்றனவா? இத்தனை நோயாளிகள் இருக்கிறார்களா? இத்தகைய ஆரோக்கியமற்ற கலாச்சாரத்தைச் சமாளிக்க நாம் ஒவ்வொருவரும் என்ன நடவடிக்கைகள் எடுக்கிறோம்? போன்ற கேள்விகள் கனவில் கூட நம்மைப் பயமுறுத்தலாம்.

கதையில் வரும் முக்கியமான கதாபாத்திரங்களாக கொண்டலு அக்கா, ஏலன், சின்ன ராணி ஆகிய மூன்று பெண்கள் இருக்கிறார்கள். இந்த மூன்று பெண்மணிகளே கதையைத் தங்கள் கைகளில் எடுத்து நகர்த்திச் செல்கிறார்கள்.

இந்த நாவலில் ஒரு பெண்மணி வருகிறார். அந்தப் பெண்மணி யின் பெயர் ஏலன். அவர் தன் வாழ்நாளில் நோய்மைகளுக்கு எதிராக எவ்வளவு தூரம் போராடுகிறார் என்பதை உன்னதமாக எடுத்துரைக்கிறது இந்நாவல். பிறகு கதையில் பாதிரியார் லகோம்பே வருகிறார். இவர்களைக் கோர்க்கும் கதையைப்பற்றிப் பார்ப்போமானால், துயில் தரும் மாதா கோயில் என்று ஒரு கோயில் இருக்கிறது. அங்கே சென்று நேர்த்திக்கடன்கள் செய்தால் வியாதிகள் தீரும் என்று நம்பப்படுகிறது. அந்தக்கோயிலே நாவலின் மையப்புள்ளியாக மாறுகிறது.

100 ஆண்டுகளுக்கு முன்பு இந்தக் கோயிலுக்கு வந்தவர்தான் ஏலன் என்ற பெண்மணி. அவர் வந்த காலகட்டத்தில் அந்தக் கோயில் யாரும் கண்டுகொள்ளாத ஒரு சாதாரண கோயிலாக, ஊருக்கு ஒதுக்குப்புறத்தில் இருந்தது. அவர்கள் இருந்த கிராமத்தின் பெயர் தெக்கோடு. ஏலன் அங்கு இருந்துகொண்டு பாதிரியார் லகோம்பேக்கு அங்கு நடக்கும் பிரச்சினைகளைப் பற்றியும் அந்த மக்கள் தன்னை ஏற்றுக்கொள்ளாததைப் பற்றியும் கடிதங்கள் எழுதிக் கொண்டிருக்கிறார். இந்தக் கடிதங்களைக் கொண்டு தெக்கோடு கிராமத்தைப் பற்றியும் அங்கு இருக்கும் துயில் தரும் மாதா கோயிலைப் பற்றிய விவரங்களையும் நாம் அறியலாம்.

கொண்டலு அக்கா என்பவர், வியாதிகளுக்கு அன்பை மருந்தாகக் கொடுப்பவர். துயில் தரும் மாதா கோயிலுக்குச் செல்லும் வழியில் ஒரு கூடாரம் இருக்கும். அந்தக் கூடாரத்தில் வசிக்கிறார் கொண்டலு அக்கா. அந்தக் கூடாரத்திற்கு யார் வந்தாலும் அவர்களுக்கு சேவை செய்து, சாப்பாடு கொடுத்து அவர்களின் கதையைப் பொறுமை

யோடு கேட்டு, அவர்களுக்கு அன்பும் ஆறுதலும் வழங்குகிறார்.

ஏலன் மருத்துவத்தைப் படித்துவிட்டு மக்களின் வியாதிகளைத் தீர்க்க சேவை செய்தார் என்றால், கொண்டலு அக்காவோ அன்பால் அவர்களுக்கு சேவை செய்தவர். நூறு ஆண்டுகளுக்கு முன்பு இருந்த ஏலன்தான், இந்தக் கொண்டலு அக்காவோ என்று நாம் நினைக்கும் அளவிற்கு இந்தக் கதாபாத்திரம் வடிவமைக்கப்பட்டிருக்கிறது.

எஸ். ராமகிருஷ்ணன்

மூன்றாவது பெண்மணியான சின்ன ராணி, கடற்கன்னி வேஷம் போடக் கூடியவர். அவளுடைய கணவர் அழகர். அவர்களின் குழந்தை செல்வி. செல்வி, கால் ஊனமுற்ற ஒரு குழந்தை. செல்வியின் பார்வையில் கதை ஒரு பகுதியாக சொல்லப்பட்டிருக்கிறது. ஒரு கடற்கன்னியாக வேஷம் போடுபவர், எந்தவிதமான கஷ்டங்களை அனுபவிப்பார் என்பதைப் பற்றியோ அந்த வேஷத்தில் அவர்கள் அனுபவிக்கும் தொல்லைகளைப் பற்றியோ நாம் சிந்தித்துப் பார்த்திருக்கமாட்டோம்.

அவர்கள் நீண்ட நேரம் அசையாமல் இருக்க வேண்டும் என்பதற்காகவே, அதிலும் சில நேரம் சிறுநீர் கழிக்கக்கூட அவர்கள் செல்ல இயலாது போகக்கூடும் என்பதற்காகவே சில பயிற்சிகளை மேற்கொள்கிறாள். நிறைய தண்ணீர் குடித்துவிட்டு சிறுநீரை அடக்கி, பயிற்சி செய்து கொள்கிறாள். இவளின் வாழ்க்கை ஏன் இப்படி ஆனது? இதில் எது நோய்மை? என்பது போன்ற கேள்விகள் எழும்.

சின்னராணி என்பவர் நோயால் பாதிக்கப்பட்டவர் என்று நினைக்கத் தோன்றும். அது ஒரு பகுதியாக கதையில் சொல்லப் பட்டிருக்கிறது. அழகருக்கு வேறு ஒரு வகையான நோய்மை இருக்கிறது. சென்று கொண்டிருக்கும் வழியில் ஒரு பெண்ணைப் பார்க்கிறான். அந்த நொடியே அவனுக்குக் காமம் ஊற்றெடுக்கிறது. அதுவும் ஒரு நோய்மையே. அவனுக்கு ஒரு பின்கதை சொல்லப் பட்டிருக்கிறது. அவன் அக்கா என்று அழைக்கக்கூடிய பெண்மணி, அவனை 'அந்த' மாதிரியான ஒரு இடத்திற்குக் கூட்டிச் சென்றி ருப்பார். அப்படிப்பட்டவனின் பார்வை இந்த உலகத்தை நோக்கி எப்படி இருக்கும்? என்பது பற்றி ஒரு பகுதியாகக் கூறப்பட்டிருக்கும்.

இத்தனை விதமான நோய்மைகளையும் மனிதர்கள் தாங்கிக் கொண்டிருக்கிறார்களா? இன்றைய காலகட்டத்தில் ஆங்கில மருத்துவம் நோய் இல்லாத பல விஷயங்களை நமக்கு நோயாக அறிமுகப்படுத்தி இருக்கிறது. அவை நோய்களே அல்ல. இந்த நாவலில் சொல்லப்பட்டவையே உண்மையான நோய்கள்.

புத்தகத்திலிருந்து ஒரு பகுதி

அக்கா எப்போதுமே அடர் பச்சை நிறச் சேலையைத்தான் கட்டு கிறாள். அவளிடம் மூன்றே புடவைகள்தான் இருந்தன. அவையும் நாள்பட்டவை. தினசரி துவைத்துக் காயவைத்து உடுத்திக்கொள்கிறாள். அக்காவின் கண்கள் மிகக் கனிவானவை. அவள் கோபப்பட்டு இந்நாள் வரை யாருமே கண்டதில்லை. அவள் பேசும்போது சில வேளைகளில் பேரறிவு கொண்ட ஞானியின் முன்னால் இருப்பது போல் இருக்கிறது. அதுவே சில வேளைகளில் பத்து வயது விளை யாட்டுச் சிறுமியின் வேடிக்கைப் பேச்சு போலவும் இருக்கிறது. அக்கா தன்னைப்பற்றி அதிகம் சொல்லிக் கொள்வதில்லை.

எப்போதாவது யாராவது, "அக்கா, நீங்கள் யார்?" என்று கேட்டால்,

"நான் அடித்துத் துரத்தப்பட்ட ஒரு பெட்டை நாய்" என்று பதில் சொல்லிச் சிரிப்பாள்.

அது அவளது இயல்பு. அக்கா தன்னைத் தேடி வருபவர்களின் நோய்மையைத் தீர்க்க எந்த வைத்தியமும் செய்வதில்லை. மாறாக நோயாளியின் வலியை, துயரை அவள் பகிர்ந்து கொள்கிறாள். ஒருநாள் அவர்களைத் தன்னோடு தங்கவைத்து, அவர்களுக்காக பத்தியக் கஞ்சி காய்ச்சித் தருகிறாள். தானே புண்களைத் துடைத்து மருந்து அரைத்துப் போட்டுவிடுகிறாள். சிலவேளைகளில் கசாயம் காய்ச்சிப் புகட்டியும் விடுகிறாள்.

அக்கா அந்த பாழடைந்த மண்டபத்தினை ஓர் ஆரோக்கிய சாலையாக மாற்றியிருக்கிறாள். சிலர் அங்கேயே எப்போதும் தங்கி இருக்கிறார்கள். அவர்கள் நோய்மையால் வீட்டில் இருந்து துரத்தப்பட்டவர்கள். அக்காவோடு வேலைகளைப் பகிர்ந்து கொண்டு, அங்கேயே தங்கி இருக்கிறார்கள். வெட்ட வெளியில்தான் யாவரும் உறங்குகிறார்கள். விடிகாலையில் யாவரையும் துயிலெ ழுப்பி, பச்சிளம் குழந்தைகளைக் குளிக்கச் செய்வதுபோல அவளே குளிக்க வைக்கிறாள்.

“தண்ணீரைப்போல உன்னதமான மருந்து எதுவும் உலகில் இல்லை. அதுதான் உண்மையான மருத்துவச்சி. தண்ணீரைப்போல மனிதனை ஆறுதல்படுத்த வேறு என்ன இருக்கிறது? உலகின் ஒரே அவுஷதம் தண்ணீர்”, என்றபடியே தலை முதல் கால் வரை தண்ணீரால் சுத்தம் செய்யச் சொல்வாள்.

“வேண்டாம் அக்கா, கூச்சமாக இருக்கிறது” என்று யாராவது சொன்னால்,

“இதுல என்ன தம்பி கூச்சம்? நோயாளிகளில் ஆண்-பெண் என்று என்ன பேதம் இருக்கிறது? எல்லாம் ஒன்றுதான். உன்னை இப்போது ஒரு மர பொம்மை என்று நினைத்துக்கொள்” என்பாள்.

இவையே கொண்டலு அக்காவை நோய் தீர்க்கும் தேவதை யாகவும் துன்பச் சூழ்நிலையில் இன்பமாக வாழும் ஞானியாகவும் காட்டும் குணநலன்கள். இந்தக் கதையில் சின்ன ராணியின் சித்தப்பாவாக ஒரு சிறு கதாபாத்திரம் வந்து செல்கிறது. அந்தக் கதாபாத்திரத்தின் அனுபவம் அற்புதமாக நாவலில் விவரிக்கப்பட் டுள்ளது. சிறு இடத்தில் வந்தாலும் அந்தக் கதாபாத்திரம் நமக்குள் ஒரு பெரும் பாதிப்பை உண்டாக்கிவிட்டுச் செல்லும்.

அழகர் சிறுவயதில் கூட வளர்ந்த அக்காவின் கதை, அந்த அக்கா இருந்த குழுவின் கதைகள், அவர்கள் வாழ்க்கையை எந்தக் கண்ணோட்டத்தில் காண்கிறார்கள்? அவர்களின் மன நிலை என்ன? என்ன மாதிரியான பிரச்சினைகளைச் சந்திக்கிறார்கள்? அந்தப் பிரச்சினைகளில் இருந்து எவ்வாறு மீண்டு வருகிறார்கள்? எவ்வாறு அதை இயல்பாகக் கடந்து செல்கிறார்கள்? என்று தாசித் தொழிலில் ஈடுபட்டிருப்பவர்களின் வாழ்க்கை முறை ஒரு பகுதியாக சொல்லப்பட்டிருக்கிறது.

இந்தக் கதைகளைத் தாண்டி சின்ன ராணி, அழகர், செல்வி மூவரும் புகை வண்டியில் சென்று கொண்டிருக்கும்போது, அங்கு போய்க்கொண்டிருக்கும் யோகிகள் சொல்லக்கூடிய கதைகள் தனிக் கதைகளாக நீளும்.

இப்படியாக இந்நாவல் முழுவதும் பல விதமான கதைகள் சொல்லப்பட்டிருக்கின்றன. அத்தனை விதமான மனிதர்கள் காட்டப்பட்டு இருக்கிறார்கள். ஆனால் அவை அனைத்தையும் நோய்மை என்னும் மையச் சரடு ஒன்றோடொன்று நேர்த்தியாகப் பின்னுகிறது.

கரையும் கண்ணீரும்

நூல் : துறைமுகம்
ஆசிரியர் : தோப்பில் முஹம்மது மீரான்
பதிப்பகம் : காலச்சுவடு

கடல் என்றால் கடற்கரையின் சித்திரம் அல்ல. அது எத்தனை கற்பனை செய்தாலும் காட்சிக்குள் அடங்காத பெரிதினும் பெரிதான நீரின் வெளி. அதன் மூன்று பங்கின் முன்னால் ஒரு பங்காக இருக்கும் நிலத்தின் உடலில் ஒரு தூசியாக இருக்கும் கரையோரத்தில் வாழ்கின்றார்கள் மீனவர்கள். அந்தக் கடலை தெய்வமாக எண்ணும் மீனவர்கள், தெய்வமென மதம் காட்டும் பெரும்சக்திக்கு சகலத்தையும் ஒப்புக்கொடுக்கத் தயாராக இருப்பதில் ஆச்சரியம் இல்லை. அப்படி மதத்தின் அத்தனைக் கட்டளைகளையும் விசாரணையின்றி ஏற்பதால் நம்பிக்கைகள் மூடநம்பிக்கைகளாக மாறுகின்றன.

தோப்பில் முகம்மது மீரான் கன்னியாகுமரியைச் சேர்ந்த எழுத்தாளர். தமிழ் மலையாள எழுத்தாளராக அறியப்படுகிறார். மொழிபெயர்ப்புகள், சிறுகதைத் தொகுப்புகள், புதினங்கள் என்று பல தளத்தில் இவரது புத்தகங்கள் வெளிவந்துள்ளன.

பின்னட்டைக் குறிப்பு

குமரி மாவட்டத்தில் துறைமுகத்தை ஒட்டிய ஒரு கடற்கரை கிராமத்தில் வாழும் இஸ்லாமிய சமுதாயத்தின் கதை. ஆனால் இன்றைக்கும் எல்லா இடங்களிலும் வாழும் எல்லா சமுதாயத்தினரோடும் பொருந்திப் போவது. எழுத்தில் நாவல் முடிந்து விட்டாலும் நம்மில் நீள்கிறது.

தோப்பில் முஹம்மது மீரான்

மேற்கூறப்பட்ட உண்மையை, இந்நாவலை வாசிப்பவர்கள் நிச்சயம் உணர்வார்கள். எந்தவொரு கதையையும் ஆரம்பமும் முடிவும் அற்றதாகப் பார்க்க முடியும். முன்னும் பின்னும் முடிவில்லாமல் நீளும் ஒரு கதையின் நடுவில், ஒரு இடத்தி லிருந்து நாம் வாசிக்கத் தொடங்குகிறோம் என்பதே அத்தகு பார்வையின் உத்தி. அத்தகு பார்வையில், கதையின் முதல் வரியாக நமக்கு வாசிக்கக் கிடைக்கும் இடத்திற்கு முன்னாலும் அந்தக் கதை இருக்கிறது, கடைசி வரி முடிந்தபிறகும் அந்தக் கதை தொடர்கிறது.

இந்த நாவல், ஒரு சித்திரை மாதத்தில் நெத்திலிப்பாடு என்று மீனவர்கள் சொல்லும், கடலிலிருந்து பெருமளவு நெத்திலி மீன்களைப் பிடிக்கும் பருவம் செழிப்பாக இருக்க வேண்டும் என்று கடற்புறத்தில் நம்பிக்கை ஏற்படும் கால கட்டத்தில் தொடங்குகிறது. இயற்கையின் அருகிலேயே, அதன் மீன் வளத்தை அனுபவிக்க முடிந்தும் பெரும் பற்றாக்குறையும் ஏழ்மையும் படர்ந்த மக்களின் வாழ்வியலைக் காண்பித்துக்கொண்டு செல்கிறது இந்நாவல். அவர்களது துன்பத்தின் உச்சமான ஒரு மானுடத் தோல்வியில் கதை முடிவடைகிறது. அந்த முடிவும் வேறொரு தொடர்ச்சியின் விதையைப்போல் காட்சியளிக்க வைத்திருக்கிறார் தோப்பில் முகம்மது மீரான்.

இந்தக் கதையின் முக்கியமான கதாபாத்திரம், மீரான் பிள்ளை. அவருடைய மகன் காஸிம். அவன் இஸ்லாமிய சமுதாயத்திலிருந்து ஒரு மிகச்சிறந்த போராளியாக உருவாகிறான். மொஹம்மத் ஹாஜி என்பவர் சின்னச் சின்ன இடங்களில் மட்டுமே வந்தாலும், அவருடன் நம் மனம் ஒட்டிக் கொள்கிறது. நமக்குப் பிடித்த இன்னொரு கதாபாத்திரமாக மீராசா இருக்கிறார். ஈனா பீனா கூனா என்றொருவர் எங்குமே தோன்றாமல், கதையில் கேள்விமட்டும் படுகிறோம். ஆனாலும் அவர் மீது கொலைவெறி தோன்றுவது உறுதி. அவர் கொழும்பில் இருந்துகொண்டே எல்லாரையும் ஆட்டிப் படைக்கிறார்.

அந்த கிராமத்தின் ஒவ்வொரு குடும்பமும் நெத்திலிப்பாட்டை

நம்பி ஒரு செலவை வைத்துள்ளது. இந்த நெத்திலிதான் கருவாடாக மாற்றப்பட்டு கொழும்பிலிருக்கும் ஈனா பினாவுக்கு அனுப்பப்படுகிறது. அவர் பலவித நஷ்டக் கதைகளைச் சொல்லி, இந்த மொத்தக் கிராமத்தின் வயிற்றிலும் அடிக்கிறார். அந்த கிராமத்தின் வறுமை, அதன் தொடர்புடைய மரணங்கள் எல்லாம் வாசகருக்குப் பெரும் வலியைத் தருவன. இப்படி, இத்தனை பேரின் வாழ்க்கையை நிர்மூலமாக்க ஒற்றை முதலாளியால் முடிகிறது. ஏனென்றால் அவன் முதலாளி.முதலாளித்துவத்தின் கொடூரத்தை இந்நாவல் மிகத் தெளிவாகப் படம்பிடித்துக் காட்டுகிறது.

புத்தகத்திலிருந்து ஒரு பகுதி

எதிர்த் திசையிலிருந்து மீராசா குளித்துவிட்டு வருவதை மீரான் பிள்ளை கண்டார். நனைந்த துண்டை உடுத்து, அதன் மேல் கருத்த பெல்டைக் கட்டி அதில் நீண்ட மடக்குக் கத்தியைச் செறுகியிறுந்தான். உடுத்தியிருந்த துணியைத் துவைத்து காற்றில் உலர இரு கைகளையும் உயர்த்தி, தலைக்கு மேல் பிடித்திருந்தான். காற்றில் துணி பறந்து கொண்டி ருந்தது.

“என்னப்பா.. மீராசா”, மீரான் பிள்ளை விசாரித்தார்.

“இந்த வருஷம் நல்ல நெத்திலிபாடு காணும்”

“போன வருஷம் இப்பிடித்தான் சொன்னானுவோ. எங்கப் பட்டுது?”

“பட்டாத்தான வீட்டுல தீ பத்தலாம். கடப்புறத்துல செழிப்பி ருந்தாதான நாடு செழிக்கும்?”

“கஷ்டமோ நஷ்டமோ கடப்புறத்த நம்பியிருக்கிற நமக்குத்தா னப்பா...”

“இந்த வருஷம் சித்திர சதிக்காது, நமக்கு கொழும்புக்கு கெட்டலாம் காக்கா”

“கெட்டணும்னுதான் நெனைக்கேன்”

“எல்லாத்துக்கும் சித்திர பிறக்கட்டும். பாப்போம்”

“என்ன, அவுப்புல்ல காக்கா சம்ப கட்ட விளிச்சுருக்காரு. நானும் பாப்போம்னு சொன்னேன்”

“ஏய் மீராசா, நம்பல விட்டுராத”

“அதெப்படி? இப்ப இங்க சம்ப கட்ட ஆளுத் தட்டுபாடு. கடப்புறத்துல ஒன்னும் இல்லனு எல்லாவனும் நாலாப்பக்கமும் பொழப்பத் தேடிப்போனான்.”

“நீ நம்ம கைவிட்றாத”

“நான் சாவுத வரை உம்ம கெட்டுக்காரன்தான் காக்கா”

தலைக்குமேல் காற்றில் பறந்து கொண்டிருந்த துணியைத் தொட்டுப் பார்த்தான். உலரவில்லை.

“எங்க போய்ட்டு வாரான்?”

“எரமந்துறைக்குப் போனேன், மரத்துக்கு அஞ்சாறு கொலுவை உண்டு. அதக் கீலம் போட்டுக் கொடுத்துட்டு வாரேன். நாலஞ்சு ரூவா கிடச்சுது, புள்ளையளுக்கு கெழங்கு வாங்கணும். நேரத்த போனா அந்திக் கடைல வல்ல மீனும் வாண்டலாம். நா போட்டா?”

“நீ நேரத்த போ”

நடந்து நீங்கும் மீராசாவைப் பார்த்து நின்றார். அவன் உடல் மெலிந்துவிட்டது. எவ்வளவு குண்டாக இருந்தது? நல்ல கட்டுமஸ்தான உடல். ஆங்காங்கே தசைகள் உருண்டு திரண்டு இருந்தன. கழுத்தில் நரம்புகள் புடைத்து நின்றன. கைகளுக்குத்தான் எவ்வளவு சக்தி? எந்தவிதத் தளர்ச்சியுமின்றி ஐந்நூறும் அறநூறும் கட்டுகள் ஒரே மூச்சில் கட்டுவான்.

“மீராசா லாரி வந்தாச்சு, உடன் கட்ட வேண்டும்” என்று சொன்னால் போதும்.

“எத்தன மணிக்கு வேணும்?”

“பந்திரெண்டு மணிக்குத் தருவியா?”

“பதினொன்னெ முக்காலுக்குத் தாரேன்”

பம்பரம்போல் சுழல்வான். சில நேரங்களில் பதினொன்றரைக்குள் லாரி புறப்பட்டுப் போயிருக்கும். திறமையானவன். இன்று வெறும் எலும்பும் தோலும், கடற்கரையில் மீன்பாடு குறைந்ததும் முழுப் பட்டினியும் அரைப் பட்டினியும். அவனுக்கு எவ்வளவோ சுமைகள். நாலைந்து குழந்தைகள். சம்பைக் கட்டுவோர் பலரும் பல இடங்களுக்கும் சென்றுவிட்டனர். சிலர் கொழும்புவிற்குச் சென்றனர். சிலர் ஹோட்டலுக்கு வேலை தேடிச் சென்றனர். சிலர்

சுமை தூக்கச் சென்றனர்.

இதில் நமக்கு வட்டார வழக்கின் பல தெரியாத வார்த்தைகளுக்கு அடிக்குறிப்பில் விளக்கமளிக்கப்பட்டிருக்கும்.

கதை நிகழும் காலம் 1940கள். அப்போது மக்களிடையே நிலவிய மூடநம்பிக்கைகளும் அறியாமையும் நம்மை ஸ்தம்பிக்க வைக்கின்றன. அவர்களுக்கு காந்தியையும் தெரியவில்லை, இந்தியாவையும் தெரியவில்லை. அவர்களுக்கு அந்த ஊரைத் தாண்டி வேறு எதைப் பற்றிய தகவல்களும் தெரியவில்லை, தேவையும் இல்லை. அங்கிருக்கும் இஸ்லாமிய மக்களின் மூட நம்பிக்கைகளின் வேரைத் தொட்டுக் காட்டுகிறது இந்நாவல். மக்கள் ஏதேனும் ஒன்று அவர்களுக்கு கிடைக்கும்போது, அதைப் பற்றிக்கொண்டு அப்படியே பின்தொடர்பவர்களாக இருக்கிறார்கள்.

மதத்தை வைத்து மோசடி செய்பவர்களும் அதைத்தான் விரும்புகிறார்கள். பொருளாதார நிலைமை தாழ்ந்துபோய், பசியிலும் பட்டினியிலும் ஒவ்வொரு குடும்பமும் சீரழிந்து கொண்டிருக்கும் வேளையில், போராட்டம் வயிற்றோடு இருக்குமே தவிர்த்து மதத்தோடு இருக்கமுடியாது. இது ஒரு இடத்தின் கதை அல்ல, இந்தியாவின் அந்தக் கால நிலைமையின் ஒரு எடுத்துகாட்டு.

நெருப்புக் குழி

நூல் : தோட்டியின் மகன்
ஆசிரியர் : தகழி சிவசரங்கரப் பிள்ளை
தமிழாக்கம் : சுந்தர ராமசாமி
பதிப்பகம் : காலச்சுவடு

பரம்பரைகள் தங்களின் ஊதியத்தையும் தமது அடுத்த தலைமுறைகளின் வாழ்க்கையின் வளத்தையும் உறுதி செய்ய, சில கோட்பாடுகளையும் கடமைகளையும் வகுத்துக்கொண்டன என்றால் நம்பும்படியான நியாயமாகவே இருக்கிறது. அந்த அக்கறை குலத்தொழிலாகப் பரிணமித்திருக்கவும் வாய்ப்பிருக்கிறது. அதற்கு சாதி என்ற பட்டம் பொதுவானதொரு சமரசமாக வழங்கப்பட்டிருக்கலாம்.

ஆனால் அந்தத் தலைமுறைகளின் ஓட்டத்தில் மாற்றம் ஏற்படுத்துகிற ரணங்களாலும் பொருளாதாரச் சிக்கல்களாலும் மனிதர்களுக்கே உள்ள ஆளும், அடக்கும் கயமையாலும் சாதிகளின் தோற்றத்தின் காரணம் நிலைகுலைந்து, தவறான புரிதல்களை அடைந்திருக்கலாம். ஆயினும் மீண்டும் ஆராய்ந்து ஆரம்ப நிலைக்குச் செல்லும் சமுதாய சீர்திருத்தம் தவறான திசையாகவே தெரிகிறது. மனிதர்களை ஒரு தொழிலுடன், அவர்களின் வலியைப் பற்றிய பிரக்ஞையில்லாமல் தைத்துப் பிணைத்து இழுத்து இயக்கும் சங்கிலியாக மாறிவிட்டது குலத்தொழில் என்கிற சாதியின் புனைப்பெயர்.

மலையாள எழுத்துலகத்தின் மிக முக்கியமான எழுத்தாளர் தகழி சிவசங்கரப் பிள்ளை. ஆலப்புழாவைச் சேர்ந்தவர், வழக்கறிஞர். அவருடைய மிக முக்கியமான புத்தகமாகக் கருதப்படுகிறது

தோட்டியின் மகன். தமிழில் இதை மொழிபெயர்த்தவர் சுந்தர ராமசாமி. நாவல் வெளிவந்த காலத்தில், தோட்டி என்கிற வார்த்தையே தமிழர்கள் நடுவில் அதிகமாகக் கேள்விப்படாத ஒரு வார்த்தை என்கிறார் சுந்தர ராமசாமி.

இந்த நாவலைத் தமிழில் வெளிக்கொண்டுவந்தது பற்றியும் சுந்தர ராமசாமி பகிர்ந்துள்ளார். 'தோட்டியின் மகனைப் படித்த போது விருப்பமும் வியப்பும் மனதில் அலைமோதின. வெளி உலகத்திற்கே தெரியாத ஒரு இருண்ட வாழ்க்கையின் ஊடே, எப்படி இவரால் இவ்வளவு சகஜமாகப் புகுந்து மன உணர்ச்சிகளை அள்ளிக்கொண்டு வர முடிகிறது! தகழி வெளிப்படுத்தியிருப்பது தோட்டிகளின் வாழ்க்கை சார்ந்த தகவல்களை மட்டும் அல்ல என்பதையும் காலம் அவர்களது அடி மனங்களில் மூட்டும் நெருப்பு என்பதையும் உணர்ந்தபோது மிகுந்த வியப்பு ஏற்பட்டது. கொடுமையில், மனம் கொள்ளும் கோபத்தில், ரத்தத்தில் உஷ்ணம் ஏறாமல் என்னால் அப்போதெல்லாம் தோட்டியின் மகனின் எந்தப் பக்கத்தையும் படிக்க முடிந்தது இல்லை'.

தோட்டியின் மகன் தமிழுக்கு வந்த கதையையும் சுந்தர ராமசாமி எழுதியிருக்கிறார்.

தோட்டியின் மகனை மொழிபெயர்த்த பின்புகூட, அந்தக் காரியம் நடந்து முடிந்திருப்பதை என்னால் நம்பமுடியவில்லை. 'எப்படி இதைச் செய்து முடித்தேன்?' என்று எனக்கு நானே கேட்டுக்கொண்டே இருந்தேன். இந்தப் பூரிப்பைப் பகிர்ந்துகொள்ள இசைவான எவரும் அப்போது எனக்கு இருக்கவில்லை, என் அம்மாவைத் தவிர. இருந்த ஒன்றிரண்டு நண்பர்களிடம், நான் செய்திருந்த விஷயத்தைச் சொல்லக் கூச்சமாகவும் இருந்தது. சொன்னாலும் புதிராகவோ புரிந்துகொள்ள முடியா மலோதான் இருக்கும் என்று தோன்றியது. அவர்களை நான் கைவிட்டுவிட்டதாகக் கூட நினைக்கலாம் என்று நினைத்தேன். இடதுசாரிச்சிந்தனைகளில் ஆழ்ந்த அக்கறை கொண்ட தோழர்கள் உருவானபோதுதான், நான் செய்திருந்த பணியின் மதிப்பு என் மனதில் திடீரென்று உயர்ந்தது. தோழர்களுக்குக் கூட, தோட்டியின் மகன் என்ற நாவலின் தலைப்பு, வெளிப்படையாகச் சொல்ல இயலாத அந்நிய உணர்வைத்தான் முதலில் தந்தது. அவர் களுடைய இலக்கிய நம்பிக்கைகள் அவர்களுடைய உணர்வுகளை வெளியே காட்டிக்கொள்ள இடம் தருவதாகவும் இருக்கவில்லை.

அன்று ஒரு முதிய தோழருக்கும் எனக்கும் நடந்த சம்பாஷணையின் சாராம்சம் பல தோழர்களுடைய அன்றைய மனநிலையைக் காட்டியது.

'மலையாளத்துலயும் தோட்டியின் மகன் என்றே தலைப்பா?' என்று கேட்டார் அந்த முதிய தோழர்.

தகழி சிவசங்கரப் பிள்ளை

ஆமாம் என்றேன்.
சில கணங்கள் மௌனம்.
வாங்கிப் படிக்கிறாங்களா?
நிறைய.
முழுக்கவும் தோட்டிகள்தான் வராங்களா?
அனேகமாக அவங்கதான்.
காதல் உண்டா?
உண்டு.
காதலிப்பவளும் தோட்டிச்சியா?
ஆமா.
அவங்க பார்க்கிற வேலை வெட்டி பத்தியெல்லாம் சொல்றாரா?
சொல்றார்.
ஒன்னு விடாம?
ஒன்னு விடாம.
குடும்பத்தைப் பற்றி?
சொல்றார்.
தமிழ்ல தலைப்பை மாற்றிவிட்டால் என்ன தோழர்?

தோழர் கேட்ட கடைசிக் கேள்வி கவலையைத் தந்தது. 'புத்தகத்தை அச்சடிக்கவே முடியாதோ' என்ற எண்ணம் ஏற்பட்டது. தோட்டி என்ற சொல்லை தமிழில் எங்கேயாவது அச்சில் படித்திருக்கிறேனா என்று நினைவு படுத்திப் பார்த்தேன். சட்டென்று எதுவும் நினைவுக்கு வரவில்லை. புத்தகம் வெளிவந்தால் தோழர்கள் துணிந்து படிப்பார்கள் என்று தோன்றிற்று. 'தோட்டிகளும் தொழிலாளி வர்க்கம்தானே தோழர்?' என்று ஜி.நாகராஜன் சொன்ன வாக்கியம் மிகுந்த ஆறுதலைத் தந்தது.

இசக்கிமுத்து, சுடலைமுத்து மற்றும் மோகன் - இவர்கள் மூன்று தலைமுறைகளைச் சேர்ந்தவர்கள். இசக்கிமுத்துவின் மகன் சுடலை முத்து. சுடலைமுத்துவின் மகன் மோகன். இந்த மூன்று தலை முறைகளும் தோட்டி வேலை செய்யக்கூடிய வர்க்கத்தைச் சார்ந்தவர்கள். இவர்கள் வாழ்க்கையில் என்ன நடந்தது? வாழ்க்கையை எப்படி எதிர்கொண்டார்கள்? எப்படி வாழ்ந்தார்கள்? என்ன துன்பப்பட்டார்கள்? காலம் மாற மாற, எதை நோக்கி உந்தப் பட்டார்கள்? குலத்தொழிலுக்குள் இருந்து வெளிவர வேண்டும் என்பதை, எங்கிருந்து சிந்திக்க ஆரம்பித்தனர்? மீண்டார்களா மீளவில்லையா? என்பதை நாவல் அணு அணுவாக விவரிக்கிறது.

சுருக்கமாக இந்தக் கதையைச் சொல்ல வேண்டுமென்றால், ஒரு தோட்டி தன் மகன் தோட்டி ஆகியே தீரவேண்டும் என்று நினைக்கும் இடத்தில் கதை ஆரம்பித்து, ஒரு தோட்டி தன் மகன் தோட்டி ஆகிவிடக்கூடாது என்ற வழியில் பயணித்து, இறுதியில் ஒரு தோட்டி என்னதான் நினைத்தாலும் ஒரு தோட்டியின் மகன் தோட்டி ஆகியேதான் தீருவான் என்றும், அப்படியே ஆனாலும் அவன் என்ன செய்வான் தெரியுமா? என்கிற கேள்விக்கு பதிலாகவும் இறுதிக்கட்டம் அமைக்கப்பட்டு கதை முடிகிறது. புறக்கணிக்கப் பட்டவர்களின் ஆழ் மனதில் தகிக்கும் நெருப்புக்குழியை வெளிச்சம் போட்டுக் காட்டிய தகழி சிவசங்கரப் பிள்ளை மற்றும் சுந்தர ராமசாமியின் துணிச்சல் வியப்புக்குரியது.

பின் அட்டைக் குறிப்பு

நவீன மலையாளப் புனைவெழுத்தில் அனல் காற்றைப் படரச் செய்த ஆரம்பகாலப் படைப்புகளில் முக்கியமானது தோட்டியின் மகன். தகழி சிவசங்கரப் பிள்ளை 1947இல் எழுதிய நாவல். இலக்கியத்தில் மட்டுமல்ல, சமூகப் பார்வையிலும் அதிர்வுகளை ஏற்படுத்தியது. அதுவரை இலக்கியத்தில் யாரும் பார்க்காத களம் - சேரி. கேட்காத மொழி - பாமர கொச்சை. முகர அஞ்சிய வாடை - மலம் வாழ்ந்திராத வாழ்வு - தோட்டிப் பிழைப்பு என்று பின் தள்ளப்பட்ட உலகைப் பொதுக் கவனத்துக்கு வைத்தது நாவல். சமூக அரங்கிலும் அரசியல் துறையிலும் அதன் மாற்று ஒலிகள் எழுந்தன என்பது நாவலின் வெற்றி. விமர்சனங்கள் கூறப்பட்டாலும் இன்றும் தொடர்ந்து வாசிக்கப்பட்டு வரும் இந்த நாவல் மலையாளத்தில் தலித் வாழ்வை இலக்கியம் ஆக்கியதில் முன்னோடிப் புனைவு.

மாற்றுப் போராட்டம்

நூல் : நடுகல்
ஆசிரியர் : தீபச்செல்வன்
பதிப்பகம் : டிஸ்கவரி புக் பேலஸ்

பிரிவு, உறவுகள் தம்மில் கொண்டிருக்கும் நிரந்தரமான ஒரு தண்டனை. இந்தத் தண்டனையின் அச்சத்தை மனத்தில் எழுப்பாமலேதான் அத்தனை உறவுகளும் உருவாகின்றன. வாழ்க்கையின் சுழலிலேயே ஒளிந்திருக்கும் பிரிவென்ற தன்மையை, உடலிலிருந்து அங்கத்தை பிரிக்கும் கசாப்பைப் போல் சிலருக்குக் கொடுத்து விடுகிறது வன்முறை. எந்தத் தர்க்கத்தினாலும் நியாயப்படுத்த முடியாத இந்த வன்முறைக்கு, மனிதர்களின் துன்பத்தைத் தாண்டி எவராலும் வக்காலத்து வாங்க முடியாது. அந்தத் துயரத்தை மற்ற வர்களுடையது என்று நினைத்துக் கடந்துவிடாமல், நம்முடையதாக பாவிப்பதே நம் உறவுகளுடன் நாம் எப்படிப் பிணைந்திருக்கிறோம் என்று உணர்த்துகிறது.

ஈழப் பிரச்சனைகளையும், ஈழ வரலாற்றையும், ஈழத்தின் போர்ச்சூழலையும், எண்ணற்ற கண்ணீர்க் கதைகளையும் கவிஞர்களும் எழுத்தாளர்களும் பதிவு செய்துகொண்டேதான் வந்துள்ளனர். நம்மில் பலரும், எந்த அரசியல் நடவடிக்கையிலும் செயல்பட முடியாமல், அந்தப் படைப்புகளை வாசித்துக் கொண்டேதான் இருக்கிறோம். அத்தகைய ஒரு முக்கியமான படைப்புதான் தீபச்செல்வன் அவர்கள் எழுதிய நடுகல் என்ற புதினம்.

நடுகல் என்பது தமிழர்களின் தொல்மரபு. இறந்து போனவர்களுக்குச் செலுத்தும் மரியாதையாக, அவர்களைப் புதைத்த

இடத்தில் நடும் கல். தன் இறந்துபோன மகனுக்கு, ஒரு மாவீரனுக்கு, நடுகல் வைக்க முடியாத ஒரு தாயின் வேதனையை மனித இனம் அனைத்துக்கும் ரீங்கரிக்கும் விதத்தில் பேசுகிறது இந்த நாவல். அந்தத் தாய் என்பவளை, அந்த ஒரு தனிமனிதனின் தாய் என்று மட்டும் எடுத்துக்கொள்ள முடியாது. ஈழத்தாய் என்று ஒட்டுமொத்தமாக, பல்லாண்டுகளாக, பெரும் கொடூரங்களைத் தாங்கிக்கொண்டு, தன் குழந்தைகளுக்காகக் கண்ணீர் சிந்தும் ஒரு குறியீடாகத்தான் பார்க்க முடியும். 'போரில் இறந்துபோன தன்னுடைய அண்ணனின் ஒரே ஒரு புகைப்படத்தை எங்கிருந்தாவது எடுத்துவிட முடியாதா?' என ஏங்கித் தவிக்கும் தம்பியின் கதையாகவும் இந்நாவலைப் பார்க்கலாம். இறந்துபோன அண்ணனுக்கும் தம்பி வினோத்துக்கு மான உறவு அழகாக சொல்லப்பட்டு இருக்கும்.

நாட்டிற்காகவும் இயக்கத்திற்காகவும் போருக்குச் செல்லும் எண்ணம் அண்ணனிடம் அதிகமாக இருக்கிறது. தம்பி வினோத், அண்ணன் தன்னோடே இருக்க வேண்டும் என்று அனைத்தையும் விட்டுக் கொடுக்கும்படி அண்ணனை மன்றாடுகிறான். மெய்சி லிர்க்கும் இடங்கள் இவை. 'இதுபோன்று எத்தனை அண்ணன் தம்பிமார்கள் அந்த நாட்டில் வாழ்ந்து கொண்டிருக்கிறார்கள்?' என்று, நம் மனதை ஒரு சொல்லொனாத் துன்பக் கடலில் ஆழ்த்து கிறார் தீபச்செல்வன். சிங்கள ராணுவம் வட்டமிட, அதனுள் பரித விக்கிறது, தன் மகனுக்கு இறுதிச் சடங்குகள் செய்ய நினைக்கும் ஒரு தாயின் இயலாமை.

பரலுடை மருங்கின் பதுக்கை சேர்த்தி
மரல் வகுந்து தொடுத்த செம் பூங் கண்ணியொடு
அணி மயில் பீலி சூட்டி, பெயர் பொறித்து
இனி நட்டனரே கல்லும்

இதற்கான பொருளைப் படித்துவிட்டு, பிறகு இந்த நாவலைப் படிப்பது சரியானதாக இருக்கும்.

பின்னட்டையில் இருந்து

விடுதலைப் புலிகள் பற்றிய, ஈழம் பற்றிய, தமிழர்களின் வரலாற்று நினைவும், வரலாற்று உளவியலும் பற்றியதாக நடுகல் தன்னை விவரித்துச்செல்கிறது. இயக்கம், போராளிகள் என தனித் தனியாக யாருமின்றி, ஒவ்வொரு இல்லமும் மாவீரர் துயிலும்

இல்லமாகவும், ஒவ்வொரு தாயும் மாவீரர்களைப் பெற்றுத் தந்த தாயாகவும், ஒவ்வொரு குழந்தையும் வீரச்சாவில் மீந்த குழந்தையாகவும் உள்ள ஒரு மண்ணில், இனியான வரலாறும் குற்ற உணர்வின் வரலாறாக மீளும் எனில், அது காலம் கால மான இனத்துயரமாகவே பெருகிச்செல்லும். அந்தத் துயரத்திற்கு எதிரான ஒரு நினைவு உருவாக்கமாக நடுகல் இருக்கிறது. ஆயுதங் களற்ற, போர்களற்ற, மாற்றுப் போராட்டம் பற்றிய தேடுதல்தான் நடுகல்.

தீபச்செல்வன்

எழுத்தாளர் தீபச்செல்வன் அவர்கள், வடக்குவன்னி, கிளிநொச்சி மாவட்டம் ரத்தினபுரத்தைச் சேர்ந்தவர். இவருடைய இயற்பெயர் பாலேந்திரன் பிரதீபன். கிளிநொச்சி மத்தியக் கல்லூரியில் பாடசாலைக் கல்வியும் யாழ்ப்பாணம் பல்கலைக்கழகத்தில் தமிழ் சிறப்புப் பட்டமும் பெற்றவர். அங்கு, மாணவர் ஒன்றியப் பொதுச் செயலாளராகவும் செயல்பட்டார். பின்பு, சென்னைப் பல்கலைக்கழகத்தில் இதழியல் மற்றும் தொடர்பியல் துறையில் முதுகலைப் பட்டம் பெற்றதுடன், திருநெல்வேலி மனோன் மணியம் சுந்தரனார் பல்கலைக்கழகத்தில் ஆய்வியல் நிறைஞர் பட்டப் படிப்பையும் நிறைவு செய்தார்.

ஈழத்தில் முக்கியக் கவிஞராக அறியப்படும் இவர், நான்காம் கட்ட ஈழப்போரையும் அந்நிலத்தின் வாழ்வையும் தொடர்ந்து தன் கவிதைகளில் பதிவு செய்து வருபவர். ஈழப் போராட்டப் பதிவுகள் மட்டுமல்லாது, சமகாலத்தில் வலிமை மிகுந்த குரலாகவும் இவரு டைய எழுத்துக்கள் கருதப்படுகின்றன. 2009 இனப்படுகொலைப் போருக்குப் பின் கிளிநொச்சியிலிருந்து வந்த முதல் நாவல் நடுகல்.

புத்தகத்திலிருந்து முதல் அத்தியாயம்

'காத்துக்கு விளக்கு நூரப் போவுது சுலக வடிவாய்ப் புடி'

இருட்டுக்குள் தீயைப்போல் மிதக்கும் செம்பருத்தம் பூக்களை, குழறிய படி ஆய்ந்து மடியில் போட்டாள் அம்மா. மஞ்சளும் சிவப்புமாக அந்தப் பூக்கள் மினுமினுத்தன. அந்தக் கல்லுக்கு முன்பாக ஏற்றப்பட்ட விளக்கை, சுழன்றடிக்கும் காற்றிடமிருந்து

சுலகை வைத்து அணையாமல் பார்த்துக் கொண்டிருந்தாள் தங்கச்சி ஆரணி. காற்றை எதிர்த்து மிளாசியது விளக்கு. வானம் மஞ்சளும் சிவப்புமாய்க் கவிந்திருந்தது. 'கொட்டப்பாக்கே வாடா பார்ப்போம்' என்று, ஆட்காட்டிப் பறவை ஒன்று சிறுவர்களை சண்டைக்கு இழுப்பதுபோல் எங்கோ பாடிக்கொண்டிருந்தது.

மேற்கில் சூரியன் மெல்லமெல்ல சரியத் தொடங்கியது. ஒரு பக்கத்தில் சீன எழுத்துக்களால் அகதி என எழுதப்பட்ட நீல நிறமான கூடாரம். அதன்மீது பூவரச மரத்தின் பழுத்த இலைகள். கூடாரமே ஒரு மஞ்சள் பூ வரிசைபோல் இருக்க, மருத மரங்கள் ஈரக்காற்றால் வெம்மையைத் தணித்தபடி இருந்தன. புயலில் சிக்கிய தோணியைப்போல் தத்தளித்தது அக்கூடாரம். மலை உச்சியிலிருந்து எழுந்து பறக்கும் பறவைகளைப் போல, கூடாரத்தின் மீதிருந்து பூவரசஞ் சருகுகள் பறந்து வந்து விழுந்தன.

கூடாரத்திற்குள் ஒரு கல் இருந்தது. அக்கல்லின் முன்பாக ஒரு விளக்கு சுடர்ந்தது. இரவுக்கும் பகலுக்கும் இடையில் பொழுதைக் கிழித்தபடி எரியும் அந்த விளக்கின் சுடர், எல்லாத் திசைகளிலும் அலைக்கழித்தது. தன் மீது விளக்குகளைச் சுமந்து பறப்பதுபோல் மின்மினிப்பூச்சிகள் பச்சைகளுக்குள் இருந்து பறந்தன. மின்மினிப் பூச்சிகளின் அடர்ந்த வெளிச்சத்தில் பச்சைகள் ஒளிர்ந்தன.

"இன்டயோட என்ட புள்ள வீர சாவடைஞ்சி பத்து வருஷம்", பெருமூச்செறிந்தாள் அம்மா.

தீபச்செல்வன் ஒரு கவிஞர் என்பதினால், எழுத்துநடையே கவிதையைப் போல் ஆழ்ந்த அர்த்தங்களையும் அழகியலையும் உதிர்த்துக்கொண்டே நகர்கிறது. ஈழத் தமிழில் அமைந்த உரையாடல்கள் உரைநடையின் வானத்தின் கீழ் அமைந்த நிலமாய் இந்தப் புதினத்துக்கு முழுமை சேர்க்கின்றன.

சங்கேதம்

நூல் : நட்சத்திரம்
ஆசிரியர் : எம்மானுயில் கஸகேவிச்
பதிப்பகம் : NCBH

ஒரு நாட்டை ஆளும் அதிகாரத்தை எப்போதும் ஒரு சிறு குழு மட்டுமே கையகப்படுத்தி இருக்கும். அக்குழுவினர் நிகழ்த்தும் கொடூரமாகவே போர்கள் திகழ்ந்திருக்கின்றன. அவர்கள் போரை ஆயுதமாகப் பயன்படுத்தி நாடுகளின் எல்லைகளை நிர்ணயித்துக் கொண்டேயிருக்கிறார்கள். எல்லைகள் விரிவதும் சுருங்குவதுமல்ல போர். நிம்மதியாக வாழவேண்டும் என்கிற சாதாரண ஆசையில் ஜீவித்திருக்கும் சாமானியர்கள் அனுபவிக்கும் கொடூரம் அது.

'நட்சத்திரம்' நாவல் ரஷ்ய எழுத்தாளர் எம்மானுயில் கஸகேவிச் என்பவரால் எழுதப்பட்டது. இரண்டாம் உலக யுத்தத்தின்போது, ஸோவியத் ரஷ்யாவுக்கும் ஜெர்மனிக்கும் நடைபெற்ற போரின் காலகட்டத்தில் நிகழ்வதாக எழுதப்பட்டது. இந்நூலின் தமிழ் மொழிபெயர்ப்பாளர் பெயர் அறியக் கிடைக்கவில்லை.

எம்மானுயில் கஸகேவிச் பற்றிய தகவல்கள், முந்தைய தலைமுறையைச் சேர்ந்த சோவியத் எழுத்தாளர்களின் வாழ்க்கை என்று நாம் அறியும் பொதுவான கதைகளுடன் ஒத்துப்போகின்றன. அவர் இளமையில் நாடு முழுவதும் சுற்றித் திரிந்தார். பல்வேறு தொழில்களில் ஈடுபட்டிருக்கிறார். குறிப்பிட்டுச் சொல்ல வேண்டு மென்றால், இரண்டாம் உலகப் போரில் அவர் செய்த ராணுவப்பணி அவருக்கு முக்கியமான திருப்புமுனை என்று சொல்லவேண்டும். துணிச்சலோடும் அச்சமின்றியும் அவர் தம் கடைமையை

எம்மானுயில் கஸகேவிச்

நிறைவேற்றினார். டிவிசன் ஸ்கௌட்டாக அவர்பணிபுரிந்த காலம், போரின் கொடுமைகளையும் தாண்டி அவருடைய உயர்ந்த குணங்களை வெளிச்சத்துக்குக் கொண்டு வந்தது.

யுத்தத்திற்குப் பிறகு, தான் நேரடியாக அனுபவித்த யுத்தத்தைப் பற்றிய உரைநடைப் படைப்புகளை அவர் எழுதலானார். போர் வீரர்கள் மற்றும் உளவுத்துறையின் ஸ்கௌட்கள் போன்றோரின் அல்லல் மிகுந்த அன்றாட வாழ்வை, உள்ளது உள்ளபடியே சித்தரித்து அவர் எழுதிய நட்சத்திரம் என்ற இந்த நாவல் அவருக்குப் புகழ் பெற்றுத் தந்தது.

புத்தகத்திலிருந்து சில வரிகள்

"ஒரு மாற்று உறையைப் போட்டுக்கொண்டு, அதன் மேல் உள்ள சுருக்குக் கயிறுகளையெல்லாம் கணுக்கால்களுக்கு மேலும் இடுப்பிலும் தாடையின் கீழும் கழுத்துப் பிடரியிலும் நன்றாக இழுத்துக் கட்டிக்கொண்ட பிறகு, உளவு வீரன் உலகக் கவலைகள் அனைத்தையும், அவை பெரியவையாய் இருப்பினும் சரி சிறியவையாய் இருப்பினும் சரி, அறவே துறந்து விடுகிறான். அவன் தனக்கோ தன்னுடைய தலைவர்களுக்கோ பழைய நினைவுகளுக்கோ உரியவன் அல்ல. இடைவாரில் எறிகுண்டுகளையும் கத்திகளையும் கட்டிக் கொள்கிறான். மார்புக்கு அடுத்தாற்போல் ஒரு ரிவால்வரை செருகி வைத்துக்கொள்கிறான். இவ்வாறு மனிதர்களுக்கு உரிய மரபு ஒழுங்குகள் எல்லாம் உதறிவிடுகிறான். அந்த நிமிடத்திலிருந்து அவன் தன் பலத்தையே நம்பியுள்ள சட்டப் புறம்பான நபர் ஆகிவிடுகிறான். தனக்குரிய ஆவணங்களையும் கடிதங்களையும் போட்டோ படங்களையும் விருதுகளையும் பதக்கங்களையும் சார்ஜன்ட் மேஜரிடம் ஒப்படைத்து விடுகிறான். தனது கம்யூனிச கட்சிச் சீட்டையோ கம்யூனிச இளைஞர் சங்கச் சீட்டையோ கட்சி அமைப்பாளரிடம் கொடுத்து விடுகிறான். இதயத்தை ஊடாடும் நினைவுகள் இன்றி, தனது இறந்த கால வாழ்க்கையும் எதிர்கால வாழ்க்கையையும் துறந்து விடுகிறான்."

எதிரி நாட்டுப் படையான ஜெர்மனியின் நாசிப் படைகளுக் குள்ளிருந்து ராணுவத் தகவல்கள் மற்றும் ஜெர்மன் படையின் செயல்பாடுகளை, தன் நாட்டிற்கு உளவு சொல்லும் த்ராவ்கின் என்ற ரஷ்ய உளவாளியின் கதையே நட்சத்திரம்.

ஜெர்மானியப் படை ஒன்று போரில் பின்னடைவைச் சந்தித்து, மீண்டும் சுதாரித்துக்கொண்டு தாக்குதல் நடத்தக் காட்டுக்குள் பதுங்குகிறது. அவர்களைத் தேடிக்கொண்டிருக்கும் ரஷ்யப் படை யின் உளவுப்பிரிவு, ஜெர்மானியர்களின் படையைக் கண்டுபிடித்து அங்கிருந்து உளவுச் செய்திகளை ரஷ்யப் படைக்கு அனுப்புகிறது. நட்சத்திரம் என்பது, உளவுக்குழு ரஷ்யப் படைக்கு செய்தி அனுப்பப் பயன்படுத்துகிற சங்கேத வார்த்தை ஆகும். அவர்களுக்கு பதிலளிக்க ரஷ்யப்படை பயன்படுத்தும் வார்த்தை பூமி. பூமியும் நட்சத்திரமும் ஒன்றுக்கொன்று தொடர்பு கொள்வதற்காகப் பகிரப்படுகின்ற ரேடியோ தகவல்களாகிய உளவுக்குறிப்புகள்.

தகவல்களைப் பெறும் தொடர்பகத்தில் பணியாற்றும் பெண்ணிற்கு த்ராவ்கின் மீது காதல் ஏற்படுகிறது. இந்தக் காதல் கதை ஆரம்பிக்கின்ற இடமும் அந்தக் காதல் கடைசியாக முடிகிற இடமும் போர் என்ற கசப்பைத் தாண்டிய மனித உணர்ச்சிகளை நெகிழ்ச்சி ததும்பச் சொல்கின்றன.

போர்களும் ஆயுதங்களும் எந்தக் காலத்திலும் எதையும் சாதித்ததில்லை. மாறாக, துயரங்களை மட்டுமே கணக்கின்றி அளித்திருக்கின்றன. நமது நாடான இந்தியாவையும் சேர்த்து எல்லா நாடுகளின் எல்லைகளிலும், ஆயுதம் தாங்கிய வீரர்கள், பிரிவையும் வலியையும் வேதனையையும் அனுபவித்தே வருகிறார்கள். அவர்களுக்காகக் காத்துக்கொண்டிருக்கிற அவர்களது குடும்பங்கள் பரிதவிக்கின்றன. எல்லாவற்றையும் பிரிந்தே எல்லையில் போர் என்ற கொடூரத்தில் உயிரைப் பணயம் வைக்கிறான் ஒரு போர்வீரன்.

போர்வீரன் ஒரு நாள் திரும்பிவிடுவான் என்றே, காத்திருப்பவர்கள் நிச்சயமாக நம்புகிறார்கள். இதுவரை எத்தனையெத்தனை போர்கள், எத்தனையெத்தனை நம்பிக்கைகளை சுக்குநூறாய் உடைத்தி ருக்கின்றன? போரில் உயிரிழந்தவர்களின் குடும்பங்களின் நிலை எத்தகையது? போன்ற விஷயங்களை வாசிப்பவர்களை யோசித்துப் பார்க்கச் செய்கிறது இந்நாவல்.

கற்பிதப் பொய்மை

நூல்	:	நல்ல பாம்பு
ஆசிரியர்	:	ரமேஷ் பிரேதன்
பதிப்பகம்	:	யாவரும்

காலம் என்றுமே ஒரு இடைவெளியாகவே திகழ்கிறது. தன்னை அளக்க, தானே பயன்படுவதினால் அது சர்வநிச்சயமாக மாற்ற முடியாத தன்மைக்கு அதிபதியாகிறது. மிக நுட்பமான அறிவு கொண்ட மனிதன், காலத்தைத் தகர்த்து அதனைப் பல நிலைகளில் காண விழைகிறான். அதன் பல்வேறு பரிமாணங்களும் தனக்கு அயலானதல்ல, அவை யாவும் தன்னுடைய அறிவுதான் என்று உணர்கிறான்.

இந்நூலில் 'நல்ல பாம்பு' என்ற தலைப்பின் கீழ் 'நீல அணங்கின் கதை' என்று துணைத் தலைப்பாகக் குறிப்பிடப்பட்டுள்ளது. வழக்கமாக நாவல்கள், கதை என்ற கட்டமைப்பை, கதை சொல்லலின் மூலம், காட்சி வர்ணனைகள் மூலம், கதை மாந்தர்களின் வாழ்க்கை ஓட்டத்தின் மூலம், வரிசையாக பக்கம் ஒன்றிலிருந்து கடைசிப் பக்கம் வரை முழுமையாக வாசகரின் மனதில் பதியவைக்கின்றன. ஆனால் இந்த நாவல், தனது பதினான்கு அத்தியாயங்களிலும் தான் சொல்ல வந்த கதையை எந்த வரிசையும் இல்லாமல் சொல்லிச் செல்கிறது. எந்த அத்தியாயத்திலிருந்து ஆரம்பித்தாலும் அதற்குப் பின் எந்த அத்தியாயத்தைப் படித்தாலும் பதினான்கு அத்தியாயங்களையும் படித்து முடிக்கும்போது, கதையின் முடிவையும் முழுமையையும் குழப்பம் இல்லாமல் அடைய முடியும்.

ஒவ்வொரு தனி அத்தியாயத்தையும் தனித்தனிக் கதைகளாகவும் கொள்ளலாம். ஒரு அத்தியாயத்தில் சொல்லப்பட்ட கதையையே அழித்து வேறொன்றாக வேறொரு அத்தியாயத்தில் சொல்லப்படுவதாகவும் கொள்ளலாம். இப்படி, கதை சொல்லும் முறையிலேயே வித்தியாசமான புதுமையைத் தன்னகத்தே கொண்டுள்ளது 'நல்ல பாம்பு'

ரமேஷ் பிரேதன்

அத்தியாயம் எட்டிலிருந்து ஒரு பத்தி

நாங்கள் அந்தக் காலம் முதல், அரசர்களிடமிருந்து விலகியே வாழ்ந்தவர்கள். அவர்கள் எங்கள் வாழ்வெல்லையை வரையறுப்பதை நாங்கள் விரும்பியதில்லை. எல்லையற்ற அதிகாரத்தைக் குவித்துக்கொண்டு, கட்டுப்பாடற்ற சுகபோகத்தைச் சுகித்துக் கொண்டு, வழிபாடு என்ற பெயரில் கடவுளுக்குக் கையூட்டு கொடுத்து, சமய வழக்கார்களைத் தங்களுக்குச் சாதகமாகக் கட்டமைத்துக்கொண்டு, அவர்கள் சந்தனச் சேற்றிலும் குருதிச் சேற்றிலும் பன்றிகளைப்போல் புரண்டார்கள். அவர்களுக்காக நாங்கள் உழைத்துக் கொண்டிருந்தோம். காலந்தோறும் அரசர்கள் வெவ்வேறு வடிவங்களில் உருமாறி வருகிறார்கள். உருமாறிய பன்றிகளிடமே அதிகாரம் கைமாறி வருகிறது. இதுநாள் வரை எந்த ஒரு சமூக அமைப்பும், அதிகாரக் கட்டமைப்பை உள்ளீடற்றதாக, பொருளற்றதாக நிலைப்படுத்தியது இல்லை. அதிகாரத்தின் மாட்சிமை பொருந்திய ராசகோபுரத்தின் உச்சியில், கண்ணுக்குப் புலனாகாத புலிக்கொடி வெள்ளைக்காரர்களின் ஆட்சியிலும் பறந்தது. இன்றைய மக்களாட்சி என்கிற கற்பிதப் பொய்மைக்குள்ளும் பறக்கிறது. புதுச்சேரி விடுதலை அடைந்து தனி நாடாகும். வெள்ளை அதிகாரமோ, சிவப்பு அதிகாரமோ, எங்களை ஆள நாங்கள் அனுமதியோம். எங்களுக்கு ஒரு நிறம் உண்டு. அடர் நீலம். வானம், கடல்.

இனி எங்கள் கைப்பிடி அளவு நிலமும் நீலம். எங்கள் கனவும் நீலம். கடவுளும் நீலம். கவிதையும் நீலம். செம்புலிக் கிழவரே, 'நாம் ஆர்க்கும் குடியல்லோம் நமனை அஞ்சோம்'. கருத்த இளைஞன் விழிகளைச் சுழற்றிப் பேசி நிறுத்தினான். செம்புலி தன் கழுத்தில்

தொங்கிய ருத்ராட்சத்தை இறுகப் பற்றிக் கொண்டார். அவரது உதடுகள் தாமே உச்சரித்தன, 'ஈசனின் நிறமும் நீலம் மகனே'.

இது கருநாகன் என்ற கதாபாத்திரம் செம்புலி என்ற கதாபாத்திரத்தோடு பேசும் ஒரு சூழல்.

கதையில் செம்புலி என்பவர் பல நூற்றாண்டு காலமாக வாழ்ந்து கொண்டிருக்கிறார். ஆயிரம் வருடங்கள் என்ற எண்ணிக்கை, சாதாரண மக்களுக்கு மிக மிக நீண்ட காலமாக இருக்கலாம். ஆனால் செம்புலிக்கு எண்ணிக்கை என்பதே வேறு. இந்தப் புத்தகத்தில் சொல்லப்பட்டிருப்பவற்றை எல்லாம் நேரடியாக, தட்டையான பொருளில் சொல்லப்படுவதாக எடுத்துக்கொள்ள இயலாது. அவற்றுக்குள் வேறு ஒரு பொருள் பொதிந்திருக்கும். இந்தப் புத்தகத்தை நாம் அணுகுவதற்கு வாகான பல கோணங்கள் ஆங்காங்கே வெளிப்படுகின்றன.

செம்புலிக் கிழவர் ஒவ்வொரு நூற்றாண்டிலும் ஒவ்வொரு செம்புலியாக வாழ்ந்திருக்கிறார். ஒவ்வொரு நூற்றாண்டிலும் அவருக்கு மனைவியாக நல்லதங்கம் வாழ்ந்திருக்கிறார். ஒவ்வொரு நூற்றாண்டிலும் அவர் செம்புலியாகவும் அவர் பார்க்கும் அனைத்துப் பெண்களும், அதாவது ஒவ்வொரு நூற்றாண்டிலும் அவருடைய மனைவியாக இருக்கும் பெண்கள் நல்லதங்கமாகவும் இருந்திருக்கிறார்கள். தற்போதைய நூற்றாண்டில் நல்லதங்கம் பாம்பாக, செம்புலிதங்கி இருக்கும்கோயிலிலின்கருவறையிலேயே வசித்து வருகிறார்.

இந்தக் கதையைப் படிக்கும் பொழுது பாம்பு எதனுடைய குறியீடு என்பது வேறு ஒரு கோணத்தில் உங்களுக்குத் தெரியவரும். ஏன் இது நல்ல பாம்பு? ஏன் இது நீல அணங்கு? புத்தகத்தில் ஒரு இடத்தில் அணங்கு என்பதற்கு எழுத்தாளர் ஒரு அர்த்தம் கொடுத்திருக்கிறார். ஒரு ஆணால் எப்பொழுதுமே திருப்திப்படுத்த முடியாத, சந்தோஷப்படுத்த முடியாத ஒரு பெண்ணையே அணங்கு என்றும் குறிப்பிடுகிறார். அவ்வாறு இருக்கையில், நீல அணங்கின் கதை என்றால் இந்தக் கதை எதைப்பற்றிச் சொல்ல வருகிறது? ரமேஷ் பிரேதன் இந்தக் கதைக்குள் தற்கால அரசியலை மிக நேர்த்தியாகச் சொல்லி இருக்கிறார். இது வெறும் கதையாக, அதாவது செம்புலி, நல்ல தங்கம், அம்பிகா, அம்பிகாவின் தந்தையான பூசாரி, மணி என்ற கதாபாத்திரங்களின் வாழ்க்கைப் பாடமாக மட்டும் எடுத்துக்கொண்டு

அவர்களின் கதையை நாம் புரிந்துகொள்ள இயலாது.

வாசிப்பு என்பதன் பல அடுக்குகளில் ஏற்படும் காலத்தைப் பற்றியதொரு புரிதல் இதில் மறைந்திருக்கிறது.

இந்தப் புத்தகத்தின் ஆரம்பத்தில் சொல்லப்பட்டிருப்பதைப்போல, இது வரலாற்றுப் புதினம் இல்லை. இப்பிரதியின் காலப் பின்புலம் ஒரு பாசாங்கு.

ஒரு ஊரில் ஒரு சாமானியன்

நூல் : நாளை மற்றுமொரு நாளே
ஆசிரியர் : ஜி.நாகராஜன்
பதிப்பகம் : காலச்சுவடு

ஒரு ஊர்ல ஒரு ராஜா இருந்தான். இந்த வாக்கியம் எத்தனை பழகிப் போய்விட்டதென்றால், ஒரு ஊருக்கே ஒரு ராஜாதான் என்ற கணக்கை நாமெல்லாம் இயல்பாக ஒப்புக்கொண்ட பிறகுதான், ஊரென்றும் அதன் ராஜா என்றும் தோன்றியது போல் உள்ளது. ஆனால், அது ஒரு துரதிஷ்டவசமான விகிதம். கோடியில் ஒருவனைக் காட்டி ராஜாவென்பதைப்போல் கதைகளும் கோடியில் ஒருவனையே தமது மையப்புள்ளியாகத் தேர்ந்தெடுக்கின்றன. அவன் ஏன் சாமான்யனாக இருக்கக்கூடாது? இந்த மண்ணின் உண்மையான சொந்தக்காரர்களைப் பற்றிய கதையைவிட வேறு எவரின் கதைகள், மனிதர்களைப் பற்றி மனிதர்களுக்கே சொல்ல முடியும்?

God is not always in his Heaven, all is not always right with the world. It is not all bad but it is not all good, it is not all ugly but it is not all beautiful, it is life, life, life - the only thing that matters. It is savage, cruel, kind, noble, passionate, selfish, generous, stupid, ugly, beautiful, painful and joyous - it is all those, and more, and it's all these I want to know and, by God, I shall, though they crucify me for it.

தாமஸ் வுல்ஃபின் இந்த வரிகளுடன் தொடங்குகிறது இந்த நாவல். இது ஒரு மனிதனின் ஒரு நாளைய வாழ்க்கை. நீங்கள் துணிந்திருந்தால் செய்திருக்கக்கூடிய சின்னத்தனங்கள், நிர்பந்திக்கப் பட்டிருந்தால் காட்டியிருக்கக்கூடிய துணிச்சல், விரும்பியிருந்தால்

பெற்றிருக்கக்கூடிய நோய்கள், பட்டுக்கொண்டிருந்தால் அடைந்திருக்கக்கூடிய அவமானம், இவையே அவனது வாழ்க்கை. அவனது அடுத்த நாளைப்பற்றி நாம் தெரிந்துகொள்ள வேண்டாம். ஏனெனில் அவனுக்கும் நம்மில் பலரைப் போலவே நாளை மற்றுமொரு நாளே.

'மனிதன் ஒரு மகத்தான சல்லிப் பயல்' என்கிற ஜி.நாகராஜனின் வாசகம், தமிழ் இலக்கிய வாசகர்கள் அனைவருக்கும் தெரிந்தது. ஜி.நாகராஜனின் புனைவுலகத்தில் பெரும்பாலும், நாம் மையக் கதாபாத்திரங்களாகப் பார்ப்பவர்கள் அடித்தட்டு மக்கள், விளிம்பு நிலை மக்கள், புறக்கணிக்கப்பட்ட மக்கள், அவமானப்படுத்தப்பட்ட மக்கள், விரட்டியடிக்கப்பட்ட மக்கள், வேண்டப்படாத மக்கள். இவ்வாறு சமுதாயத்தில் பெயரிடப்பட்ட அற்புத ஜீவன்களைப் பற்றித்தான் ஜி.நாகராஜன் தன் கதைகளில் பேசுகிறார். மதம், கடவுள் போன்ற பெரும் தத்துவத் தகிப்புகளைப் புறம்தள்ளி, மனிதத்துவத்தை முன்னிறுத்துவதே இவரது கலைக் கோட்பாடு.

எல்லா இடத்திலும் இருப்பவர்கள் மனிதர்கள்தானே? எவ்வளவு கேவலமான செயல்களைச் செய்தாலும், அவமானங்களையும் அசிங்கங்களையும் அனுபவித்தாலும், அவர்களும் மனிதர்கள் தானே. அவர்களது அந்த நிலைமைக்குப் பல காரணங்கள் உள்ளன. எவரெல்லாம் தாங்கள் மிகச் சரியானவர்கள், மேல் தட்டு மக்கள், ஆட்சியில் இருப்பவர்கள், உன்னதமானவர்கள் என்று நினைத்துக் கொண்டிருக்கிறார்களோ, அவர்கள்தான் கேவலம் என்று பார்க்கப்படும் விளிம்புநிலை மக்களின் நிலைமைக்குக் காரணமானவர்கள். இந்தக் கருத்தைச் சொல்லாமல் சொல்லும் கதைக் கலைஞன்தான் ஜி.நாகராஜன்.

கந்தன் என்று ஒரு மனிதன். இந்தப் பெயரை நீக்கிவிட்டு நீங்கள் வேறு எந்தப் பெயரை வேண்டுமானாலும் வைத்துக் கொள்ளலாம். அவன் ஒரு மனிதன் என்பதே சாராம்சமாக இங்கு விவாதிக்கப்படுகிறது. அவன் காலை எழுந்து இரவு துயில் கொள்ளும் வரையிலான ஒரு நாளில் நடக்கும் கதைதான், நாளை மற்றுமொரு நாளே. இதை, கந்தனுடைய ஒரு நாளினுடைய கதை என்றும் சொல்லலாம், அந்த ஒரு நாளில் கலந்திருக்கும் பல மனிதர்களின் பல நாட்களின் கதையென்றும் சொல்லலாம். கந்தனின் எல்லா நாட்களும் இதைப் போன்ற நாட்களே என்ற

ஜி.நாகராஜன்

அங்கதம் உரைநடையை வியாபிப்பதால், கந்தனின் எல்லா நாட்களின் கதை என்றும் சொல்லலாம்.

கந்தன் காலையில் எழுகிறான், முதல் தவிப்பாக சாராயம் குடிக்க வேண்டும் என்று தோன்றுகிறது. அதற்கு அவனிடத்தில் காசு இல்லை. அவனுக்கு ஒரு மனைவி. அவளை எப்படிச் சந்தித்தான் என்ற பின்கதை, அவன் சந்திக்கக்கூடிய மற்ற பெண்கள் எவர்? மற்ற மனிதர்கள் எவர்? அவர்களுடனான அவனது தொடர்பு எத்தகையது? அன்று யாரையெல்லாம் அவன் சந்திக்கிறான்? அவன் பேசும் அரசியல் வம்பு எத்தகையது? நாட்டு நடப்பைப் பற்றிய அவனது அவதானிப்புகள், இந்தத் தகவல்களெலாம் காட்டும் குறுக்கு வெட்டுத் தோற்றத்திற்குப் பிறகு ஒரு நீதிமன்றக் காட்சி நாவலில் வருகிறது. அங்கு நடக்கும் வழக்கில், ஒரு கொலைச் சம்பவத்தின் பிண்ணனியில் சிக்கிக் கொள்கிறான்.

கந்தன் கொலை செய்தானா, இல்லையா? வாசகர்கள் படித்து விட்டுத் தீர்ப்பளிக்க வேண்டிய ஸ்தானத்தில் இருப்பார்கள். கந்தன் கொலை செய்ய நினைத்தானா? அப்படி நினைத்திருந்தால் அது சரியா? அப்படி அவன் யாரைக் கொலை செய்ய நினைத்தான்? கையில் எடுத்தால், இந்தப் புத்தகம் கந்தனின் ஒரு நாளை சொல்லிவிட்டுதான் கீழே இறங்கும். ஒரு இரண்டு மணி நேரம் உங்களைத் தனக்குள்ளே மூழ்கடிக்கக்கூடிய புனலைக் கொண்டது இந்த நாவல். இதை வாசித்து முடித்தபிறகு, இப்படிப்பட்ட மனிதர்கள் நம்மைச்சுற்றி வாழ்கிறார்கள் என்ற மனிதாபிமானம் நம்மில் உதித்து, நம்மை வேறு மனிதராக மாற்றும் செயல்பாட்டுக்கு எந்தக் கால அளவும் தர முடியாது. அது ஒரு வாழ்நாளில் கிடைத்த வாய்ப்பு, அற்புதத்துக்கான அவகாசம்.

வாசிக்க சில வரிகள்

கோவிலில் நின்றுகொண்டிருந்தான் அவன். அவன் பார்த்துக் கொண்டிருந்த சிலையின் முகத்தில் அம்மாவின் களை தட்டிற்று. முகம் அவனைப் பார்த்து ஒரு விதமாகச் சிரித்தது; கண்களில் துளிர்த்த நீரைப் பார்த்தால் அழுவது போலவும் இருந்தது. சிலையின்

மார்பிலிருந்து ஏதோ ஒன்று உருண்டு வழிந்து தரையில் பொத்தென்று விழுந்தது. ஆனால் மறுகணம் அதே ஒலி ஒரு 'கேப்' துப்பாக்கிபோல் அவன் காதுகளில் வெடித்தது. மூடிய கண்களுக்குள் ஒரு பிரகாசம். கந்தன் புரண்டு படுத்தான். மீனாவை அணைக்க வலது கையை இடதுபுறம் திருப்பினான். மீனா இல்லை. நினைவு வந்துவிட்டது. இலேசாகக் கண்களைத் திறந்து, படுத்தபடியே நகர்ந்து, திறந்திருந்த கதவைக் காலால் உதைத்தான். குடிசையினுள் இருந்த வெளிச்சம் குறைந்தது. பேச்சி வீட்டுக்குத்தான் மீனா போயிருக்கும். இந்தப் பேச்சி என்ன பொம்பளே? மாரிப்பய போயி மூனு வருஷத்துக்கும் மேலே ஆவுது. இட்டிலி சுட்டு வித்திட்டிருக்கு. அதிலே என்ன கெடைக்கும்? ஆமாம், பேச்சி இட்டிலி சுட்டு விற்றாள்; மீனா அவனோடு இருந்தாள்.

மீண்டும் தூக்கம் வருவதாக இல்லை. படுத்தபடியே பிரயாசைப்பட்டு, அரையளவுக்கு மூடி இருந்த கதவைக் காலாலே திறந்தான் கந்தன். குடிசையை ஒட்டி ஓடிய சாக்கடை ஓரம், முனிசிபல் தோட்டி தெருவைக் கூட்டிக்கொண்டிருந்தான். மணி ஏழுதான் இருக்கும். இன்னும் ரெண்டு மணி போகணும். ஒரு கையைத் தரையில் ஊன்றி, கால்களை நீட்டியவாறே எழுந்து உட்கார முயன்றான் கந்தன். முதுகை வளைக்க முடியவில்லை; அப்படி வலி. "அம்மா" என்று பெருமூச்சு விட்டுக்கொண்டே, முதுகை ஒரு மாதிரி நெளித்து எழுந்து உட்கார்ந்தான். கால்கள் நீட்டிக் கிடந்தன; இரண்டு கைகளும் பின்புறமாகத் தரையில் ஊன்றியிருந்தன. நேத்து அந்த வெறும் பயலுக்கு ஊத்தின முன்னூறு மில்லியையாவது வச்சிட்டிருந்திருக்கலாம்; முலிச்ச நேரத்துலே போட்டா கொஞ்சம் தெம்பா இருக்கும். ஆமா, இது குடிக்கிறதுனாலே வர்ற வியாதியில்லே; குடியாததனாலே வர்ற வியாதி. வெறகுக் கடைக்குப் போகலாம்; ஜிஞ்சராவது கெடைக்கும். கஷ்டப்பட்டு ஒரு கையால் தலையணையைத் தூக்கிப் பார்த்தான். கை சொன்னபடி கேட்கவில்லை; தலையணையை லேசாகத் தள்ளிவிட்டுத் தந்தி அடிக்க ஆரம்பித்தது.

மீண்டும் கையைத் தரையில் ஊன்றிக்கொண்டான். தேவைப்படாத ஒரு ஏப்பம். அதைத் தொடர்ந்து குமட்டல். குமட்டலோடு இருமல். விலா எலும்புகள் முறிவதுபோல் இருந்தது. வாயிலிருந்து ஐம்பது மில்லி கோழை வழிந்து பனியனை

நனைத்தபிறகு சிறிது நிம்மதி. சிறிது தெம்புங்கூட. வீராப்போடு ஒரு கையால் தலையணையைப் புரட்டினான். அதன் கீழ் ஒரு அழுக்கு இரண்டு ரூபாய்த்தாள் கிடந்தது. இன்னும் கா ரூபா வேணுமே! எங்காச்சும் வச்சிருக்கும். மீண்டும் அதே வீராப்போடு எழுந்து நின்றான். வேட்டி நழுவவும், அதைச் சரிப்படுத்த முயலுகையில் தடுமாறி, இடது கைக்குப் பட்ட சுவரின் மீது தாங்கிக்கொள்ள முயன்றான். பிடி நிலைக்காது கீழே சரிந்தான். "அடத். . ." என்று வைதுகொண்டே, மீண்டும் சக்தி வரும் என்ற நம்பிக்கையோடு கண்களை மூடினான்.

இப்படிப்பட்ட தரிசனத்தை எங்கிருந்து ஜி.நாகராஜன் அடைந்தார்? எப்படி ஒரு மனிதனின் ஒருநாள் வாழ்க்கையில், ஒட்டுமொத்த உலகின் லௌகீகக் கூறுகளை உள்ளிறங்கி ஒரு எழுத்தாளனால் பார்க்க முடிந்தது? எந்த விதமான கற்பனைப் பெருக்கு இத்தகைய படைப்பை உருவாக்குகிறது? இதில் எது கதை? இதில் எந்தத் தத்துவம் நிகழ்வுகளாகப் பரிணமித்துள்ளது? ஜி.நாகராஜனின் தரிசனத்தைத்தான் நாமும் இந்தப் புதினத்தின் வழியாக அடைகிறோமா? அல்லது நமக்கென்று ஒரு பார்வைக் கோணம் வாசிப்பில் காத்திருக்கிறதா? நிறைய சிந்திக்க வைக்கக் கூடிய மிக முக்கியமான நாவல்தான் நாளை மற்றுமொரு நாளே.

ஆழ்மனப் பிணைப்பு

நூல் : நிலம் என்னும் நல்லாள்
ஆசிரியர் : சு.வேணுகோபால்
பதிப்பகம் : தமிழினி

அடிப்படையில் இந்த பூமியில் நாமும் ஒரு ஜீவராசி, அதிலிருந்து பகுத்துப் பார்த்தால் ஒரு நாட்டின் குடிமக்கள், அதற்குள் ஒரு மாநிலத்தின் பிரதிநிதிகள், அதனுள் ஒரு ஊரின் ஆட்கள். இப்படி அடுக்கடுக்கான அடையாளங்கள் பல கொண்டிருந்தாலும் நம் ஆழ்மனதின் பிணைப்பாக பிறந்த ஊருடன் நாம் கொண்டுள்ள உறவே திகழ்கிறது. அதன் ஒரு பிடியைத்தான் நம் மண் என்கிறோம். அதில் ஒரு கர்வமும் பற்றும் அனைவரின் குருதியிலும் கலந்துள்ளது.

அனைத்து ஊர்களுமே யாரோ ஒருவருக்குச் சொந்தமான ஊர்தானே. அப்படி இருக்கும்பொழுது அனைத்து ஊருக்குமே அதே சிறப்பு இருக்கும் அல்லவா? ஒவ்வொருவருக்கும் தன்னுடைய ஊர் மட்டும் சிறப்பாகத் தெரிவதற்கு என்ன காரணம்? உழவையும் இந்தக் கருவையும் இணைத்து, அந்த இணைப்புப் புள்ளியை மையமாகக்கொண்டு எழுதப்பட்ட நாவல்தான், நிலம் என்னும் நல்லாள்.

பழனிகுமார் என்கிற கதாபாத்திரத்தில் தொடங்குகிறது நாவல். அவர் கம்பெனியில் ஒரு பயிற்சி முகாம் நடத்தப்படுகிறது. அந்தப் பயிற்சி முகாமுக்குப் போகவேண்டாம் என்று அவர் முடிவெடுக்கிறார். அந்தப் பயிற்சி முகாம் நடத்தப்படும் கால அளவு ஒரு வாரமோ இரண்டு வாரமோதான். அந்த நேரம் தன்னுடையது என்று முடிவெடுக்கிறார். அவர் அந்த நேரத்தை எப்படிச் செலவிடலாம்

என்று திட்டமிட ஆரம்பிக்கிறார்.

சொந்த ஊர் மதுரை பக்கத்தில் இருக்க, அங்கு சென்றால் அம்மாவுடனும் தம்பி மற்றும் தம்பி பிள்ளைகளோடும் இருக்கலாம். அல்லது கோவையில் மனைவி பிள்ளைகளோடு இருக்கலாம். இதில் அவர் மதுரையா கோவையா என்று தேர்ந் தெடுக்க வேண்டிய ஒரு சூழ்நிலை வருகிறது. குழந்தைகளும் மனைவியும் கட்டாயப்படுத்தி அழைக்க, அவர் கோவை செல்கிறார். கோவையில் பயிற்சிக் காலம் முடியும் வரை அவர் தங்கியிருக்கும் அந்தச் சூழ்நிலையில் நடக்கும் நிகழ்வுகளும் அவர் நினைத்துப் பார்க்கக்கூடிய விஷயங்களையும் பற்றியதுதான் இந்த நிலம் என்னும் நல்லாள்.

பழனிகுமாருக்கு குமரன் என்று ஒரு தம்பி இருந்திருக்கிறார். குமரன், அவர்களுடைய சொந்த நிலத்தை எப்படி எல்லாம் பண்படுத்தி விவசாயம் செய்திருக்கிறார் என்பதைப் பற்றிய குறிப்புகள் இந்தக் கதைக்குள் பல இடங்களில் விவரங்களாகவும் வியப்பாகவும் அமைந்திருக்கும். விவசாயம் எப்படிச் செய்கிறார்கள்? உரம் எப்படிப் போடுவார்கள்? என்ற பல நுணுக்கங்களை எழுத்தாளர் வேணுகோபால் கச்சிதமாக எழுதியிருப்பார்.

மற்றொரு பக்கத்தில் பழனிகுமாரின் அன்றாட வாழக்கை. மனைவி வேலைக்கும் குழந்தைகள் பள்ளிக்கும் சென்றுவிட பழனிக்குமாரு என்ன செய்வதென்று தெரியாமல் இருப்பது. இதுவே தன் சொந்த ஊராக இருந்தால் அவருக்கு செய்வதற்குப் பல விஷயங்கள் இருப்பதாகவும், ஆனால் மனைவி ஊரில் செய்வதற்கு ஒரு வேலையும் இல்லாததாகவும் அவருக்குத் தோன்றிக்கொண்டே இருக்கும். அவருடைய நினைவுகள் திரும்பத் திரும்ப சொந்த ஊருக்குச் சென்று வருகின்றன. பழைய காலகட்டத்தில் அவருடைய சொந்த ஊரான மதுரையில் நடந்த சம்பவங்களும் தற்போதைய காலகட்டத்தில் கோவையில் நடக்கும் சம்பவங்களும் மாறி மாறி சொல்லப்பட்டுக் கொண்டு வரும்.

இப்படி ஒரு பக்கத்தில் பழனிகுமாரின் கதையாகச் சொல்லப் பட்டாலும், உண்மையில் நிலத்தின் மீதும் உழவின் மீதும் காதல் கொண்ட குமரனின் கதைதான் இந்நாவல்.

நிலத்தின் மேல் காதல் கொண்ட குமரன், ஓரிடத்தில் நிலத்தி

லேயே மரணம் அடைகிறார். பழனி குமாரின் தம்பி குமரன் இறந்துவிட்டார். இறந்து போன குமரனின் மனைவியின் பெயர் விஜயா. விஜயாவுக்கு ஏற்கனவே ஒரு குழந்தை இருக்கிறது. அனைவரும் அந்த மரண வீட்டில் அமர்ந்திருக்கிறார்கள். அப்போது செல்லம்மா என்ற கதாபாத்திரம் வெளியே வருகிறது. அந்தப் பத்தியை படித்து விட்டு அத்தனை சுலபமாகக் கடந்துபோய் விடமுடியாது.

சு. வேணுகோபால்

அந்தப் பத்தி உங்கள் வாசிப்பிற்காக

வீட்டிற்குள் ஓலம் உச்சத்தில் இருந்தது. செல்லம்மா அக்கா வாசலில் நின்று எல்லோரையும் ஒரு பார்வை பார்த்தாள். கண்கள் கலங்குகின்றன. அவள் கையில் நீர் நிறைந்த ஒரு வெண்கலப் பொங்கச் செம்பு. அதை நடுத்தெருவில் வாசல் முன் வைத்தாள். அழுகையும் ஓலமும் கப்சிப்பென அடங்கியது.

உள்ளிருந்து ஒரு ஜன்னல் வழியாகப் பெண்கள் அடைத்துக் கொண்டு பார்த்தார்கள். திண்ணையில் பெஞ்சுகளில் அமர்ந்திருந்த வர்கள் எழுந்து நின்றார்கள். வெளியூர்க்காரர்கள், என்ன இந்த திடீர் அமைதி?! என்று அருகில் வந்தார்கள். திண்ணைகளில் நின்ற பெண்கள் வாயில் முந்தானையைச் சுருட்டி வைத்து அழுகையை அடக்க முயன்றார்கள். கூட்டம் அமைதியாகக் கூடி நின்றது.

செல்லமா அக்கா எல்லோரையும் ஒரு முறை சுற்றிப் பார்த்தாள். பின் தன் மடியில் இருந்து ஒரு ரோஜாப் பூவை எடுத்து செம்பு நீரில் மெல்ல இட்டாள். உள்ளூர் ஆட்கள் உதடுகள் பிரிய பெருமூச்சு விட்டார்கள். மறுபடி ஒரு பூவை எடுத்து விட்டாள். பெண்கள் உச்சுக் கொட்டினார்கள். இளவயதுப் பெண்கள் வாயைப் பொத்தி அடக்கினாலும் மூக்குச் சிவக்கக் கண்ணீர் பொங்குவதைத் தடுக்க முடியவில்லை. கூட்டம் அமைதியாக செல்லம்மா அக்காவையே பார்த்தது. மடியில் இருந்த மூன்றாவது பூவையும் எடுத்து செம்பு நீரில் மெல்ல இட்டாள். பெரியவர்கள் மெல்ல உச்சுக் கொட்டினார்கள். பெண்கள் அடக்க முடியாமல் ஐயய்யோ என்றார்கள்.

செல்லம்மா அக்கா மறுபடி ஒவ்வொரு பூவாக எடுத்து வயிற்றுச்

சேலை மடிப்பில் நுனியைச் சொருகினாள். பூக்கள் அடிவயிற்றில் புடைத்தன. பொங்கச் செம்பு நீரை எல்லாருக்கும் தெரிய தெருவில் நீட்டி சிந்திவிட்டு மெல்லப் படியேறினாள். வாசலில் நுழைந்தாலோ இல்லையோ 'அய்யோ விஜயா' என்று அடி வயிற்றில் ஓங்கித் தட்டி லட்சுமி மதினி படியேற மற்ற பெண்களும் 'விஜயா..' என்றபடி வீட்டிற்குள் மொதுமொதுவென நுழைந்தார்கள்.

குமரனின் மற்றுமொரு மூன்று மாத வாரிசு ஊருக்கு அறிவித்தாகிவிட்டது. பல்லு மேல் நாக்குப் போட்டு நாளை யாரும் ஒரு சொல் சொல்லி விடக்கூடாது அல்லவா? இளம் பெண்களின் அழுகை ஒலி சுவரை முட்டித் தெறித்தது.

தன் நிலத்தையும் மண்ணையும் நேசித்து வாழும் மக்களின் வாழ்க்கை நிலைகளும் சூழ்நிலைகளும் மற்றும் அவர்களின் வாழ்வை நோக்கிய அணுகுமுறைகளும் மிகவும் தெளிவாகவும் நுணுக்கமாகவும் பல இடங்களில் நெகிழ்வாகவும் எழுதப் பட்டுள்ளது.

புத்தகத்தின் இறுதிப் பாகத்தை நெருங்கும்பொழுது ஒரு சில பக்கங்களைக் கடக்கவே முடியாத அளவுக்கு மனம் விக்கித்துப் போய்விடும். வாசிக்கும்பொழுதே மீண்டும் ஒரு முறை கடந்த வற்றையெல்லாம் வாசித்துப் பார்க்கலாமா என்ற எண்ணத்தைக் கொடுக்கக்கூடிய நாவல் நிலம் என்னும் நல்லாள்.

பின் அட்டைக் குறிப்பு

ஆற்றங்கரையின் மரமும் அரசறிய
வீற்றிருந்த வாழ்வும் வீழும் அன்றே - ஏற்றம்
உழுதுண்டு வாழ்வதற்கு ஒப்பில்லை கண்டீர்
பழுதுண்டு வேறோர் பணிக்கு.

பெண் எனும் பேசு பொருள்

நூல் : நீங்கள் நான் மற்றும் மரணம்
ஆசிரியர் : எஸ்.செந்தில்குமார்
பதிப்பகம் : தோழமை

ஆண் பெண் என்ற இரண்டு எண்களே தங்களுக்குள் முயங்கி இந்த பூமியை அபரிமிதமாக நிரப்புகின்றன. இயற்கையின் படைப்பில் பெண் துன்பங்களைத் தாங்குவதற்காக மட்டுமே படைக்கப்பட்டிருக்கிறாளா? அவளது வேதனையின் சான்றுகள் கடந்த காலத்தின் சரித்திரத்திலும் தொன்மத்திலும் கொட்டிக்கிடக்கின்றன. நிகழ்காலத்திலும் பெண் என்கிற பேசுபொருளே துன்பத்திலிருந்து மீட்பைக் கோரும் கரிசனத்தை எதிர்பார்க்கின்ற இரண்டாம் பாலாக உள்ளது. அவளது உடலும் மனமும் இயற்கையே செய்த பலவீனங்களாக உள்ளனவா? அவளை அடக்கி ஆள்வதைத் தன் பிறப்புரிமையாக நினைக்கும் ஆண் வர்க்கம் தங்களின் இயல்பை இயற்கையின் விதியாகச் சித்தரிக்க முடியுமா?

இந்தக் கதையைப் படிப்பதற்கு முன்பு நாவலாசிரியர் செந்தில் குமார் எழுதிய முன்குறிப்பைப் படிப்பது சரியானதாக இருக்கும்.

'மகாபாரதமும் அதன் உபகதைகளும் செவிவழிச் செய்திகளாகத்தான் எனக்கு முதலில் அறிமுகமாயின. அக்கதைகளைக் கேட்கும் பருவத்தில் எனது ஆர்வம் முழுவதும் துப்பறியும் கதைகளை வாசிப்பதிலும் கொள்ளையர்கள் தேடும் புதையல் வேட்டைக் கதைகளைப் படிப்பதிலுமாக இருந்தது. பின்னர் மகாபாரதம் தனிக் கதையாக எனக்கு வாசிக்கக் கிடைத்தது. ஈடுபாட்டோடு அக்கதைகளை வாசிக்க ஆரம்பித்தேன். அப்பருவத்தில் எனக்கு,

பாலுமகேந்திராவின் சினிமா பெரும் வேட்கையை ஏற்படுத்தியது. மகாபாரதக் கதையில் திரௌபதிக்கு ஐந்து கணவன்மார்கள் என்ற செய்தி என்னுள் ஏற்படுத்தி இருந்த பதட்டம், கதை என்பதையும் மீறி வேறு ஒரு பரவசத்தை என்னுள் உருவாக்கியிருந்தது'.

இந்தக் கதையில் ஒரு பக்கம், திரௌபதி என்ற இதிகாசக் கதாபாத்திரம், 'நான் ஏன் பெண்ணாகப் பிறந்தேன்? எனக்கு ஏன் ஐந்து கணவர்கள்? என்ற கேள்விகளுடன் ஒரு பெரும் பயணம் மேற்கொள்கிறாள். வழியில் அவ்வைப் பாட்டியைச் சந்திக்கிறாள். அவளது கேள்விகளுக்கு அவர்களாலும் விடை சொல்ல முடியாமல், சுமதி என்ற பெண்ணிடம் அனுப்பி வைக்கப்படுகிறாள்.

இன்னொரு பக்கம் நிகழ்காலத்தின் கதை மாந்தர்கள். பாரிஜாதம், துரைசிங்கம் இருவரும் கணவன் மனைவி. ஆனால் பாரிஜாதத்திற்கு, கணவனுக்குத் தெரியாமல் பாலமுருகன் என்பவருடன் உறவு இருப்பதாகச் சொல்லப்படுகிறது. இது கணவனான துரை சிங்கத் திற்கும் அரசல்புரசலாகத் தெரிந்திருக்கிறது. அதை அவர்கள் பிரச்சி னைக்கு உரியதாகப் பேசிக்கொள்ளவில்லை. பாலமுருகனுக்கும் துரைசிங்கம் அறிந்திருந்த விஷயம் தெரிகிறது. இது ஒரு பூதாகரமான பிரச்சினையாக அவர்களுக்குள் தோன்றவில்லை. இப்படியாக இவர்கள் கதை இருக்க, மற்றொருபுறம் கோமதி என்ற ஒரு பெண். அந்தப் பெண்ணின் தந்தையே அவளிடம் முறைகேடாக நடந்து கொள்கிறார். பிறகு அதைத் தாங்க முடியாமல் தானே விஷமருந்தி இறக்கிறார். அந்தப் பெண்ணிற்கு ஒரு தங்கை இருக்கிறாள். அவள் குறி சொல்லும் பெண்ணாக மாறுகிறாள். இப்படியாக இரண்டு கதைகள். பாரிஜாதத்தின் கணவர் துரைசிங்கம் பாலமுருகனை அழைத்து, கோமதியை மணமுடிக்குமாறு சொல்லும்பொழுது இரண்டு கதைகளும் தொடர்பு பெறுகின்றன.

தொடக்கத்திலேயே திரௌபதி, முதல்முறையாக ஒரு ஆணும் பெண்ணும் உடலுறவு கொள்வதைப் பார்க்கிறார். அந்த ஆணும் பெண்ணும் என்பது இந்த பாலமுருகனும் பாரிஜாதமுமாகக் காட்டப்படுகிறது. இப்படியாக ஒவ்வொரு கதைக்கும் இணைப்பு ஏற்படுத்தி மிகத் தெளிவாகக் கோர்த்து ஆபரணமாக்கியிருக்கிறார் எஸ்.செந்தில்குமார்.

இந்தக் கதை விவாதிக்கும் மையப்பொருள் சில கேள்விகளையே சுற்றுகிறது. ஏன் ஒரு பெண்ணுக்கு இவ்வளவு துயரம்? ஏன் ஒரு பெண்

பெண்ணாகப் பிறந்ததாலேயே இவ்வளவு கஷ்டங்களையும் துயரங்களையும் அனுப வித்தே ஆகவேண்டும்? ஏன் அவள் நினைத்த வாழ்க்கையை வாழ முடிவதில்லை? அதற்கு இந்தச் சமுதாயம் எதுபோன்ற முட்டுக்கட்டை களை வைத்திருக்கிறது? அவற்றை எல்லோ ராலும் உடைக்க முடிகிறதா? உடைத்தால் என்ன விளைவுகளைச் சந்திக்க நேரிடும்? இவையே இந்த நாவல் விடை தேடும் கேள்விகள்.

எஸ். செந்தில்குமார்

இறுதியில் திரௌபதி, கோமதி, சுமதி என்று அத்தனைப் பெண்களும் சந்திக்கும் ஒரு அழகான காவியத் தருணத்தை வரைகிறார் எஸ்.செந்தில்குமார்.

முதல் அத்தியாயம்

திரௌபதி தன் பாதங்களில் இருந்த கொப்புளத்தை முள்ளால் குத்தி விட்டாள். கொப்புளம் உடைந்து நீர் வடிந்ததும் தோல் அமுங்கியது. அவளது உள்ளங்கால்கள் இரண்டும் எரியத் தொடங்கின. தனது இரண்டு பாதங்களும் தீயின் மேல் நிற்பது போல உணரத் தொடங்கினாள். பொறுத்துக்கொண்டுதான் நடந்து வந்தாள், இதற்குமேல் தன்னால் நடக்க முடியாது என்று எதிரே இருந்த வீட்டின் வாசலில் அமர்ந்து கொண்டாள். அந்த வீட்டின் திண்ணையில் யாரும் இல்லை. பிற்பகல் பொழுதில் வெயில் அவளுக்கு முன்பாக விழுந்திருந்தது. நிழல் தனக்கு முன்பாக விழுந்தால் எந்தத் திசை? தான் எந்தத் திசையில் அமர்ந்து இருக்கி றோம் என்று யோசித்தாள். அவளால் இறுதியிட்டுச் சொல்ல முடிய வில்லை. புரிபடாத திசைகளைப் போலவே புரிபடாத மனங்களும் தன் வாழ்வில் நிழலைப் போலத் தொடர்ந்து கொண்டிருக்கின்றன என்று கண்ணீர் சிந்தினாள். அவளுக்குத் தாகம் மிகுதியாக இருந்தது. யாரிடம் நீர் வாங்கிப் பருகலாம் என்று சுற்றிலும் பார்த்தாள். நா வறண்டுவிட்டது. இனி தன்னால் ஒன்றும் பேச முடியாது, இந்தத் திண்ணையில் சற்று அயர்ந்து உறங்கிவிட்டு, பிறகு செல்லலாம் என்று நினைத்தாள்.

பிறகு அவள் தன் முதுகை அந்த வீட்டின் ஜன்னலின் பக்கமாகச் சாய்த்தாள். ஜன்னல் கதவு திறந்துதான் இருந்தது. ஜன்னலின்

வழியாக ஏதோ சத்தம் கேட்டது. திறந்திருந்த ஜன்னல் வழியாக எட்டிப்பார்த்தாள். அந்த அறையில் கர்ப்பம் தரித்த பெண் முழு நிர்வாணமாகப் படுத்துக்கிடக்க, இளைஞன் ஒருவன் அவளை முயங்கிக் கொண்டிருந்தான். திரௌபதி, 'கருக்கூடிய பின் கர்ப்ப வாய் மூடிவிடுமே, பிறகு எதற்காக இந்தத் தம்பதிகள் உடலுறவு கொள்கிறார்கள்?' என்று நினைத்தாள். 'அதுவும் பிறப்பகல் பொழுதில்' என்று முகத்தைத் திருப்பிக் கொண்டாள். அவளுக்கு வெட்கமாகவும் அதே நேரம் அருவருப்பாகவும் இருந்தது.

புத்தகத்தின் பின்னட்டைக் குறிப்பு

இந்நாவல் பெண்ணின் வாதைகளையும் அவள் அடையும் துயரங்களையும் அவளைக் கையகப்படுத்திக் கொள்ளும் ஆணின் இடத்தையும் கேள்விக்கு உட்படுத்துகிறது. ஏன் நான் ஒரு பெண்ணாகப் பிறந்தேன்? ஏன் நான் பாண்டவர்களின் மனைவியாக வாழ்ந்தேன்? என்ற திரௌபதியின் கேள்விகளோடு, மேலும் இரு பெண்கள் தங்களுக்குள் கேட்டுக்கொள்ளும் கேள்விகளையும் மரணமும் அது சார்ந்த துயரங்களையும் மனித உடல் இன்புறும் வேட்கையின் வாதையையும் இந்நாவல் பதிவு செய்கிறது.

அரூபப் பிணைப்பு

நூல் : நீர்வழிப் படூஉம்
ஆசிரியர் : தேவி பாரதி
பதிப்பகம் : நற்றிணை

மனிதர்களை ஒருவரோடு ஒருவர் பிணைப்பது எது?

அந்த அரூபமான பிணைப்பை ஏற்படுத்தும் ஈர்ப்பை உறவு என்கிறோம். அந்தப் பிணைப்பையும் உறவு என்கிறோம்.

உறவுகளால் மனிதர்கள் ஏற்கும், அடையும் அடையாளங்கள் ஏராளமானவை. கிளைத்துக் கிளைத்து வளரும் இந்தத் தோட்டம், விருட்சமாகத் தரும் தரிசனமே மானுடம் என்ற பெருவெளி. மானுடத்தின் இயல்பென்று நாம் கருதும் அத்தனையுமே, உறவுகள் என்ற வேர்வழி ஓடும் நதியின் தயவுதான்.

காரு மாமா என்பவரின் மரணத்திலிருந்து ஒருவாரம் கழிந்து ஆரம்பிக்கிறது இந்தக் கதை. அவருடைய மனைவி ராசம்மா, அவரையும் குழந்தைகளையும் பிரிந்து வீட்டை விட்டுச் சென்று பல வருடங்கள் ஆகிவிட்ட போதிலும், அவர் இறந்த ஒரு வாரத்தில் ராசம்மா தாலி அறுப்புக்காக அந்த வீட்டிற்கு வருகிறாள். காரு மாமா என்று அவர் அழைக்கப்படுவதினால், ராசம்மா இயல்பாகவே அத்தை என்று அழைக்கப்படுகிறாள். ஒரு மனிதனின் மரணத்திற்குப் பிறகுதான், அவன் எவ்வாறு வாழ்ந்திருக்கிறான் என்பது நமக்குத் தெரியவரும். இந்தப் புத்தகத்தைப் படித்தபின் காரு மாமா உங்கள் மனதைவிட்டு நீங்கமாட்டார் என்பதில் எந்தவித ஐயமும் இல்லை.

இந்தப் புத்தகத்தின் முதல் வரியிலேயே, 'காரு மாமாவின்

மரணத்திற்கு ஒரு வாரம் கழித்து' என்றுதான் ஆரம்பிக்கிறது. இறந்து போனவரின் கதையைப் படிக்கிறோம் என்ற மனநிலைக்கு நாம் தயார் ஆகிறோம். அந்த மனிதர் எவ்வளவு தன்மையானவர், எவ்வளவு பாசமானவர், எவ்வளவு அன்பானவர், எவ்வளவு தூரம் விட்டுக் கொடுக்கக் கூடியவர், எவ்வளவு பொறுமைசாலி என்ற துணுக்குகள் ஒரு வாஞ்சையை ஏற்படுத்துகின்றன. காரு மாமாவைப் போன்று பல மனிதர்களை நாம் சந்தித்திருப்போம். ஆனால் அவர்களின் அருமையைப் போற்றத் தவறியும் இருப்போம். அந்த முரணை இந்நாவல் தீர்த்து வைக்கிறது.

காரு மாமா இறந்து, அந்த இறப்பு வீட்டில் நடக்கும் சம்பவங்களின் கோர்வையே இந்தப் புதினம். அங்கு ஒரு பெண்ணின் மேல் நம் கதாநாயகனுக்குக் காதல் வருகிறது. கதாநாயகனின் பெரியப்பா, பெரியம்மா, காரு மாமாவின் மனைவி ராசம்மாவின் தங்கை, தங்கை குடும்பத்தார் என, பல உறவினர்கள் அந்த வீட்டிற்கு வருகிறார்கள்.

ராசம்மாவோடு சென்ற அவளுடைய குழந்தைகள் - ஒரு மகன், ஒரு மகள் என்ன ஆனார்கள்? காரு மாமாவிற்குக் கொள்ளி போடுவதற்கு அந்தப் பையன் வருவானா வரமாட்டானா? என்று கதையை வாசிக்கும்போதே நமது சிந்தனைகளும் ஓடிக் கொண்டிருக்கும்.

ஆனால் அந்தப் பையன் வந்து சம்பந்தம் இல்லாதவன் போல் ஓர் ஓரமாக அமர்ந்து இருக்கிறான்.

தப்பு செய்தது அவன் அம்மா என்று இருப்பினும் அவனால் தன் தந்தையின் மரணத்தில் முழு உரிமையோடு பங்கேற்க மன மில்லாமல் ஒதுங்கி நிற்கும் அவனுடைய மனநிலை என்ன? தப்பு செய்தது தன் தந்தையா? தாயா? இந்தச் சூழ்நிலையோடு வாழ்ந்து வந்த தன் வாழ்க்கையைக் குறை சொல்வதா? அவனுக்குத் தன் தந்தையின் மேல் பாசம் இருக்குமா, இருக்காதா? இந்தப் புதினத்தை வாசிக்கும்பொழுது இதைப் போன்ற பல கேள்விகள் நம்முள் எழும்.

காரு மாமாவை அடக்கம் செய்யும்போது, சாதாரணமாக அடக்கம் செய்யலாம் என்ற பேச்சு எழும்போது ஊரே ஒன்று கூடி அவரை அடக்கம் செய்ய முன் வருகிறது. காரு மாமாவின் வாழ்க்கை எத்தகைய பாதிப்பை ஏற்படுத்தி இருக்கிறது என்று அந்த ஊரின்

செயல்களையே நாவல் உவமையாக்குகிறது.

கதையின் இறுதியில் ராசம்மா வருகிறாள். அவளோடு மகளும் வருகிறாள். மகன் ராசம்மாவிடம் சண்டை போட்டுக்கொண்டு ஏற்கனவே அவளைப் பிரிந்துவிட்டமை யால், காரு மாமாவின் மரணத்துக்கு தாய் மற்றும் தங்கைக்கு முன்னரே வந்து சேர்கிறான்.

தேவிபாரதி

கதை முழுவதும் இந்தக் காரு மாமாவை நிராதரவாக, அனாதையாகப் பரிதவிக்க விட்டுவிட்டு, வேறொரு இணையைத் தேடிக்கொண்டு ஓடிப் போனதால், வாசிப்பவர்களின் வெறுப்புக்கு ஆளான ராசம்மா அத்தை, கதைக்குள் வெறும் கதாபாத்திரமாக அல்லாமல் உயிர்ப்போடு வந்து அந்த வீட்டில் நடமாடும்போது, காரு மாமாவின் மேல் இருந்த அதே பிரியம் ராசம்மா அத்தை மீதும் நமக்கு வரும். இது எவ்வாறு எழுத்தாளர் தேவிபாரதிக்குச் சாத்தியமானது என்பது ஆச்சரியமே. அவ்வளவு அற்புதமாக அந்தக் கதாபாத்திரம் வடிவ மைக்கப்பட்டிருக்கிறது. பொதுவாக திரைப்படத்தில் அமைக்கப் படுவது போல் திருப்புமுனை வைத்து இந்தக் கதை எழுதப்பட வில்லை. அதை நாம் ரசிக்க மாட்டோம் என்பதற்காக அல்ல. மாறாக, இந்தப் புதினத்தின் கடைசிப் பக்கத்தில் இத்தகு உணர்ச்சி மாற்றங்கள் எப்படி நிகழ்கின்றன என்று இத்தனை நேரம் கதைக்குள் இருந்த நாமே ஆச்சரியப்படும் வகையில் அமைத்திருப்பார் தேவி பாரதி.

பின்னட்டையில் ஜி.குப்புசாமி குறிப்பிட்டவை

தமிழ் நாவல்களில் இதுவரை இடம்பெற்றுள்ள கதைமாந்தர் களில், தனித்துவமான ஒருவர் என காரு மாமாவைச் சொல்ல முடியும். வரவிருக்கும் தலைமுறைகளாலும் மறக்க முடியாததாகத் திகழவிருக்கும் காரு மாமாவின் மரணத்தோடு நாவல் தொடங்கு கிறது. காரு மாமா எனும் ஒற்றை மனிதனை மையமாக வைத்தே நாவல் பின்னப்பட்டிருந்தாலும் அவர் சார்ந்த, அவர் வாழ்ந்து வந்த குடி நாவிதச் சமூகத்தின் மற்ற எல்லா மனிதர்களின் கதைகளாகவும் விரிந்து செல்கிறது இம்மகத்தான படைப்பு. ●

தகிக்கும் வறுமையில், வாழ்வை எதிர்கொள்ளத் திணறிக் கொண்டிருக்கும் அந்த மனிதர்களின் முரட்டுத்தனத்திற்குள்ளும் மூர்க்கமான தோற்றத்திற்குள்ளும் அவற்றின் ஆழங்களில் உலர்ந்து போகாமல் இருக்கும் ஈரத்தைத் தொட்டுப் பார்க்கிறது. அதை மீட்டெடுக்க முயல்கிறது. வெந்து தணிந்த வாழ் நிலத்தில் அன்பும் மானுடப் பண்புகளும் துளிர்விடுகின்றன. துணைப் பாத்திரங்கள் என எதையுமே ஒதுக்கிவிட முடியாதவாறு, கைவிடப்பட்ட தமிழக கிராமம் ஒன்றின் தூர்ந்து போன பெரு வாழ்வின் அறைந்து சாத்தப்பட்ட கதவுகளை ஒவ்வொன்றாகத் திறந்து காட்டுகிறது. அவ்வளவு எளிதாகக் கடந்து சென்றுவிட முடியாத நாவலின் பல பகுதிகள் நம்மை ஸ்தம்பிக்க வைத்து விடுகின்றன.

தேவி பாரதியின் இந்த நாவலை முன்வைத்து இந்த இரண்டு விஷயங்களைத் தயக்கமில்லாமல் பிரகடனம் செய்து விடலாம். தமிழகத்தின் ஆகச் சிறந்த நாவல்களில் ஒன்றாக நீர்வழிப் படூஉம் எக்காலத்திலும் நிலைத்து நிற்கும் என்பது முதலாவது. சமகால உலக எழுத்தாளர்களின் வரிசையில் நாம் பெருமிதத்தோடு வைத்துப் பார்க்கத்தக்க எஞ்சிய தமிழ் எழுத்தாளர்களில் ஒருவர் தேவிபாரதி என்பது இரண்டாவது.

புத்தகத்திலிருந்து ஒரு பகுதி

பாசமலர் திரைப்படத்தை முதன்முதலில் பார்த்தபோது எனக்கு பத்து அல்லது பதினோரு வயதிருக்கலாம். அப்போது நாங்கள் ஈரோட்டில் இருந்து ஐந்து மைல் தொலைவில் இருந்த கஸ்மா பேட்டை என்னும் சிறிய கிராமத்தில் வசித்து வந்தோம். தந்தை அங்குள்ள தொடக்கப்பள்ளியில் ஆசிரியராகப் பணிபுரிந்து கொண்டிருந்தார். தெற்கே ஒன்றரை மைல் தொலைவில் அவல் பூந்துறை விஜயா டூரிங் டாக்கீஸ் இருந்தது. அம்மா, எங்கள் அண்டை வீட்டுக்காரப் பெண்மணி ஒருவரைத் துணைக்கு அழைத்துக்கொண்டு, வாரம் தவறாமல் அந்த டூரிங் டாக்கீஸ்க்குப் போய், தொடர்ந்து சிவாஜியின் திரைக் காவியங்களைப் பார்த்து ரசித்துக் கொண்டிருந்தாள். சனி ஞாயிற்றுக்கிழமைகளில் மட்டும் அந்த டெண்ட் கொட்டகையில் பகல் காட்சி திரையிடுவார்கள். அம்மாவும் அவளது அண்டை வீட்டுத் தோழியும் நண்பகல் பேருந்தைப் பிடித்து, பூந்துறைக்குப் போய் பகல் காட்சி பார்த்துவிட்டு இரவு ஏழு ஏழரை வாக்கில் வீடு திரும்புவார்கள்.

எப்போதாவது என்னையும் அக்காவையும் அழைத்துச் செல்வார்கள்.

இதைப்போன்று, பக்கத்தில் அமர்ந்து ஒருவர் நம் தோளில் கையைப் போட்டுக்கொண்டு கதை சொல்வது போன்ற நெருக்கத்தை நமக்கு அளிக்கும். வாசிக்கும்போது வாசிப்பதை மறந்துவிட்டு, கதை சொல்பவரின் குரல் உங்கள் காதுகளில் ஒலிக்க ஆரம்பிக்கும். இந்த நாவல் முழுவதும் வட்டார வழக்கில் எழுதப்பட்டிருக்கும். முத்தையன் பெரியப்பாவைப் பற்றிய தனிக்கதை முக்கியமானதாக இருக்கும். ஒப்பாரிப் பாடலைப்பற்றி தனியாகக் கூறப்பட்டிருக்கும். நமக்குத் தெரியாத பல கூறுகளையும் அதை நாம் தெரிந்துகொள்ள வேண்டிய அவசியத்தையும் சுவாரசியமாகச் சொல்லக்கூடிய நாவல் நீர்வழிப் படூஉம்.

உறவு மயக்கம்

நூல் : **பட்டு**

ஆசிரியர் : **அலெசான்ட்ரோ பாரிக்கோ**

தமிழாக்கம் : **சுகுமாரன்**

பதிப்பகம் : **காலச்சுவடு**

மனித இனத்தின் பெருக்கத்துக்கு விதையாக இருப்பது ஆண் - பெண் உறவு. அது காதல் என்கிற இன்பத்தாலேயே பொதுவாக உருவம் பெருகிறது. காதல் என்கிற முக்கியமான இன்பம் மிகவும் சுலபமாக அமையும் தன்மை கொண்டதாக இருக்கும் என்றே மனம் எப்போதும் எதிர்ப்பார்க்கிறது. ஆனால், அதற்கு முற்றிலும் நேர்மாறாக, பார்ப்பதற்கு எளிமையாகத் தோன்றினாலும் மற்ற எல்லா உறவுகளையும் விட அதிகச் சிக்கல்களுடையதாகவே ஆண் - பெண் உறவு திகழ்கிறது. அதை அனுபவித்து, அதன் வெற்றி தோல்விகளில் கிடைக்கும் படிப்பினையில்தான் அடுத்த உறவு, அதாவது அடுத்த சிக்கல் கிளைக்கிறது.

இந்த நாவல் பலமுறை பல மொழிகளில் மொழி பெயர்க் கப்பட்டுள்ளது. இது ஒரு குறுநாவல். இதை எழுதியவர் அலெசான்ட்ரோ பாரிக்கோ. இந்தக் கதையின் வாசிப்பு முடிந்த பிறகும்கூட, கதாபாத்திரங்களின் நடுவில் நாமும் பேசிப் பழகி, அந்தக் கதை உலகத்தில் வாழ்ந்ததைப் போன்ற உணர்வு ஏற்படும். கதை நிகழும் நிலப்பரப்பில் நம் நாட்களைச் செலவிட்டதைப் போல் பல தகவல்களின் மூலம் உள்ளக்காட்சி ஏற்பட்டிருக்கும். இந்த நாவலை சுகுமாரன் தமிழில் மொழிப்பெயர்த்துள்ளார். மிகப்பெரிய வாழ்வியலைப்பற்றிப் பேசும் இந்த நாவல், தேவை யான வார்த்தைகள் மட்டும் பயன்படுத்தப்பட்டு நாவலின்

சுருக்கமான தோற்றத்துக்கும் நேர்த்திக்கும் நியாயமாக மொழி பெயர்க்கப்பட்டுள்ளது. இருபதுக்கும் அதிகமான உலக மொழி களில் மொழிபெயர்க்கப்பட்ட அலெசான்ட்ரோ பாரிக்கோவின் இந்த இத்தாலிய மொழி நாவல், பிரெஞ்ச் கனேடிய இயக்குநர் பிராஞ்ச் வாச் க்யார் இயக்கத்தில் திரைப்படமாக வெளி வந்திருக்கிறது.

முன்னாள் ராணுவீரனான ஹெர்வி ஜான்கர், பட்டு வியாபரம் செய்யக் கடல் கடந்து உலகத்தின் கடைசி எல்லை என்று அந்தக் காலத்தில் சொல்லப்பட்ட ஜப்பானுக்குச் செல்கிறார். அங்கு ஹராகி என்று ஒரு மனிதனைச் சந்திக்க நேரிடுகிறது. அவருடைய மனைவியாக, சக இணையாக ஒரு பெண் அறிமுகப்படுத்தப்படு கிறாள். அந்தப் பெண்ணுக்கும் ஹெர்வி ஜான்கர்க்கும் நடுவில் உறவு ஏற்படுகிறது. இவருடைய மொழி அந்த பெண்ணுக்குத் தெரியாது அந்தப் பெண்ணுடைய மொழி இவருக்குத் தெரியாது. அப்படியும் அவர்களிடையில் தழைக்கிறது ஒரு உறவு. தொடாமலும் பேசா மலும் அவர்களுக்குள் வளரும் உறவு, நாடு திரும்பியும் அவனை வசீகரிக்கிறது. மீண்டும் மீண்டும் கடல் கடந்து செல்கிறான். அவள் ரகசியமாகக் கொடுக்கும் கடிதம் அவனை அலைக்கழிக்கிறது. அது அவனால் வாசிக்க முடியாத மொழியில் எழுதப்பட்டது. வாசிக்க வைத்துத் தெரிந்து கொண்ட பின்பு, அதில் மறைந்திருக்கும் மர்மம் அவனை வசியப்படுத்துகிறது, திகைப்படையச் செய்கிறது.

ஹெர்வி ஜான்கருக்கு மனைவி இருப்பது முதல் பக்கத்திலேயே சொல்லப்பட்டிருக்கும். அவரது பெயர் ஹெலன். இந்த ஹெலன், ஹெர்வி ஜான்கர், அப்பெண் மற்றும் ஹராக்கி இந்த நால்வருக்கும் என்ன நடந்தது, அவர்களின் உறவில் என்னென்ன மயக்கங்கள் உண்டாகித் தெளிந்தன என்பதே கதையாகும். இதற்கிடையில் இன்னும் இரண்டு முக்கியமான கதாபாத்திரங்கள். ஒன்று பல்டாப்பியோ. இவரே ஹெர்வி ஜான்கரை பட்டுப்புழுத் தொழி லுக்குள் இட்டுவந்தவர். மற்றொன்று பிளான்ச்சி. இவள்தான் ஹராக்கியின் மனைவி ஹெர்வி ஜான்கருக்கு எழுதிய கடிதத்தை மொழிபெயர்த்து அவருக்குச் சொல்கிறாள். கதையின் முக்கியத் திருப்பத்துக்குத் துணையும் ஆகிறாள்.

புத்தகத்திலிருந்து சில வரிகள்

ஃபிரான்ஸ்; கடற்பயணங்கள்; லாவில்லே டியுவில் இருக்கும்

அலெசான்ட்ரோ பாரிக்கோ

மல்பெரிகளின் மனம்; நீராவி எஞ்சின் பூட்டிய ரயில்கள்; ஹெலனின் இனிய குரல். தன்னுடைய வாழ்க்கையைப்பற்றி முன் எப்போதும் சொல்லியிராத வகையில் ஹெர்வி ஜான்கர் தொடர்ச்சியாகச் சொல்லிக் கொண்டிருந்தான். அந்தப் பெண் தீர்க்க கவனத்துடன் தன்னையே உற்றுநோக்கிப் பார்த்துக்கொண்டிருந்ததாள். ஒவ்வொரு வார்த்தையும் அசாதாரணமாக அர்த்தம் கொண்டதாக இருக்கும்படி வலுவேற்றக் கடமைப்பட்டிருப்பதாக அவன் உணர்ந்தான். அறை மீண்டும் ஆழ்ந்த மௌனத்திற்குத் திரும்பிய தாகத் தோன்றியது. அந்த மொத்த அமைதியில் அவள் எதிர்பாராத விதமாக, தன்னுடைய அங்கிக்குள் இருந்து கையை எடுத்து, முன்னாள் இருந்த பாயை நோக்கி நகர்த்தினாள். ஹெர்வி ஜான்கர் தன்னுடைய காட்சிப்புலனை இந்த மங்கலான மோதல் அழுத்து வதை உணர்ந்தான். அந்தக் கையின் சலனம் அத்துமீறித் தனது வழியில்ந கர்ந்து ஹராக்கியின் கோப்பையைத் தாண்டி, அடுத்த கோப்பை யைப் பற்றுவது வரை தொடர்ந்தது. அந்தக் கோப்பை அவன் குடித்து வைத்த கோப்பையாகவே இருக்கும். அவளுடைய கை கோப்பையை எடுத்து உயர்த்தியது. ஹராக்கி தன்னுடைய உணர்ச்சி இல்லாத கண்களை, ஹெர்வி ஜான்கர் உதடுகள் மேலிருந்து நொடி நேரம்கூட அகற்றாமல் இருந்தான். பின் மெதுவாகத் தலையை உயர்த்தினாள். முதன்முறையாக ஹெர்வி ஜான்கரின் மீதிருந்து பார்வையை எடுத்து கோப்பைக்கு மாற்றினாள். அவள் கோப்பையை எடுத்து மெதுவாக அவன் குடித்த அதே இடத்தைத் தன்னுடைய உதடுகள் அடையும்வரை சுழற்றினாள். அவள் கண்களை மூடிக்கொண்டு ஒரு மிடறு தேநீரைப் பருகினாள். அவள் உதடுகளில் இருந்து கோப்பையை எடுத்தாள். அவள் அதை எங்கே இருந்து எடுத்தாளோ, அதே இடத்திலேயே திரும்ப வைத்தாள். அவள் தன்னுடைய கையை அங்கிக்குள் இழுத்துக் கொண்டாள். அவள் திரும்பவும் ஹராக்கியின் மடியில் தலை வைத்துப் படுத்தாள். அவளுடைய கண்கள் ஹெர்வி ஜான்கர் கண்களுடன் பிணைந்தே இருந்தன. ●

இப்படியாக ஹெர்விஜான்கர் அந்தப் பெண்ணை முதன் முறையாகப் பார்க்கிறார். அதன் பிறகு என்ன நடந்தது என்பதை இந்த உஷ்ணத்திலிருந்து தொடர்கிறது நாவல்.

ஒரு சில புத்தகங்கள், படித்து முடித்த பிறகு, யாரிடமாவது அந்த அனுபவத்தைப் பகிர்ந்துகொள்ளவேண்டும் என்ற பரிதவிப்பை ஏற்படுத்தும். என்னளவில் இந்த நாவல் அத்தகைய தூண்டுதல் கொண்டுள்ளது.

பத்தொன்பதாம் நூற்றாண்டுப் பின்புலத்தில் எழுதப்பட்ட இந்த நாவல், ஒரு உருவகக் கதையாகவும் வரலாற்றுப் புனைவாகவும் காதல் கதையாகவும் காமத்தின் தேடலாகவும் பௌத்த தரிசன மாகவும் வெவ்வேறு வடிவம் கொள்கிறது.

மொழிபெயர்ப்பாளர் சுகுமாரன் அவர்களுடைய காமத்தின் பட்டு என்ற கட்டுரையிலிருந்து சில வரிகள் :

'உலக இலக்கியத்தில் மகத்தான நாவல்கள் என்று கருதப்படும் படைப்புகளுடன் பட்டு நாவலைச் சேர்த்துப் பேச முடியாது. இது ஒரு எளிய, முக்கோணக் காதல் கதைதான். ஆனால், இலக்கியத்தின் செறிவையும் இதழியல் எழுத்தின் கச்சிதத்தையும் கொண்டு இருப்பதன் மூலம், தவிர்க்க முடியாத படைப்பாக முதன்மை பெறுகிறது. வாசகனாக, அலெசான்ட்ரோ பாரிக்கோவின் பட்டு நாவல் எனக்கு அளித்த இலக்கியப் பரவசத்தை, சக வாசகர்களுடன் பகிர்ந்து கொள்ளவே இந்த மொழியாக்கம்' என்று சுகுமாரன் பகிர்ந்துள்ளார்.

இரு துருவங்கள்

நூல் : **18வது அட்சக்கோடு**

ஆசிரியர் : **அசோகமித்திரன்**

பதிப்பகம் : **காலச்சுவடு**

அடையாளங்கள் எப்போதும் ஓர் எதிரையோ ஓர் எதிரியையோ தேடிக்கொண்டேதான் இருக்கின்றன. நாங்கள் இந்தக் குழுவைச் சேர்ந்தவர்கள் என்று எவரேனும் சொல்லும்போதே, நாங்கள் என்றும் அவர்கள் என்றும் எதிர் அல்லது எதிரியின் அடையாளங்களும் துருவங்களைப்போல் பிரிகின்றன. ஒரே சமுதாயத்தில் இத்தகு துருவங்கள் சேர்ந்து வாழும்போது அவை உயிர் பயத்துடனும் அடையாளத்தின் கர்வத்துடனும் தங்கள் இருத்தலுக்கே பெரும் ஆபத்தை உணர்கின்றன. இதுவே கலவரங்களின் விதையாகின்றது.

சமகாலத் தமிழ் இலக்கியத்தின் முன்னோடி எழுத்தாளர் அசோகமித்திரன் எழுதிய நாவல் பதினெட்டாவது அட்சக்கோடு. ஹைதரபாத் மற்றும் செகந்திராபாத் ஆகிய இரண்டு நகரங்களும் 1940-களில் அனுபவித்த கலவரங்களைப் பின்புலமாகக் கொண்டு புனையப்பட்ட நாவல் இது.

கதையின் மையக் கதாபாத்திரமான சந்துருவுக்கு செகந்திரா பாத்தில் பள்ளிப் படிப்பு சென்று கொண்டிருக்கிறது. அவன் பள்ளிப் படிப்பு முடிந்து கல்லூரி சேரும் வரையான ஒரு ஆறு ஏழு வருட இடைவெளிக்குள்ளே நிகழ்வதே இந்நாவலின் கதை. அவனது விவரங்கள் அந்தக் காலத்தின் இயல்பை ஒத்தவையே. அவனுக் கென்று ஒரு குடும்பம் இருக்கிறது, அந்தக் குடும்பத்துக்கென்று ஒரு வறுமை இருக்கிறது. அவர்கள் வீட்டில் ஒரு பசு மாடு இருக்கிறது,

அவனது தந்தை ரயில்வே துறையில் பணிபுரிந்து கொண்டிருக்கிறார். சந்துரு கிரிக்கெட் விளையாட்டில் பெரும் அக்கறை காட்டுகிறான்.

இவற்றைச் சொல்லும் தோரணையிலேயே அந்தக் கால கட்டத்தில் இந்தியாவைச் சூழ்ந்துகொண்டிருந்த கடுமையான நிலவரம் பற்றி, கதை மாந்தர்களின் பேச்சுகளிலிருந்தே ஒரு சித்திரம் தோன்றுகிறது. ஹைதராபாத்தின் நிஜாம், அந்நகரத்தின் ஆட்சியைத் தன்னிடம் ஒப்படைக்க வேண்டும் அல்லது ஹைதராபாத் பாகிஸ் தானுடன் இணையவேண்டும் என்று அறிவிக்க, கலவரத்துக்கான சூழல் மூள்கிறது.

இந்தியா - பாகிஸ்தான் பிரிவினையைத் தொடர்ந்து மேலும் சிதிலம் அடையும் இந்து முஸ்லிம் உறவு, அத்துடன் முற்றுகிற ஹைதராபாத் பிரச்சனை. இவையே இந்நாவலின் முக்கிய அம்சங்கள். இவற்றைத் தாண்டி, ஹைதராபாத் அதன் இடங்களோடு காலத்தையும் அழைத்துக்கொண்டு நம்முள் நுழைகிறது.

'ஒரு பெரிய நகரத்தில் இளமைப் பருவத்தைக் கழித்த ஒவ்வொருவரும், தனது சொந்த அல்லது சமூக அனுபவங்களுக்கும் அந்நகரத்தின் தனித்தன்மை வாய்ந்த கட்டிடங்கள், பஜார்கள், வீதி அமைப்புகள், மக்களின் இயல்புகள் ஆகியவற்றிற்கும் இடையே இதேவிதமான சம்பந்தத்தை உணர்ந்திருக்கக் கூடும். அந்த சம்பந்தம் இந்த நாவலில் பதிவாகி இருப்பதைப்போல வேறு எந்தத் தமிழ் நாவலிலும் நான் பார்த்ததில்லை' என்று பின்னட்டையில் குறிப்பிடப்பட்டுள்ள ஆதவனின் வரிகள் நமக்கு மிகுந்த தெளிவை ஏற்படுத்துகின்றன.

சந்துருவின் கதாபாத்திரம், காந்தியின் மரணச் செய்தியை அறியும்போது அடையும் பரிதவிப்பு, அவனைச் சூழ்ந்திருக்கும் இஸ்லாமியர்களும் கிறிஸ்தவர்களும் அதைச் சுலபமாகக் கடந்து போவதாக அவர்கள் மேல் இருக்கும் அவனது கண்ணோட்டம், சந்துரு தன்னை அறியாமலேயே சுமக்கும் மத வெறி ஆகியவை அவனது உளவியலின் மீது வாசகர்களின் கவனத்தை அதிக பட்சமாகத் திருப்புகிறது. அதுவே இறுதிக்கட்டத்தில், மதம் ஒரு வன்முறையாளனின் வேடத்தைத் தனக்குப் போட்டுவிட்டது என்று சந்துரு உணர்கையில், மனிதத்தன்மையை ஆராயும் தருணமாகிறது.

அசோகமித்திரன்

வாசிப்பிற்காக

“தோஸ்த்.. ஆஜ் நெட் ப்ராக்டீஸ் ஹை.. ஜரூர் ஆஜானா” என்று நாஸிர் அலிகான் சொல்லிவிட்டுப் போனான்.

அந்த ஆண்டு கல்லூரி கிரிக்கெட் கோஷ்டிக்கு நாஸிர் அலிகானையே தலைவனாக அறிவித்திருந்தார்கள். நாஸிர் அலிகான் ஒரு மொயினுதுல்லா கோப்பை ஆட்டத்தில், பழம்பெரும் ஆட்டக்காரர்கள் மத்தியில் இடம்பெற்று, பத்தாவது நபராக மட்டையடிக்கச் சென்றாலும் பத்து நிமிஷத்திற்குள் 33 ஓட்டங்கள் எடுத்து, இறுதியில் ஆட்டம் இழக்காமல் இருந்தான்.

நானூறு மாணவர்கள் படித்துவந்த அந்தக் கல்லூரியில் நாற்பது பேர் தைரியமாகக் கிரிக்கெட் ஆட வருவார்கள். அந்த ஆண்டு என்றில்லை, இன்னும் பல ஆண்டுகளுக்கு நாஸிர் அலிகான் கேப்டனாக இருப்பான் என்பதில் யாருக்கும் சந்தேகம் கிடையாது. மாலையில் ஆட்டம் பழகிக் கொள்ளும்போதுகூட, ஸில்க் ஷர்டும் ஃப்லேனல் பேண்ட்டுமாக வரும் நாஸிர் அலிகான், இதற்குமுன் சந்திரசேகரனின் ஆட்டத்தைப் பற்றி ஒன்றும் தெரிய சந்தர்ப்பம் இல்லாமலிருந்தும், அன்று அவனைக் கல்லூரி நெட் ப்ராக்டிஸுக்குக் கூப்பிட்டிருக்கிறான்.

நாஸிர் அலிகான் அவனிடம் சொல்லிவிட்டுப் போனபின் சந்திரசேகரன் சைக்கிள் ஸ்டாண்டுக்கு விரைந்து சென்று, அவனுடைய சைக்கிளின் சக்கரங்களை அழுத்திப் பார்த்தான். நல்லவேளை இரு சக்கரங்களிலும் காற்று இருந்தது. ●

கிரிக்கெட்டில் பெரும் நாட்டம் கொண்ட சந்திரசேகரன், நாட்டுப்பற்று என்ற பெயரில் என்னவாக மாறுகிறான்? அதில் அவனது மதம் என்ற அடையாளம் எத்தகு சாயத்தைச் சேர்க்கிறது? அந்த மாற்றத்திற்கான இறுதி விளைவு என்ன? இந்தக் கேள்விகளுக்கான விடையே இந்நாவல்.

அசோகமித்திரன் தமிழின் ஆகச்சிறந்த படைப்பாளி என்பதில் சந்தேகமே இல்லை. ஆனால் இந்தக் கதையை அவர் ஒரு இந்துவாகத்தான் கையாண்டிருக்கிறாரோ, ஒரு நாவலாசிரியர் என்ற

நடுநிலைமை அகன்று சொந்த விருப்பு வெறுப்புகளை முதன்மைப் படுத்திவிட்டாரோ போன்ற எண்ணங்கள் எழுவதை வாசிப்பின் சில நிலைகளில் தவிர்க்க இயலவில்லை.

நாவலின் பெரும்பாலான இடங்களில் துலுக்கன் என்ற வசைமொழியைப் பயன்படுத்தியே இஸ்லாமியர்களைக் குறிப் பிடுகிறார். அது தவறான வார்த்தையாக இல்லாமல் கூட இருக்க லாம். ஆனால், அதன் பிரயோகம் தவறானதாக மாறிவிட்டது என்று நிச்சயம் நாவலாசிரியர் அறிந்தே இருப்பார். அந்த வார்த்தையைச் சொல்வதென்னவோ சந்துருதான். ஆனால் அந்தக் கதாபாத்திரத்துக் குப்பின் யோசித்துக் கொண்டிருக்கும் அசோகமித்திரன், இதை அனுமதிப்பதன் காரணம் சில கேள்விகளை எழுப்பத்தான் செய்கின்றது. நாவலின் ஓர் இடத்திலிருந்து துலுக்கன் என்ற சொல் இஸ்லாமியர் என்றும் முஸ்லிம் என்றும் மாறுகிறது. ஒருவேளை இது தொடர்கதையாக வந்ததினால் அந்தக் காலத்தில் வந்த எதிர் வினைகள் அவரது மனமாற்றத்துக்குக் காரணமாக இருந்திருக்கலாம்.

இந்தப் புத்தகம் முக்கியமான வரலாற்று நிகழ்வுகளைப் பதிவு செய்துள்ளது. மேலும் புனைவிலக்கியத்தின் முக்கியக் கடமை என்ன என்பதற்குச் சான்றாக இந்நாவல் இருக்கும் என்பதும் உறுதி.

தந்தை சொல் தட்டா தனயன்

நூல் : **பாடுவான் நகரம்**

ஆசிரியர் : **ஆர்.கே.ஜி.**

பதிப்பகம் : **யாவரும்**

ஒவ்வொரு கலாச்சாரமும் தம் தொன்மங்களென்று பல புராணக் கதைகளைக் கொண்டுள்ளன. அவற்றில் வரும் கதாபாத்திரங்கள் யாவுமே மனிதர்களின் மனதில் ஜொலிப்பதில்லை. சில கதாபாத்தி ரங்கள் முக்கியத்துவம் அடைவதற்கும், சில கதாபத்திரங்கள் மங்குவதற்கும் கதைகளுக்கு உள்ளேயே காரணங்கள் உள்ளனவா? அல்லது மானுட இனத்தின் பிரதானமான சிந்தனைகளை அந்தக் கதாபாத்திரங்கள் பிரதிபலிக்கவில்லையா? இந்த ஆராய்ச்சி, நம் உள்ளத்தில் இருக்கும் சார்புகளை மீண்டும் அணுகி ஆராயச் செய்கிறது.

பாடுவான் நகரம், எழுத்தாளர் ஆர்.கே.ஜி யின் முதல் நாவல் ஆகும். ஆர்.கே.ஜி யின் இயற்பெயர் ராம் கார்த்திக் கணேசன். சென்னையில் பிறந்தவர். கன்காதியா பல்கலைக் கழகத்தில் 2003-ஆம் ஆண்டு பொறியியல் முதுகலைப் பட்டம் படித்த பின், ஆறு வருடங்களுக்கு மேலாக உற்பத்தித் துறையில் இந்தியாவிலும் கனடாவிலும் பணியாற்றி வருகிறார்.

ஒரு குறுநாவலின் பக்க அளவைக் கொண்டுள்ள இந்த நாவலின் வாசிப்பு, ஒரு மிக நீண்ட நாவலின் அனுபவத்தைத் தருகிறது. அதன் அடுக்குகள் அத்தனைக் காத்திரமான கதை சொல்லலினால் புனையப்பட்டுள்ளன.

பின்னட்டைக் குறிப்பு

தொன்மத்தின் எச்சமான புராணப் பாத்திரங்களான பரஸ், ரேணு வழியாக, பல்வேறு காலக்கட்டங்களில் சில படி நிலைகளில், அவர்களின் மன உலகையும் பௌதீக உலகையும் பிணைக்கும் ஒரு மெல்லிய சரடை, வர்ணனைகளிலும் உரையாடல்களிலும் செறிவான மொழியில் தன் முதல் படைப்பிலேயே வெளிக் கொணர்ந்திருக்கிறார் ஆசிரியர். நாவலில் காட்சிப்படுத்தப்பட்டிருக்கும் ரேணுகா என்கிற பாத்திரம், இந்திய நிலமெங்கும் அலைவுற்று சில கேள்விகளோடு பொருந்திப்போகும் ரேணுகாதேவியின் வழிபாட்டு முறைகளைக் குறித்தும் அதன் மீதான வாழ்வுமுறை குறித்த கேள்வியையும் ஒரு கோணத்தில் விளக்க முனைகிறது. பரசுராமன், பகவான் விஷ்ணுவின் பத்து அவாதரங்களில் ஒன்று என்பது நம்பிக்கை. அந்தப் பரசுராமனை மையக் கதாபாத்திரமாகக் கொண்ட நவீனப் புனைவே பாடுவான் நகரம். ●

தொன்மத்திலிருந்து நமக்குக் கிடைக்கும் பரசுராமரின் கதையில், அவரது தாய் ரேணுகாவும் தந்தை ஜமதக்னியும் இருவேறு மையப் புள்ளிகளாக இருக்கின்றனர். ரேணுகா தேவி ஒரு பதிவிரதை. அவள் தினமும் மணலிலேயே ஒரு குடம் செய்து, அதில் ஆற்றிலிருந்து நீர் எடுத்து வந்து கணவனுக்குத் தருகிறாள். ஒருநாள் நீர் எடுக்கையில் வானத்தில் சென்று கொண்டிருக்கும் இந்திரனைப் பார்த்து அவள் சஞ்சலம் அடைந்து காமுறுகிறாள். அந்த ஒரு வினாடி சஞ்சலத்தினால் அவள் பதிவிரதைத்தனம் அடைந்த பாதிப்பில், மணலில் பானை கைகூடாமல் போகிறது.

இதனால் கோபமடையும் ஜமதக்னி, தன் ஐந்து மகன்களையும் ஒவ்வொருவராக அழைத்து, தாயின் சிரசைக் கொய்ய ஆணையிடுகிறார். நான்கு மகன்கள் மறுக்க, இளைய மகனான பரசுராமன் தந்தையின் ஆணையை மீற முடியாதவனாக, தாயின் தலையைத் தனது மழுவால் வெட்டுகிறான். தந்தையின் உத்தரவுக்கு அடிபணியாத நான்கு சகோதரர்களையும் தந்தையின் ஆணையின்படி வெட்டுகிறான். அவனது கொலைக்கதை அத்துடன் முடியாமல், வேறொரு சம்பவத்தின் தொடர்ச்சியாக ஒட்டுமொத்த ஷத்திரியர்களையும் இருபத்தியோரு தலைமுறைகளைக் கூண்டோடு அழிக்கிறான். ஒரு கடவுளின் அவதாரம் ஏன் இப்படிப்பட்ட வன்முறையாளனாக இருக்கிறது என்று ஒரு சந்தேகம் எழுகிறது.

ரௌத்திரம் என்ற ஒரு உணர்ச்சியின் கதை உருவமாக, இந்த அவதாரம் வடிவம் கொண்டுள்ளது என்பது ஒரு சமாதானமான பதிலாக உள்ளது.

இந்தப் பரசுராமனின் வாழ்க்கையை ஆர்.கே.ஜி புனைவாக எடுத்துக் கொள்கிறார். இன்னொரு பக்கம் நவீனச் சூழ்நிலையில் நிகழ்காலத்தில் ஒரு பரஸ் இருக்கிறான், ரேணுகாதேவியின் பெயரைத் தாங்கிய ஒரு ரேணு இருக்கிறாள். இந்த நான்கு கதாபாத்திரங்கள் இரண்டு காலங்களில் பயணிக்கின்றன. ஒரே கதை என்ற தொடர்ச்சியை மேற்கொள்ளாமல், பல நிலைகளில் கதாபாத்திரங்களின் உணர்ச்சிச் சித்திரங்கள் Snap shots ஆகக் கொடுக்கப்பட்டிருக்கின்றன. இதுவே இந்த நாவலுக்கு ஒரு இதிகாசத் தோரணை கொடுக்கிறது. இந்த நாவலின் மொழி, இத்தகைய உத்திகளுக்கு நேர்த்தியாகக் கை கொடுத்திருக்கிறது. கடினமானதாகத் தெரிந்தாலும், அதனுடைய அழகியல்தான் சரித்திரத்துக்கு அப்பால் இருக்கும் ஒரு காலத்துக்குச் செல்லும் நம் பயணத்தைச் சுலபமாக்குகிறது, நம்பகமானதாக்குகிறது. அடுத்து வரும் பத்தியில் ஒருமுறை தொலைந்து மீளுங்கள்.

ஆர்.கே.ஜி.

அம்மைக்கல்

மலப்பிரபா குரல் அற்று ஓடிக் கொண்டிருந்தாள். தென்னைகள் ஆற்றின் கரைக்கு நிழல் வார்த்துக் கொண்டிருந்தன. மலப்பிரபா மனதில் நூலிழை போல வகுத்த பாதையில் சத்தமின்றி நகர்ந்தாள். நட்சத்திரங்கள், தெள்ளிய ஆற்றில் தத்தம் முகங்களைக் கழுவி, பொலிந்து ஜொலித்தன.

மௌனப் புலரியில் பரசுராமன் மணலில் கைகளைச் சரித்து, ஈரம் தோய்ந்த மணலை விரல்களால் நீவி, கிள்ளிய ரேணுவின் சிரசை மடியிலமர்த்தி, நீரின் ஓட்டத்தில் மனதைச் செலுத்திக் கொண்டிருந்தான். இருண்ட சவுக்குத் தோப்பினுள் கள்வர்கள் குடி போதையில் பேசுவதைக் கேட்க முடிந்தது. குருதியும் முத்தமும்தான் நிஜம். முத்தம் கொடுப்பதற்கு, குருதி எடுப்பதற்கு.

பரசு கரையில் அமர்ந்திருப்பதை ஜமதக்னி கண்டார். உறவுகளில்

பிடிப்பற்று சவுக்குத் தோப்புகளில் அனாதையாக அலைந்து கொண்டிருந்த அம்முனிக்கு விடியல் பிறந்ததுபோல் உணர்ந்தார். முனியின் நிழல் தன்னை அணைப்பதைக் கண்ட பரசுராமன், 'தெரியல.. அம்மா..', ஜமதக்னி அசுரச் சிரிப்பை உதிர்த்தார். கள்வர்கள் குரல்களைத் தாழ்த்தி கரையினில் அரங்கேறும் காட்சியினைக் கண்டனர்.

"பார்கவா, நீ மற்ற பிள்ளைகள் போல் என்னை ஏமாற்றவில்லை".

இந்நாள்வரை அறிந்திராத தகப்பனின் சூட்சுமக் குரலைப் பரசுராமன் கேட்டான். மழு ஏந்திய பாலகனைத் தோளமர்த்தி, ஊர் எல்லையில் அமைந்த காவல் கோட்டத்திற்கு ஜமதக்னி புறப்பட்டார். ஜமதக்னி தனது நீள் தாடியை வருடியபடி, நாகம் தாங்கிய காவல் அம்மையின் சிரசைக் கூர்ந்து நோக்கினார். குங்குமம் குருதியின் சிதறல் போன்று அம்மையின் சிரசின் முன் இறைந்து கிடந்தது. ●

ஒவ்வொரு வாக்கியமுமே கவிதையாக மனதில் நிற்கும் இந்தப் புதினத்தில் வேறு ஒரு உள் சரடும் உள்ளதாகக் கூறலாம்.

பரசுராமனது தந்தை ஜமதக்னி, அவனது தாயின் தலையை வெட்டச் சொல்லும்போது ஒரு YES சொல்லிவிடுகிறான். நிகழ் காலத்தில் அவனது கதையில் ஒரு NO சொல்லிவிடுகிறான். அவனது துன்பத்தின் விதைகளாக இந்த பதில்கள் மாறிவிடுகின்றன.

புராண காலத்து ரேணுகாதேவி ஒரு பதிவிரதை, நிகழ்காலத்து ரேணு ஒரு தாசி. இருவருமே மனத்தால் தூய்மையானவர்களாகவே தெரிகின்றனர். இந்தப் புத்தகத்தின் வரிகளை அள்ளி, ஒரு நூலில் கோர்த்தது போல் மாலை ஆக்குதல் கடினமே. அப்படியே கோர்த்தாலும் அந்த மாலையில் அல்லி, ரோஜா, தாமரை, குவளை, அரளி என்று அத்தனைப் பூக்களும் கலந்த ஒரு கதம்ப மாலையாகவே இருக்கும்.

தலைச்சம் பிள்ளை

நூல் : **பிரதாப முதலியார் சரித்திரம்**

ஆசிரியர் : **மாயூரம் வேதநாயகம் பிள்ளை**

பதிப்பகம் : **NCBH**

யாதொன்றையும் முதலில் அடைந்தவனே வெற்றியின் முகமாகிறான் என்பதை நிறுவும் வகையில், தமிழ்ப் புதின வரலாற்றில் தன் முதல் தடத்தைப் பதித்த நாவல்தான் பிரதாப முதலியார் சரித்திரம்.

கதைகள் எப்போது தோன்றின? கற்பனையின் முதல் புறவடிவம் கதைகளாகத்தானே இருக்க முடியும்? கதைகளைச் சொல்ல ஆரம்பித்த கற்கால மனிதன் யார்? அவருடைய பெயர் என்ன?

ஆதியிலிருந்து சொல்லப்பட்ட கதைகளெல்லாம் மிகையான கற்பனையின் ஊற்றெடுப்பாகவே இருந்திருக்கின்றன. அவற்றின் உட்கருத்தைத் தேடி, நம் அகத்துடன் ஒப்பிட்டு, பல உணர்ச்சிகளுக்கு உவமையாக அவற்றை எடுத்துக்கொள்ள முடிந்தாலும் அவை நிஜமனிதர்களைப்பற்றிப் பேசவில்லை என்பது அப்பட்டமாகவே தெரிகிறது. மனிதர்களின் கதை நிஜவாழ்க்கை என்ற தோரணையும் எதார்த்தச் சரடும் குலையாமல் சொல்லப்பட வேண்டும் என்ற கோட்பாட்டிலிருந்து பிறந்ததே நாவல் என்ற கதை வடிவம். நிஜமான மனிதர்களை ரத்தமும் சதையுமாக மேலெழுப்பியதே நாவல் என்ற நவீனக் கதைசொல்லலின் பங்களிப்பு. அப்படிப்பட்ட நாவல்களில், ஒரு மொழியில் தோன்றிய தலைச்சம்பிள்ளை தன்னிகரற்ற சாதனையின் அடையாளமாகவே எக்காலத்திலும் திகழும். அதுவே பிரதாப முதலியார் சரித்திரம். தமிழில் இதுவே

முதல் புதினம். நாம் எவ்வளவு நாவல்கள் வாசித்தாலும் நாவல்களுக்கெல்லாம் முன்னோடி இது. 1875ல் எழுதப்பட்டு, 1879ல் வெளியிடப்பட்டதாகத் தகவல் உண்டு.

முதல் முதலாக நாவல் என்ற வடிவமைப்பு எப்படி உருவாகி இருக்கும்? கிட்டத்தட்ட 140 வருடங்களுக்கு முந்தைய தமிழ் எப்படி இருந்தது? செய்யுள் நடை கோலோச்சி நின்ற அதே காலத்தில், இந்த நாவல் உரைநடையாக எழுதப்பட்டுள்ளது. அப்போது இருந்த பேச்சு வழக்கில் இருந்த வார்த்தைகள் என்ன? சமஸ்கிருத மொழி அதிகமாகப் பயன்படுத்தப்பட்ட காலகட்டத்தில் அதிகமாக எந்த மொழி தமிழுடன் கலந்து இருந்தது என்பதையும் அதன்பின் அந்தக் கால வாழ்க்கை முறையைப் பற்றியும் அவர்களுடைய கதை சொல்லல் முறை எப்படி இருந்தது முதலியனவற்றையும் தெரிந்துகொள்ள இந்நாவல் ஒரு கால இயந்திரம்.

இந்தப் புத்தகத்தைப் படிக்க ஆரம்பிக்கும்பொழுது, படிக்க முடியுமா? கடினமாக இருக்குமா? போன்ற ஐயப்பாடுகள் எழுந்தன. ஆனால் அதுபோன்ற சந்தேகங்களுக்கு அவசியமில்லை என்று படித்தபின்பு உறுதியாயிற்று. ஒருசில வார்த்தைகள் மட்டுமே புரியாமல் போகலாமே தவிர, இந்த நாவல் படிப்பதற்கு சுவாரஸ்யமாகவும் இலகுவாகவுமே இருக்கிறது என்பது ஆச்சரியமே.

பிரதாப முதலியார் என்பவர்தான் கதைசொல்லி. அவர் ஒரு சிறுவனாக இருக்கிறார். அவர் யார்? அவருடைய குணாதிசயங்கள் என்ன? என்று கதை ஆரம்பிக்கிறது. பிறகு, அவருக்கு ஞானாம்பாள் என்ற பெண்ணுடன் திருமணம் நடத்த முடிவு எடுக்கப்படுகிறது. அந்தத் திருமணத்தில் சில பிரச்சினைகளும் ஏற்படுகின்றன. அதன்பின் வந்த பிரச்சனைகள் என்னென்ன? கதையாகச் சொல்வதென்றால் இவ்வளவே. ஒரு மனிதன் தன்னுடைய சுயவரலாற்றைக் கூறுவதே இந்நாவல் எனலாம்.

ஒருமுறை பிரதாப முதலியார் கோபித்துக்கொண்டு செல்வதும் அவரது மனைவியும் அவரைப் பின் தொடர்ந்து வருவதும், சென்ற இடத்தில் ஏற்படும் பிரச்சனைகளும் என்று சுவாரசியமான நிகழ்வுகள் சொல்லப்பட்டிருக்கும். அந்தச் சம்பவங்கள் பல திரைப்படங்களிலும் பயன்படுத்தப்பட்டுள்ளன. இந்நாவல் ஏற்படுத்திய தாக்கத்திற்கு இது ஒரு சான்று. நாவல் முழுவதும்

மாயூரம் வேதநாயகம் பிள்ளை

நகைச்சுவைக்குப் பஞ்சமில்லை. அந்தக் காலத்திய அரசியல் வெளிப்பாடுகளால், இதை ஒரு நவீன சரித்திர நாவல் என்றும் சொல்லலாம்.

இந்த நாவலின் சுவாரசியம் அறிய அதிலிருந்து வாசிக்க சில வரிகள் இதோ.

சக்கிலியனிடத்தில் உத்தரவு பெற்றுக் கொண்டு நிழலுக்காக ஒரு திண்ணையில் சற்றுநேரம் உட்கார்ந்தேன். அந்தத் திண்ணையிலே சிலர் சூது விளையாடிக்கொண்டு இருந்தார்கள். நான் அவர்களைப் பார்த்து, 'பந்தயம் என்ன?' என்று கேட்டேன். அவர்கள் 'சும்மா' என்றார்கள். நான் பந்தயம் இல்லை என்று நினைத்து, அவர்களுடன் கூடி ஒரு ஆட்டம் ஆடித் தோற்றுப் போனேன்.

சக்கிலியன் எனக்கு உத்தரவு கொடுத்த நேரம் கடந்து போய்விட்டதால், நான் அவனுடன் போவதற்காகத் திண்ணையை விட்டு எழுந்தேன். உடனே அந்த சூதாடிகள் 'சும்மாவைக் கொடு' என்று என் மடியைப் பிடித்துக்கொண்டார்கள். நான் ஒன்றும் தோன்றாமல் மேலும் கீழுமாக விழித்தேன்.

"நீ பந்தயம் என்னவென்று எங்களை கேட்டபோது நாங்கள் 'சும்மா' என்றோம். அதற்கு நீ சம்மதித்துதானே எங்களுடன் விளையாடினாய். நீ தோற்றுப் போனதால் நீ ஒப்புக் கொண்டபடி சும்மாவைக் கொடுக்கவேண்டும்" என்றார்கள்.

நான் 'சும்மா என்பது யாது?' என்றேன். உடனே, 'நியாய சபைக்கு வா' என்று அவர்கள் ஒரு பக்கத்தில் என்னைப் பிடித்துக்கொண்டு நடந்தார்கள். நாங்கள் போகும்போது ஒற்றைக்கண் குருடன் ஒருவன் எங்கள் எதிரே வந்தான். அவன் என்னைக் கண்டவுடனே ஓடிவந்து, "அடடா திருடா, நீ போன வருஷத்தில் திருவிழாவிற்குப் போவதற்காக உன்னுடைய குருட்டுக் கண்ணை எனக்குக் கொடுத்து விட்டு என்னுடைய நல்ல கண்ணை இரவல் வாங்கிக்கொண்டு போனாயே.. இத்தனை நாள் ஆகியும் ஏன் என் கண்ணைக் கொடுக்க வில்லை?" என்று அவன் ஒரு பக்கத்தில் என்னைப் பிடித்துக் கொண்டான்.

பிறகு, ஒற்றைக்கால் நொண்டி ஒருவன் வந்து என்னைப் பார்த்து, "என் நல்ல காலை இரவல் வாங்கிக்கொண்டு நொண்டிக் காலைக் கொடுத்துவிட்டுப் போன நீ, இந்நாள் வரையில் அகப்படாமல் மறைந்து இருந்தாயே. நியாய சபைக்கு வா", என்று அவனும் என்னைப் பற்றிக்கொண்டான்.

நாங்கள் போகின்ற மார்க்கத்தில், தேசாந்திரிகளுக்கு சமையல் செய்து தருகிற யாகசாலை ஒன்று இருந்தது. சமைக்கின்ற இடத்திலிருந்து பரிமள வாசனை வந்தபடியால், நான் சற்று நேரம் ஜன்னலுக்கு முன்னே நின்று அந்த வாசனையை மூக்கினால் இழுத்தேன். உடனேயாகசாலைக்காரன் ஓடிவந்து என்னைப்பார்த்து, "செய்யப்பட்ட பதார்த்தங்களின் வாசனையை மூக்கினால் கிரகித்து சாப்பிட்டபடியால், அந்தப் பலகாரங்களுக்கு நீ விலை கொடுக்க வேண்டும்" என்று அவனும் பிடித்துக்கொண்டான். நான் மறுபடியும் செல்லும்போது என்னுடைய நிழல், வழியில் நின்று கொண்டிருந்த ஒரு தாசியின் மேல் பட்டவுடனே அவள் என்னிடம் ஓடிவந்து, "நீ என்னை ஆலிங்கனம் செய்தபடியால் அந்த ஆலிங்கனத்துக்காக ஆயிரம் வராகன் கொடுக்க வேண்டும்" என்று அவளும் என்னைக் குரங்குப் பிடியாகப் பிடித்துக்கொண்டாள்.

இதுவே அந்தப் பயணத்தில் நடக்கக்கூடிய விஷயம். இங்கிருந்து தப்பிப்பது ஒரு வகையான சுவாரஸ்யம் என்றால், அதன் பிறகு நடக்கக்கூடியவை அவற்றை மிஞ்சிய சுவாரசியங்கள். இது அமர் சித்திரக்கதையாகவும் வெளிவந்திருக்கிறது. தமிழில் எத்தனை நாவல்கள் வந்தாலும் அவற்றுக்குப் பிள்ளையார் சுழியாக முதன் முதலில் எழுதப்பட்ட இந்த நாவல் எப்படி இருக்கும் என்பதை வாசித்தால் மட்டுமே அதன் அனுபவத்தைப் பெற முடியும்.

பெரும் படைப்பின் இரு பாதிகள்

நூல் : **புயலிலே ஒரு தோணி, கடலுக்கு அப்பால்**

ஆசிரியர் : **ப.சிங்காரம்**

பதிப்பகம் : **காலச்சுவடு**

இரண்டாம் உலகப்போரின் காலம், இந்தியாவைப் பொறுத்த வரையில் சுதந்திரப் போராட்டத்தின் உச்சம். அதன் தீவிரத்தில் நாம் மறக்கக்கூடிய ஒன்று, 'இந்தியா உலகப்போரில் ஆற்றிய பங்கு என்ன?' என்பதுதான். அதிலும் நாம் மறக்கக்கூடிய ஒன்று, இந்தியாவின் ஒரு மாநிலமான தமிழகத்தின் பங்களிப்பு, உலகப் போரில் எத்தகு தாக்கத்தை ஏற்படுத்தியது? என்பது. தமிழ் இனம் என்ற பல்லாயிரம் ஆண்டுகள் பழமை வாய்ந்த தனித்துவத்தை, இரண்டாம் உலகம்போர் என்ற மேடையில் ஏற்றிப் பார்த்தால் எத்தகு விஸ்தாராமானப் பார்வை கிடைக்கும்? இத்தகு கேள்விகள் பெரும் ஆய்வுக்குண்டான சவாலை ஏற்படுத்துகின்றன. அந்தச் சவாலில், உலக நாடுகளெல்லாம் பின்னுகின்ற வியூகங்களில், தமிழ் பேசும் மக்களின் ஒரு திரள், தமிழர்களின் பொது மனதில் பதியாத ஒரு வாழ்க்கையை வாழ்ந்து வைத்திருக்கிறார்கள்.

பின்னட்டைக் குறிப்பு

ப.சிங்காரத்தின் புயலிலே ஒரு தோணி நாவல், நவீன தமிழ் இலக்கிய வரலாற்றில் இரண்டு நிலையில் முன்னோடித் தன்மைகள் கொண்டது. ஓர் இலக்கிய ஆளுமையாக ஒருபோதும் தன்னைக் காட்டிக்கொண்டிராத ஒருவர் எழுதிய, முன்னுதாரணம் இல்லாத படைப்பு இந்த நாவல். வெளிவந்து பல ஆண்டுகள் வாசகர்கள் கவனத்திற்கு வராமல் இருந்தும், இன்று தமிழ் செவ்வியல்

படைப்புகளில் ஒன்றாகக் கருதப்படுகிறது. காரணம், அதன் படைப்பு வலு. ஒரு படைப்பு தனது கலைத்திட்பத்தின் மூலமே தன்னை முன்னிறுத்திக் கொள்ளும் என்பதற்கு இது சிறந்த எடுத்துக்காட்டு. இது இலக்கியம் சார்ந்த முக்கியத்துவம்.

வரலாற்று அடிப்படையிலும் புயலிலே ஒரு தோணி தனி இடத்தைப் பெறுகிறது. இரண்டாம் உலகப் போரின் பின்னணியையும் போர்கால அனுபவங்களையும் துல்லியமாகவும் நம்பகமாகவும் சித்தரித்த தமிழ் நாவல் இது மட்டுமே. புதிய களத்தையும் காணாத காலத்தையும் அறியாத மனிதர்களையும் தமிழ் வாசகர்களுக்கு நெருக்கமாக்கியதில் அபார வெற்றி பெற்ற படைப்பு புயலிலே ஒரு தோணி.

இரண்டாம் உலகப்போர் என்பது உலகமக்கள் அனைவருக்கும் ஒரு கடுமையான காலகட்டம். ஒரு போர் என்பது சண்டையிடும் ராணுவங்களைத் தாண்டி, சாமானிய மனிதர்களையே அதிகமாக பாதிக்கிறது. இரண்டாம் உலகப்போர் காலகட்டத்தில் மலேயா - இந்தோனேசியா பகுதிகளில் தமிழ் மக்கள், மலாய், ஜப்பானிய மற்றும் சீன மக்களுடன் சேர்ந்து வாழ்ந்திருக்கிறார்கள். அந்தக் காலகட்டத்தில், அங்கிருந்தவர்கள் கொண்டு வந்த பணத்தில் கட்டப்பட்ட வீடுகள் தமிழகத்தில் இன்றும் இருக்கின்றன. 2020ல் ஜப்பானை அமைதியின் நகரம் என்று அழைக்கிறோம். அங்கு அனைவருமே அன்பொழுக இருக்கிறார்கள். 'அங்கிருப்பவர்கள் யாரைச் சந்தித்தாலும் முதலில் சிரிப்பை முகமனாக வழங்குவார்கள், அனைத்திற்கும் நன்றி சொல்வார்கள், சுத்தத்திலும் சுறுசுறுப்பிலும் வல்லவர்களாக இருப்பார்கள்' என்று நாம் அதிகமாகப் பேசக்கூடிய ஜப்பானியர்களின் வரலாற்றுப் பக்கங்களைப் புரட்டி, பின்னோக்கி நகர்ந்து பார்த்தால் எவ்வளவு ரத்தக் கறைகள் வெளிப்படுகின்றன என்பது இந்தப் புத்தகத்தில் குறிப்பிடப்பட்டுள்ளது. அது நமக்குப் பெரிய அதிர்ச்சியாகக்கூட இருக்கலாம்.

தற்போதைய காலகட்டத்தில் நாம் சீனாவைக் கண்டு பயத்தில் இருக்கிறோம். உலகில் மக்கள் தொகையில் முதலிடத்தில் இருக்கிறது சீனா. ஆனால் சீன மக்கள் இவ்வாறு இருந்தார்களா, இவ்விதம் நடந்து கொண்டார்களா, இவ்விதம் கஷ்டப்பட்டார்களா, இவ்விதம் மாட்டிக் கொண்டார்களா, இவ்விதம் அடிமைப்பட்டார்களா என்று இன்னொரு ஆச்சரியத்தையும் கொண்டுள்ளது இந்த நாவல்.

இந்தப் புத்தகத்தின் பின் அட்டையிலும் முன்னுரையிலும் சொல்லப்பட்டது போல், இந்த மாதிரியான ஒரு குறிப்பு வேறு எந்தத் தமிழ் நூலிலாவது கூறப்பட்டுள்ளதா என்பது சந்தேகமே. இவ்வளவு தெளிவாகவும் நுணுக்கமாகவும் இரண்டாம் உலகப்போர் நடக்கும் காலகட்டத்தில் வாழ்ந்த அயல்நாட்டுத் தமிழர்களைப் பற்றிய குறிப்புகள் இருப்பது சந்தேகமே.

இந்தக் கதையின் ஆரம்பத்தில் பாண்டியன் என்று ஒருவர் காட்டப்படுகிறார். அவர் ஒரு பெரிய கிராமி. மலேயாவில் கிராமி என்பது கிளார்க் ஆகும். இந்த மொத்தக் கதையும் பாண்டியன் வாயிலாகவே சொல்லப்பட்டிருக்கிறது. கதை நான்கு பாகங்களாகப் பிரிக்கப்பட்டுள்ளது. நுகை, அரும்பு, முனை, மலர் என்று ஒரு மலரின் வளர்ச்சியின் நான்கு படிநிலைகளைப் பெயர்களாகப் பெற்ற பாகங்கள், அவ்வாறே தாமும் வளர்ந்து கதை சொல்கின்றன.

பாண்டியன் ஆரம்பக் காலகட்டத்தில் எப்படி இருந்தான், பிறகு அவனுக்கு என்ன மாதிரி சிந்தனைகள் உதயமாகின, எந்தவிதமான போர்ப் பயிற்சிகள் மேற்கொண்டான், யாரையெல்லாம் சந்தித்தான், எந்த அளவுக்கு முன்னேறினான், இறுதியாக என்ன ஆனான் என்பதைச் சொல்லிச் செல்கிறது நாவல். இவ்வாறு பாண்டியனைப் பற்றிக் கூறுவதால் இதைப் பாண்டியனின் கதை என்று மட்டும் எடுத்துக்கொள்ளக் கூடாது. பாண்டியன் இந்தக் கதைக்குள் ஒரு முக்கியமான கதாபாத்திரமாக மட்டுமே இருக்கிறான். இவனைப் போன்று வேறு சில கதாபாத்திரங்கள், வேறு சில விஷயங்கள், முக்கியமான வாழ்வியல் எல்லாமே இந்தக் கதைக்குள் சொல்லப்பட்டிருக்கின்றன. இதை ப.சிங்காரம் அவர்கள் கதையாகவே நமக்குக் கூறியிருக்கிறார். 'இது கதையா அல்லது வரலாற்றுப் பதிவா என்பதை வாசகர்களே முடிவு செய்ய வேண்டும்' என்கிற கருத்தையும் முன் வைக்கிறார்.

புத்தகத்திலிருந்து ஒரு பகுதி - மூன்றாவது அத்தியாயம்:

என்ன நானா, சேதி எல்லாம் எப்படி?

உக்காருங்க தம்பி. அந்தப் பக்கம் போக வேணாம் தலைய வெட்டி சடக்குல வச்சிருக்கானாம் கூர்கா பையன்.

என்ன! தலைய வெட்டி வச்சிருக்கானா? எங்க நானா?

வெள்ளி மீனாஸ் த்ராட் முக்குல தம்பி. அதப்பத்தி நமக்கென்ன?

உக்காருங்க.

டிப்போக்கு போறேன் நானா. அவசர வேலை.

இப்ப வேணாம் தம்பி பொறவு போலாம்.

அவசர வேலை நானா.

தம்பி, சொல்றத கேளுங்க.

ப.சிங்காரம்

சைக்கிளில் ஏறியவனின் காதில், மரக்கா யரின் குரல் அதற்குமேல் விழவில்லை. அக்கா வெள்ளிமீனாஸ் முக்கு வெற்றி டத்தில், பிறைவட்டமாய் இடம்விட்டு பார்வையாளர்கள் குழுமி நின்றனர். கண் இமைக்காமல் ஊன்றிய சிலைகளாய் மெய்மறந்து இருந்தார்கள். இடப்புற நடைபாதை ஓரம் ஒதுங்கி, வண்டியிலிருந்து இறங்காமல் ஒரு காலைத் தரையில் ஊன்றி நின்று பார்த்தான். இடுப்பு உயர மேசை மீது ரத்தம் சொட்டும் ஐந்து மனிதத் தலைகள் அடுக்கப் பட்டிருந்தன. மேசைக்குப் பின்னால் நின்ற சிப்பாய், ஒவ்வொரு உருப்படியாய் மெதுவாய் அக்கறையுடன், தலைகளின் கிராப் முடியை சீப்பினால் வாரி விட்டுக்கொண்டிருந்தான். சுற்றி நின்ற ஜப்பானியர் சிரித்து விளையாடினர். மேசைக்கு அருகில் மலாய், தமிழ், சீன மொழிகளில் எழுதப்பட்ட எச்சரிக்கைப் பலகைகள். கொள்ளை அடிப்பவர்களுக்கும் குழப்பக்காரர்களுக்கும் தாய் நிப்பன் ராணுவம் அளிக்கும் தண்டனை இது. கொள்ளையடித்த பொருள்களை இன்றிரவு எட்டு மணிக்குள் அந்தந்த இடத்துக்குக் கொண்டுபோய் ஒப்படைக்காதவர்களுக்கும் இதே கதி கிடைக்கும்.

பாண்டியன் இதற்கு முன்பும் வெட்டுண்ட தலைகள் பல வற்றைப் பார்த்திருக்கிறான். கெண்டை துப்பட்டா வெள்ளிமுத்து, அவன் தம்பி மாயழகு, கையாள் புலிக்குத்தி ஆகியோர் தலைகளையும் இப்படித்தான் வயிற்றிலிப்பை சுமைதாங்கிக் கல்லில் வைத்திருந்தார்கள். ஆனால் அது தனிப்பட்ட பகை காரணமாய் ஒளிவு மறைவாய். சுற்றும் முற்றும் பார்த்தால் பார்வையாளர்கள் யாரும் கண்ணிமைக்கவில்லை. பேய் அறைந்தவர்கள்போல் நின்றனர். சிப்பாய்கள் நின்றும் குந்தியும் சிரித்து விளையாடினர். சீப்புக்காரன் மாறிமாறித் தலைகளை வாரி விட்டுக்கொண்டிருந்தான்.

நாவல் முழுவதும் இந்த நடையிலேயே இருக்கும். இது ஆரம்பத்தில் கொடுக்கப்பட்டது. இன்னும் உள்ளே செல்லச் செல்ல மிகவும் செறிவாய் ஆழமாய் சொல்லப்பட்டிருக்கும். அதிலும் ஓரிடத்தில் தமிழ்மீது கொண்ட பற்றை மிகவும் அற்புதமாக எழுதி இருப்பார் ப.சிங்காரம். அங்கு ஒரு பெரிய விவாதத்தையே வைத்திருப்பார். தமிழ் மொழியின்மீது கொண்ட பற்றையும் "இப்ப அதுவா முக்கியம்?" என்கிற பகடியையும் சேர்த்தே அடுக்கியிருப்பார்.

கடலுக்கு அப்பால்

இரண்டாம் உலகப் போர் முடியும் தருவாயில், அந்தப் பகுதி ஜப்பானிடம் இருந்து பிரிட்டிஷ்காரர்கள் கைக்கு மாறிக்கொண்டிருந்த தருணம். அந்தக் காலகட்டத்தில் ஜப்பானியர்களுக்கும் தமிழர்களுக்கும் இடையே இருந்த உறவு பற்றியும் அது குறித்த தமிழர்களின் நிலைப்பாடு பற்றியும் நாவலில் எடுத்துரைக்கிறார். நாவலின் ஓரிடத்தில், நேதாஜி சுபாஷ் சந்திரபோஸ் அவர்கள் விமான விபத்தில் இறந்து விட்டதாக வரும் செய்தியை நம்ப மறுக்கிறார்கள் மக்கள். அந்த மரணச் செய்தியும் போர்ச்சூழல் பிரச்சனைகளும் ஒருபுறம் இருக்க, மறுபுறம் லெஃப்டினெண்ட் செல்லையாவுக்கும் மரகதத்திற்கும் ஒரு அழகான காதல் கதை சொல்லப்பட்டிருக்கும்.

இந்த நூல் முழுவதுமே தமிழர்களின் தொழிலாக, பெட்டிஅடித் தொழில் அதாவது வட்டித் தொழில் சொல்லப்பட்டிருக்கும். செல்லையாவைத் தனது பெட்டிஅடித் தொழிலுக்கு உதவியாக, மரகதத்தின் தந்தை அழைத்து வந்து இருப்பார். தொழிலிலும் ஈடுபடுத்தி, தன்னுடைய மகள் மரகதத்தையும் திருமணம் செய்து வைக்க எண்ணி இருப்பார். ஆனால் போர்க் காலகட்டத்தில் செல்லையா தன்னைப் போரில் இணைத்துக் கொள்கிறார். இதன் காரணத்தால் மரகதத்தைத் திருமணம் செய்து வைக்க மரகதத்தின் குடும்பத்தினர் விரும்பவில்லை. 'மக்களுக்காக, நாட்டிற்காக என்று போரில் பங்கெடுத்த நபர், தொழிலில் சரிவர ஈடுபட முடியாது' போன்ற காரணங்களால் வேறு நபருக்கு மரகத்தைத் திருமணம் முடிக்கலாம் என்று எண்ணி இருப்பார் மரகதத்தின் தந்தை. வேறு ஒருவருக்கு மணம் முடிக்கலாம் என்று முடிவெடுத்த தந்தையின் எண்ணங்கள் என்னவாக இருக்கக்கூடும். அது சரியா தவறா என்ற கேள்வியை வாசகருக்குத் தந்திருக்கிறார் ப.சிங்காரம்.

புத்தகத்தின் பின்னட்டையில்:

நவீன தமிழ்ப் புனைவுக்கதைகளில் கவனம் பெறாமல் போய், கைக்குத் திரும்பிய பொக்கிஷம் ப.சிங்காரத்தின் கடலுக்கு அப்பால். முதல் நாவலாக எழுதப்பட்டும் இரண்டாம் நாவலாகக் கருதப்பட்ட அவலமும் இதற்கு நேர்ந்தது. கைப் பிரதியாக நீண்ட காலம் கிடப்பில் இருந்த இந்நாவல், 1959ஆம் ஆண்டு கலைமகள் நாவல் போட்டியில் பரிசு பெற்றதோடு இலக்கிய உலகின் பார்வைக்கும் வந்தது. எனினும், குறுகிய வட்டத்திற்குள்ளேயே முடங்கியது. புதிய வாசிப்பு ஆர்வத்தின் விளைவாகப் பரவலான கவனிப்பிற்கும் ஏற்புக்கும் இலக்காகி இருக்கிறது. காலம் கனிந்து, திருப்பி அளித்த கொடை இந்த செம்படைப்பு. கடல்கடந்த களத்தில் நிகழ்ந்த வாழ்வை, வலுவுடனும் தெளிவுடனும் சித்தரிக்கும் கடலுக்கு அப்பால் நாவலை, தமிழில் புலம்பெயர் புனைவு எழுத்தின் முன்மாதிரியாகவே சொல்லலாம்.

புத்தகத்திலிருந்து சில வரிகள்

செப்டம்பர் முதல் தேதி காலையில், பிரிட்டிஷார் பினாங் நகருக்குத் திரும்பினார்கள். சீனர், தமிழர், மலாயர், யூரேஷியர் அடங்கிய கூட்டம் துறைமுகத்தில் குழுமி நின்று வரவேற்றது. அட்மிரல் வாக்கர் தலைமையில் வந்த டாங்க் அணியின் போர்க்கப்பல்கள், பீரங்கி முழக்கத்துக்குச் சித்தமாய் நின்றன. சண்டை விமானங்கள் வட்டமிட்டுப் பறந்தன. கடற்படைத் துருப்புகள் கரை இறங்கி ENO ஓட்டலை நோக்கி நடந்தார்கள். இன்ஓ பினாங்கு வட்டகை ஜப்பானியப் படைகளின் அடி பணி வைப் பெறுவதற்கு முன்னால், பினாங்கு நகராட்சி மன்றத்தாரின் இசை வாத்தியக் குழு, இசை பரப்பிச் சென்றது. ஜீப் வண்டிகளிலும் லாரிகளிலும் பிரிட்டிஷ் ராணுவத்தினர் ஊர்வலம் சென்றார்கள்.

இருபுறமும் ஏந்திய துப்பாக்கிகளுடன் ஜப்பானிய சிப்பாய்கள் காவல் நின்றனர், நேர்ப் பார்வை மாறாத சிலைகளைப் போல. வெற்றிக் காலத்தில் எக்காலம் மோதின இந்த வீரர்கள், தோல்வி நாளில் ஒப்பாரி வைக்கவில்லை. வேடிக்கை பார்த்தோர் சிலர் ஜப்பானிய சிலைகளைப் பார்த்து எள்ளி நகையாடி ஏசினார்கள். பிரிட்டிஷ் துருப்புகள் அவ்வாறு செய்யவில்லை. அதுமட்டுமல்ல, ஜப்பானியர்களின் முகத்தில் விழிக்க வெட்கப்படுவது போலவும் தெரிந்தது.

இந்தப் புத்தகத்தை மேலோட்டமாகப் படித்தால் ஒரு அனுபவமும் ஆழமாகப் படித்தால் மற்றொரு அனுபவமும் கிடைக்கும்.

ஆசிரியர், தான் வாழ்ந்த பகுதியையும் தான் வாழ்ந்த காலகட்டத்தையும் அப்படியே எடுத்துப் பதிவு செய்துள்ளார். ப.சிங்காரம் அவர்கள் புயலிலே ஒரு தோணி, கடலுக்கு அப்பால் என்ற இரு படைப்புகள் மட்டுமே எழுதி இருக்கிறார். இந்த இரு படைப்புகளுமே வாசகர்களுக்கு வெகுகாலம் கடந்த பிறகே கிடைத்தன. அந்தப் புத்தகங்களை வாசித்தவர்கள் மிரண்டு போனார்கள். அவற்றை ஒரு முக்கியமான படைப்பாகக் கருதினார்கள். அவர் புத்தகத்தில் அடிக்குறிப்புகள் பல எழுதியிருப்பார் அதை வாசகர்கள் கவனமாகப் படிக்க வேண்டும். அடிக்குறிப்பில் அவர்கள் பயன்படுத்தும் வார்த்தைகளின் அர்த்தம் தமிழில் கொடுக்கப்பட்டிருக்கும்.

புயலிலே ஒரு தோணி, கடலுக்கு அப்பால் என்ற இரண்டு நாவல்களும் ஒரு பெரும் படைப்பின் இரு பாதிகள் என்ற எனது பார்வை நியாயமானது என்று நம்புகிறேன். வாசகர்கள் இந்த இரண்டு புத்தகங்களையும் தொடர்ச்சி கலையாமல் படித்து ஒரு பேரனுபவத்தைப் பெறலாம்.

முகலாயப் பெண் சிங்கம்

நூல் : பெரு வலி
ஆசிரியர் : சுகுமாரன்
பதிப்பகம் : காலச்சுவடு

'வரலாறு சிங்கங்களால் எழுதப்படுவதைவிட நரிகளாலேயே அதிகம் எழுதப்படுகிறது' என்று ஒரு பிரபலமான வாசகம் உள்ளது. நம் கரிசனத்திற்குரிய இந்த சிங்கங்கள்கூட, அதிகபட்சமாக ஆண் சிங்கங்கள்தான். வரலாறு என்பது பெரும்பாலும் ஆண்களின் வரலாறாகவே உள்ளது. பெண்களின் இடம் அந்தக் காலங்களில் என்னவாக இருந்தது? என்பதற்கு, கிடைக்காத வரலாற்றின் பக்கங்களே சாட்சி. வரலாற்றின் சரிபாதி, நம் கற்பனைக்காகக் காத்திருக்கிறது என்பது கசப்பானதொரு உண்மை.

முகலாய சாம்ராஜ்யத்தைப்பற்றி அனைவரும் அறிந்த விவரங்களில் முக்கியமாகத் தட்டுப்படும் மூன்று பெயர்கள் ஷாஜகான், மும்தாஜ், தாஜ்மஹால். இந்தப்பெயர்கள்தெரியாதவர்கள் இந்தியாவில் இருக்க இயலாது. ஏன், உலகத்திலேயே மிகக் குறைவான நபர்கள்தான் இருப்பார்கள். காரணம், ஏழு உலக அதிசயங்களில் ஒன்றான தாஜ்மஹால்.

ஷாஜகானுக்கும் மும்தாஜுக்கும் ஐந்து குழந்தைகள். அதில் மூத்த குழந்தை ஜஹானாரா பேகம். ஜஹானாராவின் கதையைச் சொல்வதே பெருவலி என்ற நாவல். அவர்களுடைய கோணத்தில் ஷாஜகான், அவுரங்கசீப், தாராசுகோ போன்றவர்களின் கதை என்றும் கூறலாம்.

இவ்வளவு வலியையும் வேதனையையும் சுகுமாரன்

அவர்களால் மட்டுமே இவ்வளவு நேர்த்தியாகச் சொல்ல முடியும் என்பதுபோல் எண்ண வைக்கிறது நாவல். நாவலின் முடிவில் கொடுக்கப்பட்டிருக்கும் பின்னுரையை வாசிக்கும்போது, சுகுமாரன் ஏன் ஜஹானாரா பேகமின் கதையைச் சொல்ல விழைந்தார் என்பது தெளிவாகப் புரியும்.

இது *1600*-களில் நடக்கும் கதையாகும். இந்தக் கதை முழுக்க, ஜஹானாரா பேகத்தின் நாட்குறிப்புகளாகவே தொகுக்கப்பட்டிருக்கும். அதற்காக இதை ஒரு வரலாற்று நாவல் என்று சொல்லிவிட முடியாது. இதிலிருக்கும் அசாத்தியமானதொரு புனைவு, வரலாற்றுக் காலத்தையும் கதாபாத்திரங்களின் உணர்வு நிலைகளையும் சொல்லிச் செல்கிறது. அந்தப் புனைவின் எல்லை, எந்த வரலாற்றுச் செய்திகளையும் மாற்றவோ திரிக்கவோ இல்லை என்பது இப்புதினத்தின் மற்றுமொரு மாண்பு. சுகுமாரன் இந்நாவலை எழுதுவதற்கு எவ்வளவு தரவுகளைத் தேடியிருக்க வேண்டும் என்பதைச் சிந்திக்கையில், அது நூல் ஆய்வைத் தாண்டி, பயணம் மற்றும் கலாச்சாரத்தின் எச்சத்திலிருந்து மீள் கண்டு பிடிப்புவரை பல்வேறு கோணங்கள் கொண்டுள்ளதை நாவலின் வாசிப்பில் உணர முடிகிறது.

ஷாஜகானை, தாஜ்மஹாலைப் பார்த்தபடியே சிறை வைத்திருப்பார் அவுரங்கசீப். அந்த சிறைப்பட்ட காலங்களில் அவருடைய மகளான ஜஹானாரா பேகம், தன் தந்தையோடு தானும் சிறைக்குள் இருந்திருக்கிறார். அப்படி சிறைக்குள் இருந்த காலகட்டங்களில் எழுதிய நாட்குறிப்புகளே இந்த நாவல். அப்படி எழுதப்பட்ட நாட்குறிப்புகளை ஒரு சுவற்றில் மறைத்து வைத்திருக்கிறார். இந்த நாட்குறிப்புகள் அதன் காலத்தில் கிடைக்க வேண்டாம் என்று எண்ணி, கிடைக்கப் பெற்றால் அதன் விளைவுகளைக் கருத்தில் கொண்டு, காலங்கள் கடந்து அந்த மாளிகை சிதையும் பட்சத்தில் இந்த நாட்குறிப்பு கிடைக்கப்பெற்று உலகம் அறிந்து கொள்ளட்டும் என்று குறிப்பிட்டே ஜஹானாரா பேகம் எழுதி வைத்திருந்தார்.

புத்தகத்தின் பின்னட்டையில்:

முகலாயப் பேரரசர் ஷாஜகானுக்கும் அவரது அதீத நேசத்துக்குரிய மனைவி மும்தாஜுக்கும் பிறந்த குழந்தைகளில் மூத்தவள். *14* வயதிலேயே தந்தைக்கு ஆலோசனை வழங்கும் அரசியல் நுண்ணறிவு அவளுக்கு இருந்தது. பாரசீக நூல்களில் புலமையும்,

இந்துப் புராணங்களில் ஞானமும், குரான் ஓதுவதில் தேர்ச்சியும் இருந்தன. அவளுக்கு வரலாறும் கவிதையும் தெரிந்திருந்தன. நடனமும் இசையும் தெரிந்திருந்தன. சிற்பக் கலையிலும் கட்டிடக் கலையிலும் நிபுணத் துவம் இருந்தது. அவற்றைச் சார்ந்த கனவு காணவும் கனவை மெய்ப்பிக்கவும் தெரிந்தி ருந்தது. அவளிடம் யானைகளும் குதிரை களும் ஒட்டகங்களும் இருந்தன. அடிமைகள் இருந்தனர், கப்பல்கள் இருந்தன, செல்வக் களஞ்சியம் இருந்தது, அதிகாரம் இருந்தது. எனினும் எது இருந்தால் இவை மேன்மை பெறுமோ அந்தச் சுதந்திரம் இல்லாமல் போனது. காரணம் ஜஹானாரா பெண்ணாக இருந்தாள்.

சுகுமாரன்

இந்த வரிகளுக்குப் பிறகு இந்த நாவலைப் படிக்கும்போது, ‘பெருவலி’ நமக்குப் பெரும் வலியைத் தரும். அரசாட்சி முறையின்படி, ஒருவேளை ஜஹானாரா பேகம் ஆணாக இருந்திருந்தால் அவனுக்கே ஆட்சி அதிகாரம் முழுமையாகக் கிடைத்திருக்கும். அவளுக்குக் கிடைக்கவில்லை, ஏனென்றால் அவள் ஒரு பெண். பெண் என்ற ஒரே காரணத்திற்காக, அவளுடைய பேரறிவு பார்வையாளரின் இடத்தில், இந்திய வரலாற்றின் முக்கியக் காலகட்டத்தில் கிடந்து தவித்தது.

அக்பர் காலத்தில் முகலாய இளவரசிகள் திருமணம் செய்து கொள்ளக் கூடாது என்று ஒரு சட்டம் இருந்திருக்கிறது. திருமணம் செய்து கொண்டவர்களுக்குப் பிறக்கும் வாரிசுகள் அரியணைப் போட்டிக்கு வரக்கூடும் என்ற அச்ச உணர்வே காரணம். முகலாய இளவரசர்கள் எத்தனை திருமணங்கள் வேண்டுமானாலும் செய்து கொள்ளலாம். ஆனால் பெண்கள் திருமணம் செய்துகொள்ளக் கூடாது என்ற சட்டத்தின் அடிப்படையில், ஜஹானாரா பேகம் திருமணமே செய்து கொள்ளவில்லை.

திருமணம் செய்துகொள்ளாத பெண்களின் ஏக்கம், தாபம் எப்படிப்பட்டதாக இருக்கும்? இவ்வளவு அறிவும் தெளிவும் இருக்கக்கூடிய பெண், அரசியலில் நடக்கக்கூடிய சிக்கல்களை எப்படிப் பார்ப்பாள்? அவுரங்கசீப் எந்த மாதிரியான மனிதராக இருந்தார்? ஷாஜகானை அவர் எங்கே, எப்படி வீழ்த்தினார்?

ஷாஜகானை ஏன் அவுரங்கசீபுக்குப் பிடிக்காமல் போனது? தன் தந்தையை ஏன் இவ்வளவு வெறுக்கக்கூடிய மகனாக இருந்தார்? ஏன் ஷாஜகானுக்கு மும்தாஜ் மீது மட்டும் அளப்பரிய காதல்? ஏன் ஜஹானாரா பேகமிற்குத் தனது பெற்றோர்கள் மீது இவ்வளவு அன்பு? ஜஹானாரா பேகமிற்கு ஏன் அவுரங்கசீபைப் பிடிக்க வில்லை? இத்தனை விஷயங்களையும் பேசும் நாவல் பெருவலி.

மேலும், ஒரு பெண்ணாக ஜஹானாரவின் பிரச்சனைகளையும் வேட்கையையும் வலிகளையும் கண்ணீரையும் காதலையும் உரக்கச் சொல்கிறது பெருவலி.

புத்தகத்தில் இருந்து

குளிர்காலம் ஜஹானாரா பேகமிற்கு அலுப்பூட்டியது. வசந்தமும் கோடையும்தான் மனிதர்களுக்கான பருவங்கள். இவை இரண்டும்தான் இயற்கை மனிதர்களுக்குச் செவிசாய்க்கும் நாட்களைக் கொண்டிருக்கின்றன. வசந்தத்திலும் கோடையிலும் சூரியன் மனிதர்களுக்கு இசைவாக நாட்களை நீட்டித்துக் கொடுக்கிறது. அவர்களைப் பிரிய மனமில்லாமல்தான் பகல் இழுத்துச்சென்று, தயக்கத்துடன் இரவிடம் ஒப்படைக்கிறது. குளிர்காலத்துக்கு வாஞ்சை கிடையாது. சூரியனை அடிமைபோல் விரட்டுகிறது. பகலைக் குறுக்குகிறது. இரவை இழுத்து நீட்டுகிறது. இரவுகளை அலுப்பானவைகளாக ஆக்கிவிடுகிறது.

ஜஹானாரா பகல்பொழுதுகளையே விரும்பினாள். நீண்ட பகல்களில் செய்ய நிறைய இருக்கின்றன. சாத்யுநிஷாவுடன் பாடம் கேட்க முடிகிறது. ஆபாவுடன் தர்பாரில் இருக்க முடிகிறது. ஆமியுடன் சதுரங்கம் ஆட முடிகிறது. எல்லாருடனும் அமர்ந்து பகல் உணவை அருந்த முடிகிறது. தாராவுடன் மதத்தையும் மார்க்கத்தையும் பற்றிப் பேச முடிகிறது. பானிபட் சொல்லும் ஜனாணா ரகசியங்களைக் கேட்க முடிகிறது. நட்சத்திரங்கள் ஒவ்வொன்றாக எட்டிப்பார்த்துக் கண்சிமிட்டும் பின் அந்திவரை, நந்தவனத்தில் அமர்ந்து இசையை ரசிக்க முடிகிறது. இருள் படர்ந்ததும் அலுப்பும் ஆரம்பமாகிறது. குளிர் எதையும் செய்ய அனுமதிப்பதில்லை. உறங்குவதையும் உறக்கம் வராதபோது விடிவிளக்கின் மெல்லிய எண்ணெய் முணு முணுப்பையும் கேட்டுகொண்டே விழித்திருப்பதையும் தவிர.

ஜஹானாரா பேகமின் உள்ளம் கொண்ட புத்தக வடிவம்தான் பெருவலி என்கிற இந்த மகத்தான நாவல்.

வாழ் நிலத்தின் பிரதிநிதிகள்

நூல் : பேட்டை
ஆசிரியர் : தமிழ்ப்பிரபா
பதிப்பகம் : காலச்சுவடு

ஒரு மொழியின் வட்டாரவழக்கு என்பது, அது பேசப்படும் சமுதாயத்தின் வெவ்வேறு தகுதிநிலைகளில் வாழ்பவர்களின் உரையாடல்களில் பன்னெடுங்காலமாக ஊடாடியே மேலெழுகிறது. அது பலவிதமான தொழில்களிலிருக்கும் பலவகைப்பட்ட மனிதர்களின் வெளிப்பாடாகவே நிச்சயம் இருக்க வேண்டும். அதில் புதைந்திருக்கும் சந்த அழகு, அதைப் பேசுபவர்களின் நல்ல - தீய பண்புகளுக்கு அப்பால், மொழியின் அழகியலில் ஒரு அங்கமாகவே இருக்க வேண்டும். ஒரு முழு வட்டார வழக்கே சமூக அடுக்கில் கீழானவர்களுடையது மட்டும்தான் என்று பரப்பப்படும் புரளிகள் ஒருவிதத்தில் அடக்குமுறைதான். அதைப் பேசுபவனை ஒதுக்கி வைக்கவேண்டும், தனிமைப்படுத்த என்ற சூது இந்த அடக்குமுறையின் ஒரு குள்ளநரித்தனமே.

பேட்டை நாவல், முழுக்க முழுக்க சென்னையின் ஆதி அந்தம் பற்றிக் கூறுகிறது. வடசென்னையே சென்னையின் ஆதி. மற்ற பகுதிகள் அனைத்தும் பிறகு சேர்க்கப்பட்டவை. எல்லா ஊர்களுக்கும் இருப்பது போல் சென்னைக்கும் தனியான ஒரு வட்டார வழக்கு இருக்கிறது. ஆனால் திரைப்படங்களில் சென்னையின் வட்டார வழக்குமட்டமானதாகச்சித்தரிக்கப்படுகிறது.ஆனால், உண்மையில் அது ஒரு மிக அழகான, சரளம் மிகுந்த வட்டார வழக்கு. எழுத்தாளர் தமிழ்ப்பிரபா முழுக்க முழுக்க சென்னை வட்டார வழக்கையே

பயன்படுத்தி இந்த நாவல் முழுவதையும் எழுதியிருக்கிறார்.

பின்னட்டையில் அரவிந்தன் எழுதிய குறிப்பு

சென்னையின் சிந்தாதரிப்பேட்டையைத் தன் களமாகக் கொண்டுள்ள நாவல் பேட்டை, நிலப்பரப்புசார் படைப்புகளுக்கே உரிய ஆதாரத் தன்மைகள் பலவற்றையும் இயல்பாகத் தன்னுள் கொண்டிருக்கிறது. அந்தப் பகுதி உருவான விதம், அங்கு வாழ்க்கை உருப்பெற்று உருமாறி வந்த விதம், அந்தப் பகுதியின் தன்மையைத் தீர்மானிக்கும் பல்வேறு காரணிகள், தர்க்கத்துக்குள் அடங்காத வாழ்வின் கோலங்கள் ஆகியவை புனைவுத் தன்மையோடு இந்நாவலில் வெளிப்படுகின்றன. படைப்புக்குத் தேவையான நம்பகத் தன்மையுடனும் இவை வெளிப்படுகின்றன. மனிதர்கள், அவர்களின் மொழி, தொழில்கள், நம்பிக்கைகள், வசவுகள், மதிப்பீடுகள், சண்டைகள், ஏமாற்றங்கள், சாதனைகள், சறுக்கல்கள், மோதல்கள், உறவுகள் மற்றும் பிறழ்வுகள் என, பல்வேறு அம்சங்களும் இந்நாவலில் ஊடுபாவாய்க் கலந்துள்ளன. கால மாற்றத்தை அடிக்கோடிட்டுக் காட்டாமல் இயல்பாகவும் நுட்பமாகவும் வெளிப்படச் செய்வது மேலான படைப்புத்திறனுக்கே சாத்தியப்படும்.

புத்தகத்தின் ஆரம்பத்திலேயே 'பேட்டை உருவான கதை' என்று ஒரு கட்டுரை கொடுக்கப்பட்டிருக்கிறது. அதைப் படித்துவிட்டு நாம் கதையைப் படிக்கத் தொடங்கினால் கதையை அவதானிப்பதற்குப் பலமாக இருக்கும். ஒரு புனைவுக்குப் பின்னால் அதற்குப் பின்னணியாக இயங்கக்கூடிய ஆதாரங்களையும் தகவல்களையும் தெரிந்துகொண்டு உள்ளே செல்லும்பொழுது, அந்தப் புனைவு மேலும் சுவாரசியமாகவும் உண்மைத் தன்மையோடும் வாசிப்புக்கு ஒத்தாசையாக இருக்கும்.

நெசவாளர்களை மொத்தமாகக் கொண்டுவந்து ஆங்கிலேயர்கள் ஒரு இடத்தில் குடியேற்றுகிறார்கள். அப்படி மக்கள் குடிபெயர்ந்த இடங்களைப் பேட்டையாக உருவாக்குகிறார்கள். சின்ன தறிப் பேட்டை என்பதே சிந்தாதரிப்பேட்டையாக உருமாறுகிறது. இது போன்ற முக்கியமான தகவல்கள் கட்டுரையில் கொடுக்கப்பட்டி ருக்கின்றன. முன்னுரையை முடித்துவிட்டு கதைக்குள் நுழைதல் சிறப்பு.

குணசீலன், தனது தாய் கிளியாம்பாள் இறந்த பிறகு, ரெஜினாவைத் திருமணம் செய்து, கூவத்தை ஒட்டித் தனது தாயோடு வாழ்ந்த வீட்டிற்கு அவளை அழைத்து வருகிறான். அவன் பக்கத்து வீட்டில் நகோமி அம்மா என்ற நாகம்மா இருக்கிறாள். கிளியாம்பாளும் நகோமியும் நெருக்கமான தோழிகள். ரெஜினா கர்ப்பமாகிறாள். நகோமி அடிக்கடி வந்து கிளியாம்பாள் பற்றிப் பேசிக்கொண்டே இருக்கிறாள். கிளியாம்பாளைப் பற்றி நகோமி பேசப்பேச ரெஜினா தன்னையே கிளியாம்பாளாக நினைத்துக் கொள்கிறாள். இதைச்சரிசெய்வதற்கு அவர்களும் ஏதேதோ செய்து பார்க்கிறார்கள். சரி ஆகாததால், அங்கு இருக்கும் ஒரு பாதிரியாரிடம் ரெஜினாவை அழைத்துச் செல்கிறார்கள். அந்தப் பாதிரியார் ஜெபம் செய்து ரெஜினாவை சரி செய்கிறார். ரெஜினா மாதாவைத் தொழுபவள். ஆனால் ரெஜினாவைச் சரிசெய்த பாதிரியாரோ, 'ஒரே தெய்வம் இயேசுவே, அவரைமட்டுமே தொழ வேண்டும்' என்று ரெஜினாவை மாற்றுகிறார். ரெஜினாவும் இயேசுவைத் தொழ ஆரம்பிக்கிறாள். இப்படியாக தேவனுக்கு ஊழியம் செய்ய வேண்டும் என்பதை மட்டுமே வாழ்க்கையின் லட்சியமாகக் கொண்ட ரெஜினா மேரியின் கதை என்றும் இந்நாவலை சொல்லலாம்.

தமிழ்ப்பிரபா

ரெஜினாவுக்கு ஒரு குழந்தை பிறக்கிறது. அந்தக் குழந்தையின் பெயர் ரூபன். அந்தக் குழந்தையை இறைவனுக்கு ஒப்புக் கொடுப்பதற்காகவே வளர்க்கிறார்கள். ஒரு பாதிரியாராக இறை ஊழியத்துக்காக மட்டுமே அவன் செயல்பட வேண்டுமென்று அவனை வளர்க்கிறார்கள். அந்த ரூபனின் கதையென்றும் பேட்டை யைச் சொல்லலாம். ரூபனின் வாய்மொழியாகவே அதிகபட்சமாகக் கதை சொல்லப்பட்டிருக்கிறது.

வாசல் வாசலாக இரந்த சாப்பாட்டை, அதாவது தவுடா சோறைச் சாப்பிட்டு வளர்ந்த ஒரு தாத்தா இருக்கிறார். அவருடைய பரம்பரைக்கே தவுடா என்ற பெயர் தொடர்ந்து கொண்டிருக்கிறது. இந்தப் பரம்பரையில் இருக்கும் பாலுவின் கதையாகவும் சொல்ல லாம். பாலு கதையின் ஆரம்பத்தில் வருகிறான். பிறகு, ஒரு

மரணத்தில் வருகிறான். அதன் பிறகு இறுதியில் வருகிறான். ஆனாலும் பாலு இதில் ஒரு முக்கியமான கதாபாத்திரம்.

இவாஞ்சலின் என்ற ஒரு கதாபாத்திரம். அந்தப் பெண் தன் குடும்பத்திற்காக மிகவும் கஷ்டப்படும் ஒரு பெண். அவளின் கதையாகவும் இதைச் சொல்லலாம். நாகம்மா என்கிற நகோமியின் கதை என்றும் சொல்லலாம். குணசீலனின் கதை என்றும் சொல்லலாம். பிறகு கதையில் வரும் கதாபாத்திரமான லாரன்ஸ்ஸின் கதை என்றும் சொல்லலாம். பூபாலன் கதை என்றும் சொல்லலாம். யோசோப்பின் கதை என்றும் சொல்லலாம்.

ஏன் இது அனைத்துக் கதாபாத்திரங்களின் கதையாக இருக்கிறது என்றால், இது அந்த மண்ணின் கதை. ஒரு தனி மனிதனின் கதை அல்ல, இது அந்த மண்ணில் வாழ்ந்த பல மனிதர்களின் கதை. அந்த மண்ணுக்குள் இருக்கும் மனிதர்களுக்கு எவ்வளவு திறமைகள் இருக்கின்றன, எவ்வளவு வலிகள் இருக்கின்றன, எவ்வளவு பிரச்சினைகள் இருக்கின்றன என்பதைப் பேசும் கதை.

பூபாலன் திறமையான படம் வரைபவராக இருக்கிறார். அதேபோல், பாலு கேரம் போர்டை மிகவும் நேர்த்தியாக விளையாடுபவனாக இருக்கிறான். அவன் திறமையைக் கண்டறிந்து, அவனை மாசிலா என்ற ஒருவரிடம் ஒப்படைக்கிறார் லாரன்ஸ். பிறகு அவன் வளர்ந்து மிகப் பெரிய ஒரு இடத்தை அடைகிறான்.

நாவல் மாந்தர்களுக்குள் பல பிரச்சினைகள் இருப்பினும், உறவுச் சிக்கல்களை அவர்கள் ஏற்படுத்திக் கொள்வதில்லை. உதாரணமாக, குணசீலன் தன் தாயின் வயதை ஒட்டிய நகோமியுடன் தொடர்பு கொண்டிருந்தபோதும் நகோமி அவனுடைய மனைவியான ரெஜினாவையும் அவனுடைய மகனான ரூபனையும் நன்றாகவே கவனிக்கிறாள். அவர்களைப் பாதுகாக்கிறாள். எந்தவித உறவுச் சிக்கல்களையும் அவள் ஏற்படுத்தி விடவில்லை. இதையெல்லாம் தாண்டி, மதங்கள் அவர்களுக்குள் உண்டாக்கும் உளவியல் சிக்கல்களும், அவர்களைத் தன் வசப்படுத்திக்கொள்ள அவர்கள் செய்யும் செயல்களும் மிகவும் உருக்கமாகச் சொல்லப்பட்டிருக்கின்றன.

பாலு, ரூபன், சௌமியன் அனைவரும் உட்கார்ந்து விளையாடிக் கொண்டிருப்பது, சௌமியனின் அப்பா லாரன்ஸ் வேலை முடிந்து

வந்து கொண்டிருப்பது, அப்பாவிடம் சௌமியன் பேசும் இடம் வாசிப்பிற்காக.

யப்போவ்.. பாலு சூப்பரா ஆடுறான்ப்பா கேரம்மு..

ஐய்யயோ, அப்படியெல்லாம் இல்லங்கப்பா. சும்மா சொல்றான்ப்பா..

இல்லப்பா, சௌமி நெஜமாத்தான் சொல்றான்..

மண் தோண்டிய இடத்தில் வேகத்தை மட்டுப்படுத்தி, ஒத்தடம் கொடுத்தபடியே மூவரின் பேச்சையும் கேட்டுக்கொண்டிருந்த லாரன்ஸ் சொன்னார்,

எங்க, அவன்கிட்ட ஸ்டைக்கர குடு..

பாலு ஸ்ட்ரைக்கரை வாங்குவதற்கு வெட்கப்பட்டான். உடல் நெளிந்தான்.

ஏய் வாங்குடா ஸ்டைக்கர.. சௌமி காயின் செட் பண்ணு..

ஐய்ய எனக்கு காயின் செட் பண்ண தெரியாதுபா.. என்று போர்டிலிருந்து கைகளை விலக்கிக் கொண்டான்.

ஒரு ஸ்டேட் பிளேயர் புள்ளைக்கு காயின் செட் பண்ணத் தெரியலன்னு சொல்றீயேடா. வெளியில கிளியில சொல்றாத சூத்தால சிரிப்பானுங்க.. என்றார் லாரன்ஸ்.

அதற்குள் பாலுவே காய்களை அடுக்கிவிட்டு லாரன்ஸ் முகத்தைப் பார்த்தான். அவன் வேக வேகமாகக் காய்கள் அடுக்கிய லாகவத்தைக் கவனித்தாலும் அதைக் குறித்து எதுவும் பாராட்டாமல்,

சோக் அட்ரா.. என்றார்.

வலது தோள்பட்டையைச் சற்று மேல் உயர்த்தி, தலையைக் கீழ் சாய்த்து, கண்களைக் கூர்மைப் படுத்தினான் பாலு. நடுவிரலைத் தவிர மற்ற விரல்கள் ஸ்டைக்கரை அணைத்திருந்தன. பிடியை அழுத்தியதும் இப்போது நடுவிரலாலும் சிறிய தொடுதலுடன் ஸ்டைக்கரைத் தடவித் தடவி இலக்கிற்குக் கொண்டுவந்தான்..

ஏய் ஆட்ரா.. எவ்ளோ நேரம்.. என்றான் சௌமி.

கம்முனு இர்றா.. என்றார் லாரன்ஸ்.

ஒரு வாழ்க்கையின் கீழ் நிலையிலிருந்து மேல் மட்டத்திற்கு உயர்ந்த பாலு ஆகட்டும், ஒன்றுமே இல்லாமல் தகப்பனும் சரியில்லாமல் இறை ஊழியத்திற்காக வளர்க்கப்பட்ட ரூபன் ஒரு பெரிய கார்ப்பரேட் கம்பெனியில் சேர்வதாக இருக்கட்டும், நர்ஸ் வேலையைக் கேவலமாக எண்ணும் ஒரு இடத்திலிருந்து தன்னை நிரூபிப்பதற்காக நர்ஸாகப் பணி புரியும் இவாஞ்சலின் ஆகட்டும், ஒன்றும் தெரியாத மூடநம்பிக்கைகளுக்காகத் தன்னை ஒப்புக்கொடுத்த ரெஜினாவாகட்டும் - இந்தக் கதை யாரையும் பாரபட்சமின்றி அவர்களை வாழ்நிலத்தின் பிரதிநிதிகளாக கௌரவப்படுத்துகிறது. கதை ஒவ்வொரு கதாபாத்திரங்களையும் சுற்றிப் பயணித்துக்கொண்டே இருக்கிறது.

வேர்களைத் தேடி

நூல் : **பேய்ச்சி**

ஆசிரியர் : **ம.நவீன்**

பதிப்பகம் : **வல்லினம் & யாவரும்**

புலம் பெயரும் மக்கள், ஒன்று வேறொரு நிலத்தை தேடிச் செல்கிறார்கள் அல்லது துரத்தப்படுகிறார்கள். சிலரை வேறொரு நிலம் தன்னுடையவர் போல் அழைத்துச் சேர்த்துக்கொள்கிறது. புலம்பெயர்ந்து வேறு நிலத்துக்குச் சென்றுவிட்டாலும் மக்கள் தாம் அதுவரை வாழ்ந்த பூர்வீக நிலத்தின் அடையாளங்களையும் தம் கலாச்சாரத் தொடர்ச்சியையும் நிராகரிப்பதில்லை. அவர்கள் சென்று சேர்ந்த நிலத்திலும் தமது நிலத்தையே மீண்டும் உருவாக்குகிறார்கள். அவர்களது பேய்களும் தெய்வங்களும் புது நிலத்திலும் விழித்துக் கொள்கின்றன.

தனித்திருக்கும்போது பலருக்கும் துணையாக இருப்பவை புத்தகங்களே. அப்படிப்பட்ட புத்தகங்களில் எதை வாசிப்பது? எத்தகைய புத்தகங்களைத் தேர்ந்தெடுப்பது? எந்த மாதிரி புத்தகங்களை வாசிக்கையில் நம்மால் தொடர்ந்து வாசிப்பில் ஈடுபட முடியும்?

உண்மையைச் சொல்ல வேண்டுமன்றால், எந்த ஒரு புத்தகத்தை யுமே அலுப்பூட்டுவதென்றோ புரியாததென்றோ நிச்சயமாகக் கூறமுடியாது. அந்தப் புத்தகத்துக்கான நபராக, அந்தக் கால கட்டத்தில் நீங்கள் இல்லை என்பதே வாஸ்தவம். காலகட்டங்கள் மாறமாற, நம் புரிதலும் வாசிப்பும் அதற்குரிய புத்தகங்களும் மாறிக்கொண்டேதான் இருக்கும்.

சுனில் கிருஷ்ணன் எழுதிய பின்னட்டைக் குறிப்பு

நாவல் என்பது தத்துவத்தின் கலை வடிவம் என்று சொல்லப் படுவதுண்டு. ஒரு நல்ல நாவல் வெவ்வேறு வாழ்க்கைப் பாதை களின் மோதலாக, பின்னலாக உருக்கொள்ள வேண்டும். ஒரு வரலாற்றுப் பிரக்ஞை நாவலுக்குள் செயல்பட வேண்டும். கதை மாந்தர்கள் உணர்வு ரீதியாக வாசகருடன் பிணைப்புக் கொண்டு, முழுவதுமாகப் பரிணாமம் கொள்ள வேண்டும். ஆன்மீகமான ஒரு தளத்தை அடைய முற்படும்போது, நாவல் தனிப்பட்ட முறையில் அகத்திற்கு நெருக்கமான ஒன்றாகிவிடுகிறது. நவீனின் முதல் நாவல் பேய்ச்சி அவ்வகையில் மேற்கூறிய அனைத்து எதிர்பார்ப்புகளையும் ஈடு செய்யும் தமிழ்ப் புனைவுவெளியின் மிக முக்கியமான புது வரவு என்று சொல்லலாம்.

இந்த நாவல் வெளியிடப்பட்ட ஆண்டு 2019. இதன் கதை நிகழும் காலம் பல வருடங்களுக்கு முந்தையது என்று குறிப்பிட்டு எழுதப்பட்டுள்ளது. பொதுவாக, கிராமப்புறக் கதைகள் என்றால் நாம் தமிழக கிராமங்கள் சார்ந்த கதைகளையே படித்திருப்போம் அல்லது மொழிப்பெயர்ப்புக் கதைகளில் அயல்நாட்டு கிராமங்களை அறிந்திருப்போம். இந்த இரண்டு மாதிரிகளிலுமே இல்லாமல் மலேசியாவில் வாழக்கூடிய தமிழ் மக்களின் கிராம வாழ்வை, நேர்த்தியாகச் சித்தரிக்கிறது பேய்ச்சி.

தமிழகத்தின் பல பகுதிகளிலிருந்தும் மக்கள் பஞ்சம் பிழைக்க மலேசியா செல்கிறார்கள். அங்கே தோட்டத் தொழிலாளர்களாக வேலைக்கு வரும் அவர்கள் வாழ்வின் நிலை, அங்கு அவர்களுக்கு நேரும் துயரம், அந்த அவல வாழ்விலும் அவர்கள் ஏந்திப் பிடித்திருக்கும் நம்பிக்கைகள், வழிபாடுகள், சமகாலத் தமிழகத்தின் நிகழ்வுகளின் பாதிப்பு என்று நூற்று ஐம்பது ஆண்டுகால வாழ்வி யலின் ஆவணமாகப் பேய்ச்சி நாவல் திகழ்கிறது. 'சிறுதெய்வ வழிபாட்டை முன்னிலைப்படுத்தும் தமிழின் மிக முக்கியமான நாவல் இது' என்று ஜெயமோகன் கொண்டாடுகிறார். மலேசியப் புலம்பெயர்ந்தவர்கள் வாழ்க்கைப் பதிவு என்கிற அளவில் இது வரலாற்றில் இடம்பிடிக்கும்.

பேய்ச்சியில், 'அடுத்து என்ன நிகழப்போகிறது?' என்ற சுவாரசியம் தடுக்காகப் பின்னப்பட்டிருக்கும் அதே சமயத்தில் மக்களுடைய உளவியலை, தடுக்குக்குள் நுழைவதைப்போல் உள்ளே- உள்ளே- உள்ளே சென்று எடுத்து வந்து ஒரு புனைவாகவும்

நம்மிடம் கொடுக்கிறது.

பேய்ச்சியை உளவியல் சார்ந்தும் அவதானிக்கலாம், ஆன்மிக மாகவும் பார்க்கலாம். இரண்டு பக்கங்களிலிருந்தும் இந்நாவலைக் கூர்ந்து படிக்க முடியும்.

பேய்ச்சியின் முக்கியக் கதாபாத்திரங்கள் ஓலம்மா, அவருடைய கணவர் மணியம், அவர்களுடைய மகள் முனியம்மா, முனியம்மா வின் மகன் அப்போய், (அவருக்குக் குமரன் என்றும் ஒரு பெயர் இருக்கிறது) இவர்களுடன் ஒரு சீனப் பெண், ராமசாமி மற்றும் அவரது தந்தை கொப்பேரன். இவர்களைச் சுற்றியே கதை நகர்கிறது.

ம.நவீன் ஒரு வித்தியாசமான உத்தியைக் கதை சொல்லலில் கையாண்டிருக்கிறார். முதல் அத்தியாயம் 1999-ல் நிகழ்கிறது, இரண்டாவது அத்தியாயம் நடைபெறும் வருடம் 1981, இப்படி மாறி மாறிச் செல்கிறது நாவல். இறுதி அத்தியாயம் மட்டும் 2019-ல் வந்து முடிகிறது. இந்த மூன்று வருடங்களில் நடந்த சம்பவங்களை முன்னும் பின்னுமாக நகர்த்தி, மிக சுவாரஸ்யமாக சொல்லப் பட்ட கதையே பேய்ச்சி. 1999-ல் நடக்கும் கதையைப் படித்துக் கொண்டிருக்கும்போது 1981-ல் நடந்தவை தோன்றத் தொடங்கி விடும். அப்போது நம் கவனம், 1981-ன் காலகட்டத்துக்கு விரையும். அங்கு வாசிக்கும் தகவல்கள் 1999-ன் பக்கங்கள் மீது நம் ஆர்வத்தைத் தூண்டத் தொடங்கிவிடும். ஒரு ஸீ-ஸா விளையாட்டைப்போல், நாம் இதை ரசிக்கத் தொடங்கிவிடுவோம். இரண்டு காலகட்டங்களும் பிணைந்தவைதான். இதைச் சொன்னால்தான் அது புரியும், அதைச் சொன்னால்தான் இது புரியும்.

பேய்ச்சி என்பது பேயாக இருக்குமோ, பிசாசாக இருக்குமோ, சாமியாக இருக்குமோ என்று நாவலின் அட்டைப் படமே பெரும் ஆவலைத் தூண்டுகிறது. அதற்கான பதிலை நாவலுக்குள் ரொம்ப தூரம் காக்க வைக்காமல் பதினாலாவது பக்கத்திலேயே கொடுத்து விடுகிறார் நவீன். அந்தப் பத்தியைப் பார்ப்போம்.

இரவு நெருங்கிய போது முதியவர் ஒருவர் உலுக்க, நினைவு திரும்பினார். அவ்விரவில் அவரது அருள் பொதிந்த முகம் அதுவரை கொதித்துக் கொண்டிருந்த மனதை மீட்டது. ‘ஐயா..’ என அழுதபடி அவர் காலில் விழுந்தார். வேட்டி பொசுங்கி எரிந்து, பிட்டம் கறுத்து, தொடையிலும் கணுக்காலிலும் தீக்காயங்களு டனும் சாம்பல் பூத்த முகத்துடனும் காலில் விழுந்த அவரை,

ம.நவீன்

பெரியவர் கருணையுடன் தூக்கினார். அணையாத தீபத்துக்கு நெய் இட்டவர், பேய்ச்சியை வணங்கச்சொன்னார். எவ்வளவு முயன்றும் கொப்பேரனால் முடியவில்லை. கைகள் கூம்ப மறுத்தன. மனம் திரிந்து நைந்திருந்த அவர்மேல், கிழவருக்கு இரக்கம் பிறந்தது. நிதானமாக கொப்பேரனின் முழுக்கதையையும் கேட்டபிறகு, அவருக்கு மனைவியாக வாய்த்திருப்பது பேய்ச்சிதான் என்றார்.

“முன்னாடி, ரொம்ப முன்னாடி உன்னோட கெராமத்தப் பத்தி கேள்விப்பட்டிருக்கேன். உன் கெராமத்துல புருஷன இழந்தவ தனியா வாழமுடியாது. வாழ விடமாட்டாங்க. என்ன முழிக்கற? புருஷன் செத்தா அவ பொதுச் சொத்து. அவ ஜாதி ஒத்தவன் யாரா இருந்தாலும் அவனோட படுக்கணும். புள்ளையும் பெத்துக்கணும். பொறவு ஊர எப்படி காப்பாத்தறது? ஊர்ல வாழ சனம் வேணும்ல? சனம் இருந்தாத்தான ஊரு?”

கொப்பேரனுக்கு அச்செய்தி வியப்பாக இருந்தது. அவர் தன் வாழ்நாளில் இப்படி ஒரு கதையைக் கேள்விப்பட்டதே இல்லை.

“பொதுச் சொத்தான பொண்ணுக்கு, வளையல் சடங்கை ஏற்கனவே வளையல் போட்ட கிழவி ஒருத்தி நடத்தி வைப்பா. வெள்ளி வளையல போட்டு ஆசி கொடுப்பா. அந்த வெள்ளி வளையல அடுத்தடுத்த தலமுறைல பொறக்கற மொத பொட்டப் புள்ளைக்கு கல்யாணத்தப்போ சீதனமா கொடுப்பாங்க. புருஷன் செத்துப் போகாத வரைக்கும் அத கையில போட வேணாம்.”

“இதுக்கந்த பொண்ணுங்க ஒத்துக்குவாங்களா?” கொப்பேரன் குரல் நடுங்கியது.

“ஒத்துக்கலனு வெச்சுகோ.. மலைலேந்து அவள ஊரே உருட்டிக் கொன்னுடும்.”

“இதுல என் குற்றம் என்னங்கையா?” என்றார் பரிதாமாக.

“காலத்துல கரஞ்சு போன ரவசியமெல்லாம் ஆருக்கு தெரியுங்கற? விரும்பாத பொண்ணுங்களுக்கு வெள்ளி வளையல் போட்டியோ, விரும்பாத குழந்தைய கொடுத்தியோ, சம்மதிக்காத பொம்பளைய மலைல உருட்டி விட்டியோ, எந்தப் பரம்பரையோட

ரத்தமோ ஆருக்குத் தெரியுங்கிற?"

"யாரோ எப்பவோ செஞ்சதுக்கு என் தப்பு என்னங்கையா?" அவர் குரல் முற்றிலுமாக மாறி இருந்தது. தொண்டை வறண்டு வலித்தது.

"ராசா, பேய்ச்சி துடியானவ. அவ பேச்சி இல்ல ராசா, பேய்ச்சி. ஆமா ராசா, அவ பேயாவும் இருப்பா, தாயாவும் இருப்பா. எதையோ மிச்சம் வெச்சத எடுத்துட்டுப் போக வந்துருக்கா. சூதானமா நடந்துக்க."

ராசா எனக் கிழவர் சொன்ன பிறகுதான் திடுக்கிட்டு விழித்தார்.

இந்தப் பேச்சி அல்லது பேய்ச்சியின்மீது கொப்பேரனுக்கு ஒரு ஆழமான நம்பிக்கை உள்ளது. கொப்பேரன் பேய்ச்சியிடமிருந்து பயந்துதான், தன் குழந்தையைத் தூக்கிக் கொண்டு மலேசியா செல்கிறார். மலேசியாவில் வளரும் அந்தக் குழந்தைதான் ராமசாமி. அவர்கள் பரம்பரையாக வைத்தியத் தொழில் பார்ப்பவர்கள். தமிழ்நாட்டிலிருந்து குடும்பம் குடும்பமாகப் பிழைப்பைத் தேடி மலேசியா சென்ற ஒரு காலகட்டத்தில், அங்கு வந்து சேர்ந்தவர்கள்தான் ஓலம்மாவின் பெற்றோர். கொப்பேரனுக்கும் ஓலம்மாவுக்கும் நடுவில் இருக்கும் நட்பு மிக நெகிழ்ச்சியானது. மணியம் என்ற கதாபாத்திரத்தின் வாழ்க்கைப் பார்வை தனித் துவமாக வசீகரிக்கிறது.

இதுபோக, இந்நாவலில் சொல்லப்பட்டிருக்கும் காடு, அதன் விதவிதமான மூலிகைகள், கொப்பேரனும் ராமசாமியும் அந்த மூலிகைகளைப் பற்றிச் சிலாகிக்கும் தருணங்கள் போன்றவை அபாரமானவை. ஒரு காட்டை இப்படியும் பார்க்க முடியுமா, விவரிக்க முடியுமா என்று ஆச்சரியப்படுத்துகிறது இந்நாவல். ஓலம்மா வளர்க்கும் பல விதமான பறவைகள் நாவலுக்குள் இன்னொரு வண்ணமாகத் திகழ்கின்றன. ஒரு பக்கம் கதையின் ஓட்டம், இன்னொரு பக்கம் இயற்கை அழகு மற்றும் அது சார்ந்த தகவல்கள் என்று மிகச் செழிப்பானதொரு அனுபவமாக நம்மை ஆட்கொள்கிறது பேய்ச்சி.

பின் குறிப்பு: பொது விதிமுறை, ஒழுக்கம் மற்றும் பொது நலனுக்குத் தீங்கு விளைவிக்கும் வகையில் இதன் உள்ளடக்கங்கள் அமைந்துள்ளதாகக் கூறி மலேசியாவில் தடை செய்யப்பட்டுள்ள நாவல் பேய்ச்சி.

ஆன்மீக விசாரணை

நூல் : பொய்த்தேவு
ஆசிரியர் : க.நா.சுப்ரமணியம்
பதிப்பகம் : காலச்சுவடு

மனிதனின் அகத்தையும் புறத்தையும் விளக்க வேண்டுமாயின், அதற்கு ஏற்பாடாக அவற்றின் பொருளை மிக எளிமையாக நிர்ணயம் செய்ய வேண்டியுள்ளது. அகம் என்றால் தனக்கு மட்டுமே அனுபவிக்கக் கிடைக்கப்பெற்றது. புறம் வெளியுலகம் என்று சொல்லப்படும் குடும்பம், சமுதாயம், நாடு, உலகம் என்ற பலர் பங்குபெறும் தோற்றங்கள். இந்த எளிய அர்த்தங்களைக்கூட மிக எளிதாக நாம் மறுக்கலாம். புறத்தின் அர்த்தங்கள்தான் அகத்திலும் நிறைந்துள்ளன. அப்போது அகமும் புறமாகிறது அல்லவா? இப்படிப்பட்ட, பொருள் சரியாக அமையாத அகமாகிய மனமும்கூட, உண்மைகளையும் பொய்களையும் எதிரெதிராகத்தான் அடுக்குகிறது. அதில் உண்மையாகவும் பொய்யாகவும் ஒரே நேரத்தில் ஒன்று இருப்பதில்லை. அகத்தில் பொய்யாக இருப்பது புறத்தில் உண்மையாக இருக்கலாம். புறத்தின் பொய் அகத்தின் உண்மையாகவும் இருக்கலாம். இத்தகு முரண்கள்தான் உண்மையையும் பொய்களையும் தேடி அடையச் செய்துகொண்டே இருக்கின்றன.

சோமுப் பயல் என்றழைக்கப்படும் சோமு என்ற பத்து வயதுச் சிறுவனுடைய கதையாக ஆரம்பிக்கப்படுகிறது பொய்த்தேவு புதினம். இந்த சோமுப் பயல், சோமு முதலியாராக மாறுகிறான். இறுதியில் சோமுப் பண்டாரமாக மாறுகிறான். சோமுவின்

வாழ்க்கையில் நடந்த இந்த ஏற்ற இறக்கங்களே இந்நாவலின் மையமாகும். 1946-ஆம் வருடம் இந்த நாவல் வெளிவந்தது. எஸ். ராமகிருஷ்ணன் தொகுத்த 100 சிறந்த நாவல்கள் தொகுப்பில் பொய்த்தேவு இடம்பெற்றுள்ளது. ஜெயமோகன் அவர்கள் தொகுத்த சிறந்த பத்து புத்தகங்களிலும் இடம் பெற்றிருக்கிறது. இதனை இயற்றியவர் க.நா.சுப்பிரமணியம். க.நா.சு. என்று அன்புடன் அழைக்கப்படும் இவர், தமிழ் இலக்கிய உலகில் அனைவராலும் போற்றப்படும் ஒரு ஆளுமை.

அத்தேவர் தேவரவர் தேவர் என்றிங்கன்
பொய்த்தேவு பேசிப் புலம்புகின்ற பூதலத்தே.

என்று பொய்த்தேவின் முன்னுரையில் திருவாசகத்திலிருந்து ஒரு செய்யுளைக் குறிப்பிடுகிறார் க.நா.சு. இதற்கான பொருளை அறிந்து கொண்டோமேயானால் இந்த நாவல் எதைப்பற்றிப் பேச வருகிறது என்பது புரியவரும். பொய்த்தேவு என்பதற்குப் பொய்த் தெய்வமென்று அர்த்தம். இதை, ஒரு மனிதனின் வாழ்க்கையை, தத்துவ நோக்கத்தில் எடுத்துச் சொல்வதற்கான முக்கியமான நாவலாகப் பார்க்கிறேன் என்று க.நா. சுப்ரமணியமே கூறியுள்ளார்.

சி.சு.செல்லப்பா இந்நூல் குறித்து விமர்சனக் கட்டுரை ஒன்றை எழுதி இருக்கிறார். அதில், 'க.நா.சுப்பிரமணியம் எழுதிய இந்த பொய்த்தேவு படித்த முடித்தபோது, ஒரு சிலப்பதிகாரத்தையும் ஒரு ராமாயணத்தையும் படித்து முடித்தது போன்ற நிறைவு ஏற்படுகிறது' என்றும் 'இதில் கையாளப்பட்டிருக்கும் யுக்தி புதியதாக இருந்தது' என்றும் 'இது ஒரு காவியம்' என்றும் குறிப்பிட்டிருக்கிறார்.

நாவலின் முதலில், முதற்பகுதி என்று 15 அத்தியாயங்கள் கொடுக்கப்பட்டிருக்கின்றன. அதன் பின் 'இடைவேளை' என்று ஒரு தலைப்பு ஆரம்பிக்கப்படுகிறது. அதற்குத் துணைத் தலைப்பாக 'முப்பது வருடங்கள்' என்று கொடுத்திருக்கிறார். 10 வயது முதல் 11 வயது வரை உள்ள கதையைச் சொல்வதற்கு 140 பக்கங்கள் எடுத்துக் கொண்ட க. நா.சு. அவர்கள், 30 வருடக் கதையை, குறைந்த பக்கங்களில் ஒரே அத்தியாயத்திலேயே கடந்து விடுகிறார். முதற் பகுதி, இடைவேளை, இரண்டாம் பகுதி, மீண்டும் ஒரு இடைவேளை என்று இதன் அமைப்பு உள்ளது. இரண்டாம் இடைவேளையும் கடந்து போகும்போது, மூன்றாவது பகுதி ஆரம்பிக்கப்பட்டு 'இருள்' என்ற அத்தியாயத்தில் இரண்டு பக்கங்களுக்குக்குள்ளாகக் கதையை

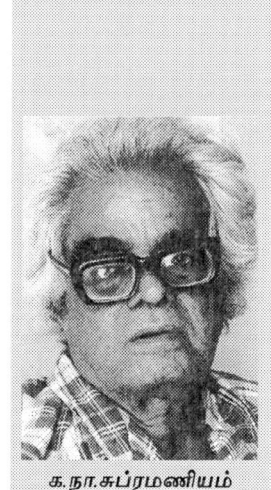

க.நா.சுப்ரமணியம்

முடித்திருப்பார்.

சோமுவின் ஒட்டுமொத்த வாழ்க்கையையும் - *10* வயது முதல் அந்த மனிதனின் மரணம் வரை பயணிக்கும் வாசகன், 'மனிதர் என்றால் யார்?' என்ற புதிய பரிமாணத்தை அடைவான். சோமுவின் மனநிலை ஒவ்வொரு காலகட்டத்திலும் எப்படி மாறுகிறது என்பதும் அந்த மனநிலையை அவன் எப்படிக் கையாளுகிறான் போன்ற விசாரணைகளும் வாழ்க்கையின் அகவைப் பருவங்கள் சார்ந்த நம் எண்ணங்களை மறுபரிசீலனை செய்ய வைக்கின்றன.

ஒரு கொள்ளைக் கூட்டத்தை சோமு பிடிக்கிற காட்சிகள், அப்பட்டமான விறுவிறுப்பு. அதிலிருந்து பெரும் திருப்பமாக, வாழ்க்கையினுடைய அடிப்படையான தத்துவங்கள் கதையில் சொல்லப்பட்டிருக்கும். கதையில் முதல் பகுதி, இரண்டாம் பகுதி, மூன்றாம் பகுதி, இரண்டு இடைவேளைகள் ஆகியவை வாசகருக்குச் சொல்ல விரும்பும் நாவலின் கட்டுமானத்தை மிகத் தெளிவாகப் புரிய வைக்கின்றன. அந்த இடைவேளையை, நாம் சோமுவிடம் மட்டுமே நம் கவனத்தைக் குவிக்கும் உத்தியாகவும் க.நா.சுப்பிரமணியம் கையாண்டிருக்கிறார்.

நாவலின் முதல் அத்தியாயம்

முதற்பகுதி

உதயம்

அத்தியாயம் 1

மேட்டுத் தெரு

மேட்டுத் தெரு என்ற பெயரே தவிர, உண்மையில் சாத்தனூரில் அதுதான் பள்ளமான இடம். அரைக் காவிரி ஓடினால் போதும், தெருவெல்லாம் ஜலம் ஊற்றெடுத்துவிடும். வெள்ளம் வந்து விட்டாலோ கேட்க வேண்டியதே இல்லை.

மேட்டுத் தெருவின் தோற்றமே அலாதியானது. அதன் நாற்றமும் அப்படித்தான். ஆனால் அதையெல்லாம் விவரித்துக்

கொண்டிருப்பது ஆகாத காரியம். தவிரவும் அது அவ்வளவாக அவசியமானதும் அல்ல. ஏனென்றால் ஊருக்கு ஒரு மேட்டுத் தெரு, இன்னமும் இருக்கத்தான் செய்கிறது.

தெருவைப் போலத்தான் தெருவாசிகளும் என்று சொல்லவா வேண்டும்? சாத்தனூர் கிராம ஜன சமூகத்திலே, மேட்டுத் தெருவாசிகள் மிகவும் தாழ்ந்தவர்கள். ஏழைகள் என்பதால் மட்டு மன்றி, குணாதிசய விசேஷங்களிலும் அவர்கள் இந்த ஸ்தானத்திற்கு உரியவராக இருந்தார்கள். மேட்டுத்தெருப் பெண்களை, பெண்கள் என்று சொல்வது பொருந்தாது. பொருந்தவே பொருந்தாது. அவர்களைப் பேய்கள் என்று சொல்வதும் பொருந்தாதுதான். பேய்களுக்குத் தெரிந்தால் சண்டைக்கு வந்தாலும் வந்துவிடலாம்.

அவர்களுள் பெரும்பாலோர், அண்டையில் உள்ள பிள்ளைமார் தெருவிலும், அக்ரஹாரத்தில் உள்ள வீடுகளிலும் வேலை செய்கிறார்கள். அவர்களில் சிலர், அந்த வீடுகளில் வேலை செய்வதுடன் திருப்தி அடைந்து விடுவதில்லை. பல காரண காரியங்களால் அந்த வீடுகளில் மறைமுகமாகவோ நேரடியாகவோ ஆட்சி செலுத்தவும் செலுத்தினார்கள்.

பொய்த் தெய்வம் என்று எதைச் சொல்கிறார்கள், உண்மைத் தெய்வம் என்று எதைச் சொல்கிறார்கள் என்பதே இந்நாவலின் மறைமுகமான தர்க்கம். அதை எழுத்தாளர் கவித்துவமாகவும் அற்புதமாகவும் ஆராய்கிறார். அதைக் கடைசி அத்தியாயமான இருளில் தெளிவுபடுத்தி, அதற்கான பதிலையும் தந்திருக்கிறார். கதை முழுவதும் சோமு நம்பியிருக்கும் தெய்வம் பணம். பணம் மட்டுமே தெய்வம் என்று சொல்லக்கூடிய மனிதன், இறுதியாக எதைத் தெய்வமாக உணர்கிறான்? ஆத்திகம், நாத்திகம் என்பதைத் தாண்டி ஆன்மீக விசாரணையாகவோ, இல்லையென்றால் அறிவியல் பூர்வமாகவோ தெய்வம் தேடப்படுகிறதா? என்ற மனஎழுச்சி இந்த நாவலின் பயணத்தில் நிச்சயம் சாத்தியமே.

சத்தத்தினால் ஒரு சந்திப்பு

நூல் : மதில்கள்
ஆசிரியர் : வைக்கம் முகம்மது பஷீர்
தமிழாக்கம் : சுகுமாரன்
பதிப்பகம் : காலச்சுவடு

அடுத்து என்ன நடக்கப்போகிறது என்கிற சுவாரசியத்தில்தான் வாழ்க்கை என்னும் நதி எப்போதும் முன்னகர்கிறது. அந்நதியின் ஓட்டத்தில் விரும்பியவைகளும் விரும்பாதவைகளும் தாமாக நிகழ்ந்து கொண்டேதான் இருக்கின்றன. நதியைத் தன் போக்கில் விடாமல், நம் போக்கில் மாற்றவே பகடையை உருட்டுகிறோம். உருட்டிய பிறகு அந்த ஆட்டம் நம்மை அழைத்துச்செல்லும் இடத்திலிருந்து மீண்டும் பகடையைக் கையில் எடுக்கிறோம். இவற்றுக்கு நடுவில் கண்களை மறைத்து நதி நம்மோடு ஆடும் கண்ணாமூச்சி ஆட்டத்திற்கு மர்மம் என்று பெயர் சூட்டுகிறோம்.

நம் வாழ்க்கைப் பயணத்திற்குள் பல நபர்களாலான ஒரு போக்குவரத்து நடந்துகொண்டே இருக்கிறது. அதில் நாம் சந்தித்தவர்கள் கால ஓட்டத்தில் மறக்கப்படலாம். ஆனால் ஒரு சிலரை நம்மால் மறக்கவே முடிவதில்லை. நம் மனதில் அத்தகைய இடத்தை அவர்கள் தக்கவைத்துக் கொள்கிறார்கள். மனிதர்களைத் தவிர்த்து மறக்கமுடியாத வெறுக்கமுடியாத விதத்தில் இப்படி நம் மனத்தில் உரிமை கோரும் வேறு விஷயங்கள் உண்டெனில், பொதுவாக அவை புத்தகங்களாகத்தான் இருக்கும். அந்தப் புத்தகங்களின் பின் ஒரு எழுத்தாளர் இருக்கிறார். அவர் தன்பால் அதிகபட்சமான வாசகர்களை ஈர்த்து தக்கவைத்துக்கொள்கிறார். வாசிப்பின் ஒவ்வொரு கட்டத்திலும் தன்னைச் சிலாகிக்க

வைக்கிறார். அத்தகைய ஒரு எழுத்தாளரான திரு. வைக்கம் முஹம்மது பஷீர் எழுதிய நாவலே மதில்கள்.

இந்நாவலைத் தமிழில் மொழிபயர்த்தவர் சுகுமாரன். தமிழில் மொழிபெயர்த்ததற்கான காரணம் பற்றி சுகுமாரன் விளக்கம் தந்துள்ளார்.

வைக்கம் முகமது பஷீரின் 'மதில்கள்' ஏற்கனவே இரண்டு மொழிபெயர்ப்புகளாகக் கிடைக்கின்றன. சுரா என்பவர் தமிழாக்கம் செய்து புதுமைப்பித்தன் பதிப்பகம் வெளியிட்ட ஒன்று. நீல பத்மநாபன் மொழியாக்கம் செய்து தற்கால மலையாள இலக்கியம் என்று நர்மதா பதிப்பகம், சென்னை வெளியீட்டிலும் பின்னர் மதில்கள் என்ற பெயரில் வெளியான நவீன மலையாள இலக்கியத் தொகுப்பிலும் இடம் பெற்றுள்ள இன்னொன்று. இவை இரண்டும் வாசகனுக்குக் கிடைக்கக் கூடியவையாக இருக்க, மூன்றாவது ஒரு மொழிபெயர்ப்பின் தேவை என்ன?

பதில் எளிமையானது. தீவிர வாசகரான ஒரு இலக்கிய ஆர்வலன், பஷீருக்குச் செய்யும் நூற்றாண்டு அஞ்சலியே இந்த மொழிபெயர்ப்பு. வாசிக்கத் தொடங்கிய நாள் முதல் இன்றுவரை மனதுக்கு நெருக்கமான எழுத்தாளராக இருந்து வருபவர் பஷீர் அவர்கள். என்னுடைய வாசகக் குதூகலத்தைப் பகிர்ந்து கொள்வ தற்கான அடையாளமே இந்தப் புதிய மொழிபெயர்ப்பு. ●

இந்த மதில்கள் புத்தகமானது மலையாள மொழியில் அடூர் கோபாலகிருஷ்ணன் அவர்களால் திரைப்படமாக எடுக்கப்பட் டுள்ளது. திரைப்படம் எப்படி எடுக்கப்பட்டது? எடுக்கப்பட்டதன் பின்னணி மற்றும் காரணம் பற்றிய கட்டுரையும் இந்தப் புத்தகத்தில் இடம் பெற்றுள்ளது. இடை ஒரு குறுநாவல் அல்லது நெடுங்கதை எப்படி வேண்டுமானாலும் எடுத்துக் கொள்ளலாம். நெடுங்கதை என்று கூறுவது மிகவும் பொருத்தமாக இருக்கும்.

எழுத்தாளர் பஷீர் அவர்கள் தன்னுடைய சொந்த வாழ்க்கையில் நடந்த சம்பவத்தைச் சொல்லும் நெடுங்கதையே மதில்கள். பஷீர் அவர்கள் ஒரு வழக்கின் காரணமாக சிறைச்சாலைக்குள் அடைக்கப் படுகிறார். அங்கு ஏற்பட்ட ஒரு அழகான காதலைப் பற்றிய கதைதான் மதில்கள். இப்படிப்பட்ட சுவாரஸ்யத்தினால்தான் மலையாளத்தில் இது திரைப்படமாக்கப்பட்டுள்ளது. திரைப்படத்தில் மம்மூட்டி

வைக்கம் முகம்மது பஷீர்

அவர்கள், கதையின் நாயகனாகப் பங்காற்றி இருப்பார். திரைப்படமாகப் பார்ப்பது ஒரு அனுபவம் என்றால், புத்தகமாக வாசிப்பது அதையும்விட ஒரு மிகச் சிறந்த அனுபவ மாகவே இருக்கும் என்பதில் ஐயமில்லை.

தண்டனை பெற்றுச் சிறைச்சாலைக்குள் செல்லும் ஒருவர், தண்டனையை அனுப வித்து முடித்துவிட்டு வெளியுலகத்துக்குத் திரும்புகிறார். அவர் சிறையில் வாழும் கால இடைவெளியில், அவருக்கு ஒரு பெண்ணின் மீது காதல் ஏற்படுகிறது. சிறைச்சாலையில் ஆண்களும் பெண்களும் வெவ்வேறு பகுதிகளில் ஒருவரை யொருவர் பார்க்க முடியாதபடி அடைத்து வைக்கப்பட்டிருக் கிறார்கள். ஆகவே காதல்வயப்பட்டிருக்கும் நாயகன், அந்தப் பெண்ணைப் பார்த்தானா இல்லையா என்ற முடிவை நோக்கித் கதை நகர்கிறது. ஆண் ஜெயிலுக்கும் பெண் ஜெயிலுக்கும் நடுவில் பிரிவாக இருக்கிறது ஒரு மதில்.

ஒருவருக்கொருவர் எந்த அறிமுகமும் இல்லாத ஒரு ஆணுக்கும் ஒரு பெண்ணுக்கும் நடுவில் ஒரு மதிலுக்கு இரண்டு பக்கத்திலிருந்து அவர்களது குரல்களால் மட்டுமே நிகழும் ஒரு சந்திப்பில் தொடங்கும், கதையின் சுவாரசியம்.

புத்தகத்திலிருந்து சில வரிகள்

அப்படியாக ஒரு நாள் பெண் ஜெயிலின் மதிலுக்குப் பக்கத்தில் சீழ்க்கை அடித்தபடி தனியாக நடந்து கொண்டிருந்தபோது ஒரு பெண் குரல், உலகிலேயே மிகவும் இனிமையான ஓசை. மதிலுக்கு அந்தப்பக்கம் இருந்து பெண் ஜெயிலின் பங்காக ஒரு கேள்வி.

யார் அங்க சீட்டி அடிக்கிறது?

சட்டென்று சுகந்தமும் வெளிச்சமும் பரவியது போல இருந்தது. ஆச்சரியம். நிச்சயமாக ஆண் ஜெயிலிருந்து அல்ல. எனக்கு உடம்பு சிலிர்த்தது. குரல் வந்த திசையைப் பார்த்தேன். தைரியமாகச் சொன்னேன்.

நான்தான்.

என்னுடைய தேகம் குழைந்தது. இதோ பெண் -கொஞ்சம் சத்தமாகத்தான் பேச வேண்டி இருந்தது. அவள் மதிலுக்கு அந்தப்பக்கம், நான் இந்தப்பக்கம். அவள் கேட்டாள்.

பெயரென்ன?

நான் பெயரைச் சொன்னேன். தண்டனைக் காலம், என்னுடைய தொழில், நான் செய்ததாகச் சொல்லப்படும் ராஜ துரோகக் குற்றம் எல்லாவற்றையும் சொன்னேன். வாழ்க்கையில் செய்த தவறுகளைப்பற்றி அவளும் சொன்னாள். அவளுடைய அழகான பெயர் நாராயணி. அவளுடைய அழகான வயது இருபத்தி இரண்டு. அவளுக்கு எழுதவும் படிக்கவும் தெரியும்.கொஞ்சம் படிப்பறிவு இருக்கிறது. 14 வருட கடுங்காவல் தண்டனை. வந்து ஒரு வருடம் ஆகிறது. சந்தோஷம் இல்லாத ஒரு வருடம். நான் சொன்னேன்,

நாராயணி நாம ரெண்டு பேரும் ஒன்னாதான் ஜெயிலுக்குள்ள வந்திருக்கோம்.

அப்படியா?!

நீண்ட நேரம் அமைதியாக இருந்தாள். பிறகு கேட்டாள்,

எனக்கு ஒரு ரோஜாச் செடி கொடுப்பீங்களா?

இப்படித்தான் நாயகனுக்கும் அந்தப் பெண்ணுக்குமான அந்த முதல் சந்திப்பு நிகழ்கிறது. சந்திப்பு என்று சொன்னாலும் வெறும் சத்தங்களால் மட்டுமே ஆன முதல் சந்திப்பு அது. அதற்குப் பின் இருவரும் என்ன பேசிக்கொண்டார்கள்? அவர்களிருவரின் காதல் கதை எதுவரைநீண்டது? என்னவாக முடிந்தது? என்பதையெல்லாம், பல வருடங்களுக்கு முன் எழுதப்பட்டும் இன்றும் இளமையாகவே சொல்லிக்கொண்டிருக்கும் நாவலே மதில்கள்.

வன்முறையின் அடையாளம்

நூல் : **37**
ஆசிரியர் : எம்.ஜி.சுரேஷ்
பதிப்பகம் : அடையாளம்

நூலிழையில் ஃபேன்டஸிக் கதையாக மாறும் தள்ளாட்டத்தை, அறிவியல் புனைவு என்ற வகைமை எப்போதுமே தன்னில் கொண்டுள்ளது. ஃபேன்டஸிகள் அறிவியலாக மாறுமென்பது மனித இனத்துக்கு விஞ்ஞானிகள் கொடுக்கும் நிரந்தர வாக்குறுதி.

37 ஒரு வித்தியாசமான நாவல் என்று வாசகர் மத்தியில் கருதப்படுகிறது. பல குரல்களில் ஓர் அறிவியல் புனைவுக் கதையைச் சொல்லும் Polyphonic Novel என்ற வகைமையில் இது எழுதப் பட்டுள்ளது.

இக்கதையில் நரேந்திரன் மற்றும் கா என்ற இருவர் சந்தித்துக் கொள்கிறார்கள். இவர்கள் இருவரும் பேசிக் கொள்ளும்பொழுது ஒரு சில காரணங்களால், தம்மைப் பற்றிய கதைகளை இனி பேச இயலாது என்று அவர்கள் முடிவெடுக்க, அங்கிருந்து வேறு மாதிரியான கதை சொல்லலில் நாவல் சூடுபிடிக்கிறது. அதன்பிறகு, பல குரல்கள் நாவலுக்குள் கதை சொல்லியாக மாறுகின்றன. உயிர் உள்ளவைகளுக்கு இருக்கும் பாயிண்ட் ஆஃப் வியூவைப் போலவே அஃறிணைப் பொருட்களான ஒரு பேனா, மாஜி மாமா, ஒரு குறுந்தகடு ஆகியவற்றுக்கும் அபிப்பிராயம் வெளிப்படும் குரல் கொடுக்கப்பட்டிருக்கும். அப்படித்தான் உருவாகிறது இங்கு ஒரு பாலிஃபோனிக் நாவல்.

நரேந்திரன் இந்த பூமியைச் சேர்ந்தவர். கா என்பவர் அண்டவெளியில் இருக்கக்கூடிய வேற்று கிரகத்தைச் சேர்ந்த ஏலியன். அவருக்கு அங்கு வேறு விதமான ஒரு பிரச்சனை. அப்பிரச்சனைக்குத் தீர்வு காண, நரேந்திரனின் உதவியை நாடி பூமிக்கு வந்திருப்பவர் கா. முதலில் குழம்பும் நரேந்திரன், பார்க்கக் கொஞ்சம் வித்தியாசமாக இருப்பதனாலேயே எப்படி ஒருவனை வேற்று கிரகவாசி என்று நம்புவது என்று மேலும் குழம்புகிறார். கதையின் துவக்கத்திலேயே கா என்ற கதாபாத்திரமானது நரேந்திரனின் கையைப் பிடித்ததவுடன், நரேந்திரனின் கை காவின் கையுடன் பிரிக்க முடியாமல் இணைக்கப்பட்டதுபோல் மாட்டிக்கொள்கிறது. இதைப்பார்த்த நரேந்திரன் திகில் அடைகிறார். நரேந்திரன் பயந்தவுடன் கையை விடுவித்துவிட்டு மன்னிப்புக் கேட்டுக்கொள்கிறார் கா.

தன் கதையைக் கேட்கச் சொல்லி கா கட்டாயப்படுத்த, நரேந்திரன் சம்மதிக்கிறார். காவைத் தொடர்ந்து வேறு ஒரு ஏலியனும் வந்திருப்பார். ஏனென்றால், கா தன்னுடைய கிரகத்தில் அரசாங்கத்துக்கு எதிரான புரட்சி செய்து அங்கிருந்து தப்பித்து பூமிக்கு வந்திருப்பார். கா அவரது கிரகத்தில் தண்டனைக்குரிய ஒரு குற்றவாளி.

முத்தாய்ப்பாக, கதையின் கடைசி அத்தியாயத்தில் 37 என்ற பெயருக்கு எம்.ஜி.சுரேஷ் விளக்கம் தருகிறார். மனித உடல் நிலையின் வெப்பத்தை செல்சியஸில் சொல்வதானால் 37° இருக்கும் என்பதால் அதுவாகவும் எடுத்துக்கொள்ள முடியும். இல்லையெனில் துப்பாக்கியின் Calibre அளவு என்றும் 37ஐ எடுத்துக் கொள்ளலாம். மனிதனும் துப்பாக்கியும் வன்முறையின் அடையாளங்களாகச் சொல்லப்பட்டிருக்கின்றன. இவையே முப்பத்தி ஏழு என்று பெயர் வைக்கக் காரணம்.

நரேந்திரன் என்பவர் ஒரு எழுத்தாளர். அவர் தனக்கு நடந்த சம்பவத்தைக் கதையாக எழுதுகிறார் என்பது போல் இந்தக் கதை முடிக்கப்பட்டு இருக்கும்.

When the mind is disturbed, the multiplicity of things is produced but when mind is quieter, the multiplicity of things disappears - Buddhism

இந்த வரிகளுடனே நாவல் ஆரம்பிக்கப்படுகிறது.

எம்.ஜி.சுரேஷ்

வாசிக்க ஆறாவது அத்தியாயத்திலிருந்து சில பத்திகள்:

நம்முடையதைப்போல பல பிரபஞ்சங்கள் இருக்கின்றன. நீங்கள் இருப்பது பால்வெளி மண்டலம். நாங்கள் இருப்பது ஆண்ட்ரமேடா. இன்னும் எண்ணற்ற பிரபஞ்சங்கள் இருக்கின்றன. அங்கெல்லாம்கூட சூரியனும் பூமியும் நட்சத்திரங்களும் இருக்கின்றன.

எத்தனையோ பிரபஞ்சங்களில், சில வற்றில் மட்டும் உள்ள பூமிகளில் உயிரினங்கள் தோன்றி இருக்கின்றன. உயிரினங்களின் தோற்றம் ஏக காலத்தில் எல்லா பூமிகளிலும் நிகழ்ந்துவிடவில்லை. சில பூமிகளில் இப்பொழுதுதான் டைனோசர்கள் உலவிக் கொண்டிருக்கின்றன. சில பூமிகளில் மனித குலத்தின் மூதாதையர்கள் தோன்றியிருக்கின்றனர். வேறு சில பூமி களில் இப்பொழுது மறுமலர்ச்சி யுகம் நடந்து கொண்டிருக்கிறது. சிலவற்றில் கம்யூனிஸ்ட் புரட்சி நடந்து கொண்டிருக்கிறது.

உங்கள் பூமியில் இப்போதுதான் பரிசோதனைக் கூடங்களில் செயற்கை அறிவு ஜீவி உயிரிகளைத் தயாரிப்பதில் ஈடுபட்டுக் கொண்டிருக்கிறீர்கள். எங்கள் பூமியில் செயற்கை அறிவு ஜீவிகள் ஆட்சி செய்து கொண்டு இருக்கின்றன. எங்களைவிட முன்னேறிய உலகங்களும் எங்காவது இருக்கக்கூடும். அங்கே மையமும் விளிம்பும் அழிக்கப்பட்ட குவாண்டம் சமூகம் சாத்தியப்பட்டு இருக்கும்.

எல்லாப் பிரபஞ்சங்களும் ஒரே பிரபஞ்சத்தின் கூறுகள்தான். எல்லா உலகங்களும் ஒரு விதத்தில் பார்த்தால் ஒரே உலகம்தான். மனிதர்களும் அப்படித்தான். எல்லா மனிதனும் ஒரே மனிதனே. பிரச்சனை ஒன்றாக இருக்கும்போது மனிதன் மட்டும் எப்படி வேறுவேறு மனிதனாக முடியும்? ஒவ்வொரு காலகட்டத்திலும் மனிதன் மீண்டும் மீண்டும், தான் வாழும் சூழலுக்கு அந்நியம் ஆகிறான். இந்த அந்நியமாதலைக் கடந்து செல்வது அவன் முன்னால் நிற்கும் பெரிய பிரச்சினையாகி விடுகிறது.

எனது குழந்தைப் பருவமே அந்நியப்படுத்தப்பட்ட தன்மை

யுடன்தான் இருந்தது. நானும் என் வயதொத்த சக குழந்தைகளும் ஒரே இடத்தில் தங்க வைக்கப்பட்டு ஒரே மாதிரி வளர்க்கப்பட்டோம். குழந்தைகளான எங்களைத் தவிர எங்களைச் சுற்றிலும் பெரியவர்கள் என்று மனிதர்கள் யாருமே இல்லை. செல்லம் கொஞ்சுவதற்கும் புகார்கள் சொல்வதற்கும் மனிதர்கள் யாருமே இருந்ததில்லை. என்னுடைய குழந்தைப் பருவத்தை, செயற்கை அறிவுஜீவி உயிர்களான அதி எந்திர மனிதர்கள் கவனித்துக்கொண்டார்கள். சிவந்த உதடுகளும் சிலிக்கான் மார்புகளுமாக வடிவமைக்கப்பட்ட பெண் இயந்திரங்கள் அவை. கழுத்துவரை வெட்டப்பட்ட சிகையும் காது மடல்களை அலங்கரிக்கும் வளையங்களும் அவர்களுக்கு அழகூட்டும். மஞ்சள் வண்ணச் சீருடை அவர்களை மெருகேற்றிக் காட்டும்.

இப்படியாக இந்த நாவல் செல்கிறது. 'நரேந்திரன்' தன் கதையைச் சொல்லும்போது அழகாகவும், 'கா' தன் கதையைச் சொல்லும்போது ஆச்சரியமாகவும் இருக்கும்.

இந்த இரண்டு கதைகளும் ஒன்றை ஒன்று தொடர்ந்து வருவதும் இந்த இரண்டு கதைகளையும் வேறு ஒரு பொருள் சொல்வது போன்றும் அமைக்கப்பட்டிருக்கும். கடைசியாக, பின்தொடர்ந்து வந்த அந்த வேற்று கிரக மனிதனிடம் கா பிடிபட்டானா இல்லையா? நரேந்திரனால் காப்பாற்ற முடிந்ததா? என்ற சுவாரஸ்யம் இறுதி வரை நேர்த்தியாகக் கொண்டு செல்லப் பட்டிருக்கும்.

லட்சியப் பயணி

நூல் : ரஸவாதி
ஆசிரியர் : பௌலோ கொய்லோ
தமிழாக்கம் : பொன்.சின்னத்தம்பி முருகேசன்
பதிப்பகம் : காலச்சுவடு

இலக்கு என்னவென்றே தெரியாத பயணம், எப்போதும் ஒரு பெரும் சுவாரஸ்யத்தைத் தன்னகத்தே கொண்டிருக்கும். அப்படிப் பட்ட பயணமே ஒரு சுவாரஸ்யமான இலக்காக இருக்கவேண்டு மென்றால், 'அடுத்து நிகழப்போவது என்ன?' என்ற நம் யூகம் சில நேரங்களில் சரியாகவும் தவறாகவும் மாறிமாறி இருக்கவேண்டும் என்று ஒரு விதியும் உள்ளது. அதையே விதி என்றும் அழைக்கலாம்.

பௌலோ கொய்லோ எழுதிய ரசவாதி என்ற புத்தகம் பலரின் வாழ்க்கை முறையையே மாற்றியுள்ளது. இந்தப் புத்தகத்தில் ஒரு கதாபாத்திரமாக ரசவாதி வருகிறார். ஆனால் இந்தப் புத்தகமே ஒரு ரசவாதி என்றும் கூறலாம்.

இந்தக்கதையில் சான்டியாகோ என்ற ஒரு சிறுவன் அறிமுகப் படுத்தப்படுகிறான். அவன் ஆடுகள் மேய்த்துக் கொண்டிருக்கிறான். அங்கு ஒரு இடிந்த தேவாலயம் இருக்கிறது. அந்த தேவாலயத்தில் இரவில் தூங்கச் செல்கிறான். அப்போது அவனுக்கு ஒரு கனவு வருகிறது. அந்தக் கனவில் ஒரு குழந்தை ஆட்டுக்குட்டியோடு விளையாடுகிறது, அந்தக் குழந்தை சாண்டியாகோவின் கையைப் பிடித்துக்கொண்டு, எகிப்திலுள்ள பிரமிடுக்குக் கூட்டிச்செல்கிறது. சரியாகப் புதையலைக் காட்டப் போகும் தருணத்தில், அவன் கனவு கலைந்து விடுகிறது.

இந்தக் கனவு அந்தச் சிறுவனுக்கு மீண்டும் மீண்டும் வருகிறது. அந்தச் சிறுவன், 'இந்தக் கனவு ஏன் மறுபடி மறுபடி வருகிறது?' என்று ஒரு நாடோடிப் பெண்ணிடம் சென்று விசாரிக்கிறான். அந்தப் பெண்மணி அவனிடம், இந்தக் கனவு பலித்தால் கிடைக்கப்போகும் புதையலில் தனக்குப் பத்தில் ஒரு பங்கு தரவேண்டும் என்று வாக்குறுதி வாங்கிக்கொண்டு, அந்தக் கனவின் சூட்சமத்தை அவனுக்குக் கூறுகிறாள். பிறகு இந்தக் கதையில் ஒரு வயதான ராஜா வருகிறார். அவர் அவனுக்கு, 'யுரிம் – துமிம்' எனும் இரு கற்களைத் தருகிறார். அவர் இவனிடம் இருக்கும் மொத்த ஆட்டு மந்தையில் பத்தில் ஒரு பங்கைத் தனக்குக் கொடுத்தால் புதையலைத் தேடிப் போகும் வழியைக் கூறுவதாகச் சொல்கிறார்.

இந்தச் சிறுவனும் பத்தில் ஒரு பங்கு ஆடுகளை அவரிடம் கொடுத்துவிட்டு, மற்ற ஆடுகளை எல்லாம் விற்றுவிட்டு புதையலைத் தேடிச் செல்கிறான். இந்தக் கதை ஸ்பெயின் நாட்டில் நடக்கிறது. ஆடுகள் விற்ற பணத்தை மொத்தமாக எடுத்துக்கொண்டு அவன் ஸ்பெயினிலிருந்து அரேபியாவுக்குப் போகும் கப்பலில் பயணம் செய்கிறான். அந்த நாட்டில் போய் இறங்குகிறான். அந்த நாட்டின் மொழி தெரியாததால் அங்கு ஒருவனால் ஏமாற்றப்பட்டு, மொத்தப் பணத்தையும் இழக்கிறான்.

'ஒருநாள் காலை விடியும்பொழுது, தன் சொந்த நாட்டில் தன் சொந்த ஆடுகளோடு எதைப்பற்றியும் கவலை இல்லாமல் என்ன வேண்டும் என்றாலும் செய்யலாம் என்றிருந்த ஒருவன், மாலை நேரத்தில் சூரியன் மறையும்பொழுது, சொந்த நாட்டைவிட்டு வேறு ஒரு நாட்டில் மொழி புரியாத தேசத்தில் கையில் இருந்த அனைத்தையும் இழந்துவிட்டு, உடுத்தியிருக்கும் ஆடை தவிர வேறு எதுவும் இல்லாமல் தனியாகத் தவிக்கும் சூழ்நிலையை என்னவென்று சொல்வது?!' என்பதாக பௌலோ கொய்லோ இந்தக் கதையை ஆரம்பிக்கிறார். இதுவே இந்தக் கதையின் துவக்கம்.

சான்டியாகோ புதையலை நோக்கி நகரும் ஒவ்வொரு அடியும், படிக்கப் படிக்க ஆவலைத் தூண்டுவதாக இருக்கும். ஒரு பக்கம், இதை ஒரு அருமையான கதை என்று கூறலாம். மற்றொரு பக்கம் இந்த நாவலை ஒரு தத்துவ நூலாகவும் ஞான நூலாகவும் உளவியல் நூலாகவும் எடுத்துக்கொள்ளலாம்.

பௌலோ கொய்லோ

புத்தகத்திலிருந்து சிறு பகுதி

பையன் கேட்டான்.

"ஐந்தாவது கட்டளை என்ன?"

வியாபாரி பதில் சொன்னார்.

"இரண்டு நாளைக்கு முன்னால் பயணம் செய்வதைப்பற்றி நான் கனவு கூடக் கண்டிருக்க மாட்டேன் என்று நீ சொன்னாய். ஒவ்வொரு முஸ்லிமின் ஐந்தாவது கட்டளையாக இருப்பது, புனித யாத்திரை மேற்கொள்வதுதான். வாழ்க்கையில் ஒரு முறையாவது புனித ஸ்தலமான மெக்காவுக்குப் போய் வரவேண்டியது எங்களுடைய கடமை. பிரமிடுகளைக் காட்டிலும் ரொம்ப தூரத்தில் இருக்கிறது மெக்கா. என்னுடைய இளம் வயதில் இந்தக் கடையைத் துவங்குவதற்கான பணத்தைச் சேர்ப்பது மட்டுமே என்னுடைய ஒரே ஆசையாக இருந்தது.

என்றேனும் ஒருநாள் பணக்காரன் ஆகி விடுவோம், மெக்காவுக்குப் போகமுடியும் என்று நினைத்திருந்தேன். கொஞ்சம் பணமும் சேர்க்க ஆரம்பித்தேன். ஆனாலும் கடையைப் பொறுப்பாக விட்டுவிட்டுப் போவதற்கு யாருமே கிடைக்கவில்லை. பளிங்கு சாமான்கள் எல்லாம் நுட்பமான பொருட்கள் அல்லவா! அதே சமயம் மெக்காவிற்குச் செல்கின்ற எத்தனையோ பேர், என் கடை வழியாகப் போயிருக்கிறார்கள். அவர்களில் சில பேர், பணம் படைத்த யாத்திரிகர்கள். ஒட்டக வண்டிகளில் வேலை ஆட்களோடு போவார்கள். ஆனால் யாத்திரை செல்பவர்களில் பெரும்பாலானவர்கள் என்னைவிட ஏழைகள். அங்கு சென்று வந்தவர்கள் எல்லோரும் சந்தோஷமாக இருக்கிறார்கள். யாத்திரை சென்று வந்ததற்கான சின்னங்களைத் தமது வீட்டுக் கதவுகளில் ஒட்டி வைத்துக் கொள்கிறார்கள். அவர்களில் ஒரு ஆள் செருப்புத் தைக்கும் தொழிலாளி. பாலைவனம் வழியாகவே ஒரு வருஷம் பயணம் செய்ததாகவும் ஆனாலும் அதைவிட தாண்ஜியார் வீதிகளில் தோல் வாங்குவதற்காக அலையும் போதுதான் அதிகக் களைப்படைவதாகவும் சொல்கிறார்".

"அது சரி, இப்பொழுது நீங்கள் ஏன் மெக்காவிற்குப் போகக்கூடாது?" என்று பையன் கேட்கிறான்.

"ஏனென்றால் மெக்காவைப் பற்றிய எண்ணம்தான் என் உயிரைப் பிடித்து நிறுத்திக் கொண்டிருக்கிறது. பகலும் ராத்திரியும் அந்த நினைப்பு ஒன்றுதான் ஒரே மாதிரியான சலித்துப்போன வாழ்க்கையையும் அடுக்குகளில் உள்ள பளிங்கு ஜடங்களையும் கொடுமையான அந்த ஒரே கடைச் சாப்பாட்டையும் சகித்துக் கொள்வதற்கு உதவியாக இருக்கிறது. அந்தக் கனவும் நிறைவேறி விட்டால், நான் உயிர் வாழ்வதற்கே தேவையில்லாமல் போய் விடுமோ என்று பயமாக இருக்கிறது.

ஆடுகளைப் பற்றியும் பிரமிடுகளைப் பற்றியும் நீயும் கனவு காண்கிறாய். ஆனாலும் நீ என்னிலிருந்து வேறுபட்டவன். ஏனென்றால் நீ உன்னுடைய கனவுகளை அடைய ஆசைப்படுகிறாய். எனக்கு மெக்காவைப் பற்றி நினைத்துக் கொண்டிருந்தாலே போதும். ஏற்கனவே பாலைவனத்தைக் கடந்து சென்றது போலவும், புனிதக் கல் நடப்பட்டு இருக்கிற சதுக்கத்தை அடைந்தது போலவும், அதைத் தொடுவதற்கு முன்னால் ஏழு முறை சுற்றி வந்தது போலவும், தொழும்போது எனக்குப் பக்கத்திலும் எனக்கு முன்பாகவும் யார் யார் இருக்க வேண்டும், தொழுகையைப் பற்றிய பிற விஷயங்களைப் பற்றியும் அவர்களிடம் என்னவெல்லாம் பேச வேண்டும், என்பதைப் பற்றியெல்லாம் ஏற்கனவே கற்பனை பண்ணிப் பார்த்து விட்டேன். இந்த விருப்பம் நிறைவேறாமல் ஏமாந்து போவேனோ என்று பயமாக இருப்பதால் அதைப்பற்றிக் கனவு காண்பதை மட்டுமே ரொம்ப விரும்புகிறேன்".

கனவைத் தேடி, கனவை அடைய வேண்டும் என்று சென்று கொண்டிருக்கும் ஒரு மனிதனுக்கும், தன் கனவைக் கனவாக மட்டுமே கண்டுகொண்டிருக்கும் ஒரு மனிதனுக்கும் இடையேயான ஓர் உரையாடல் இது எனக் கொள்ளலாம்.

ஒரு மனிதன் தன் இலக்கை நோக்கிப் பயணிக்கும்பொழுது என்னவெல்லாம் நடக்கும், அப்படி நடக்கும்போது அவன் என்னவெல்லாம் செய்ய வேண்டும், என்ன செய்தால் அவன் இலக்கை நோக்கி நகரலாம், இறுதியில் அவன் அந்த இலக்கை அடைய முடியுமா முடியாதா, இலக்கு என்பது நாம் நிர்ணயிப்பது மட்டுமா அல்லது அதையும் தாண்டி வேறு ஏதாவது இருக்கிறதா என்ற பல கேள்விகளுக்கு இந்த நாவலில் பதில் இருக்கிறது.

தர்மத்தின் வாழ்வுதனை

நூல் : **லகுடு**

ஆசிரியர் : **சரவணன் சந்திரன்**

பதிப்பகம் : **கிழக்கு**

இதிகாசங்களுக்குக்கூட அச்சாணியைப் போன்றதொரு கதைக் கருவியாக சூது இருந்துள்ளது. ஒன்றைப் பணயம் வைத்து இன்னொன்றை அடைவது மட்டுமல்ல சூது. வாழ்க்கை அறுதி யிட்டுச் சொல்லப்பட முடியாத விளைவுகளை அதிர்ஷ்டமாகவும் துரதிர்ஷ்டமாகவும் நம் கண்முன் காட்டி, ஆசையாகவும் பயமாகவும் சுவாரஸ்யத்தை ஏற்படுத்துகிறது. சூதாடிகளுக்கு அந்த சுவாரஸ்யத்துடன் தீராததொரு காதல். தங்கள் பக்கம் தரணியையே வளைக்க அவர்கள் சூதென்ற உத்தியினால் போராடுகிறார்கள்.

லகுடு நாவலை எழுதிய சரவணன் சந்திரனின் மொழிவளம் சற்று பயமுறுத்தும் ஆழம் கொண்டது. ஆனால் அதில் தைரியமாக உள்ளே நுழைந்துவிட்டால் அதன் சுழல்களே போதும் இவரது படைப்புகளில் திளைக்க. ஒவ்வொரு நாவலிலும் தனது படைப் பாற்றலின் ஒரு புதிய கோணத்தை வாசகர்களுக்கு வெளிக்காட்டும் சரவணன் சந்திரனின் ‘சுபிட்ச முருகன்’, பார்பீ, அத்தாரோ போன்ற நாவல்களையும் வாசகர்களுக்கு உற்சாகத்துடன் பரிந்துரை செய்கிறேன். அத்தாரோவில் அவர் காட்டிய காட்டில் சுற்றிக் கொண்டே இருக்கிறது மனம்.

சரவணக்குமார் என்ற இயற்பெயர் கொண்ட, தொழில்முறை ஹாக்கி விளையாட்டு வீரரான இவர், சென்னை கிறிஸ்தவக் கல்லூரியில் இளங்கலை தமிழ் படித்தவர். ஆறாம் திணை,

மின்தமிழ், காலச்சுவடு, இந்தியாடுடே போன்ற அச்சு மற்றும் மின் ஊடகங்களிலும் பத்து ஆண்டுகளுக்கும் மேலாகக் காட்சி ஊடகத்திலும் பணிபுரிந்திருக்கிறார். தமிழ் இந்து, உயிர்மெய், ஆனந்தவிகடன், மின்னம்பலம் உள்ளிட்ட பல்வேறு பத்திரிக்கைகளுக்குக் கட்டுரைகளும் எழுதிவருகிறார். சென்னையில் நவநாகரீக மீன் அங்காடியகம் ஒன்றையும் கடந்த பத்தாண்டுகளாக நடத்திவருகிறார். வேளாண்மையைத் தொழில்முறையாகச் செய்து வருகிறார்.

இவ்வளவு துறைகளில் தொழில்முறை நிபுணத்துவம் இருப்பவரின் எழுத்தில் நம்மை வியக்க வைக்கும் தகவல்களும் பார்த்திராத தரிசனங்களும் கொட்டிக் கிடப்பதில் எந்த ஆச்சரியமும் இல்லை.

லகுடு என்பது கழுகினத்தைச் சேர்ந்த ஒரு பறவை. உலகின் அதிவேகமாகப் பறக்கும் பறவைகளில் இதுவும் ஒன்று. இரையை வானத்திலிருந்து எந்த வேகத்தில் இறங்கிக் கவ்வுகிறதோ, அதே வேகத்தில் அதனால் மீண்டும் வானளாவ முடியும். இப்படிப்பட்ட பறவையின் பெயரால் அழைக்கப்படுபவனின் கதைதான் லகுடு. இந்நாவல் என்ன ஆச்சரியத்தை முடிந்துவைத்திருக்கிறது என்ற கேள்வியைப் பின்னட்டைக் குறிப்பின் மூலம் ஆராயத் தொடங்கலாம்.

வேட்டைப்பறவை ஒன்றாகத் தன்னை வரித்துக் கொள்ளும் ஒருவன், தற்செயலை விரட்டிப் பிடிக்கத் துணிகிற பயணமே இந்நாவல். எல்லாவற்றையும் எழுதும் கரமாகத் தன்னை உணரும் அவன், இறுதியில் எதை அடைந்தான்? மலை உச்சியில் விடாமல் சுற்றும் தர்மச்சக்கரத்தைச் சுழலவிடுவது யார்? அச்சக்கரத்தை விரட்டிப் பிடிக்க முயலும் இளைஞன் ஒருவனின் பார்வையில் விரியும் இந்நாவல், இதுவரை சொல்லப்படாத களம் ஒன்றைக் கட்டி எழுப்பி இருக்கிறது. வண்ணமயமான சித்திரங்களின் வழியாக அதிர்ஷ்டம் என்பது குறித்து ஆழமான கேள்வி எழுப்புகிறது. சூதின் உச்சியைப் பார்க்கப் புறப்பட்ட அவனது பயணம், எந்தக் கூட்டில் நிறைவடைந்தது? புதிய சாளரத்தைத் திறந்து காட்டியிருக்கிறார் சரவணன் சந்திரன். லகுடானது தாழப் பறக்கிறது அங்கே.

லகுடு என்ற கதாபாத்திரம், குழந்தைப்பருவத்திலேயே தனது

சரவணன் சந்திரன்

தாயை ஒரு விபத்தில் இழக்கிறான். அதே விபத்தில் அவனது தந்தை ஊனமடைகிறார். அம்மா கொடுத்த ஒரு மாதா சிலையை எப்போழுதும் தன்னுடன் வைத்திருக்கும் லகுடின் வாழ்க்கை, புதிய திசையைத் தேடுகிறது. அவனது தந்தை லாட்டரிச் சீட்டு விற்பவர். தமிழ்நாட்டில் லாட்டரிச் சீட்டு தடை செய்யப்படாத காலகட்டம் அது. பல குடும்பங்களை லாட்டரி மோகம் காவு வாங்கிக்கொண்டிருக்கிறது. தகப்பனும் மகனுமாக, சிறிய பரிசுத்தொகை இருக்கும் லாட்டரிச் சீட்டு விற்கிறார்கள். அதுவே லகுடு, சூதாட்டத்தில் தெரிந்துகொள்ளும் பாலபாடம்.

ஒரு சூதாட்டம்தான் மகாபாரதத்திற்கே திருப்பப்புள்ளி. அத்தகைய சூதைக் கையில் எடுத்த லகுடு, தர்மனா? துரியோதனனா? சகுனியா? அல்லது பாஞ்சாலியா?

வாசகர்கள் லகுடின் நியாயங்களை உன்னிப்பாகக் கவனிக்க வைக்கும் காவியத் தருணங்கள் நிறைந்துள்ளன இந்நாவலில். தகப்பனிடமிருந்து பிரிந்து சென்று, தனிக்கடை போட ஆசைப்படுகிறான் லகுடு. தகப்பனைப் பொறுத்தவரையில் சூதுக்கான இலக்கணமே வேறு. அவர் அதிர்ஷ்டத்தை வேட்டையாட நினைப்பவர் கிடையாது. லகுடின் தந்தை கதாபாத்திரம் நாவலில் தனித்துவமாக ஜொலிக்கிறது. “ஆட்டுக்குட்டி கூப்ட்டா வருதேனு அரளிச் செடிய காட்டக் கூடாதுடா தம்பி” என்று போகிற போக்கில் தத்துவம் பேசுகிறார். லாட்டரிச் சீட்டு விற்கும் ஒருவனின் உன்னதத்தைக்கூட, கண்களைக் கலங்கவைக்கும் வண்ணம் எழுத்தாளர் நம்மிடத்தில் கடத்துகிறார் என்பது விந்தை.

தந்தையின் வாழ்க்கைத் தரிசனத்தை நிராகரித்துவிட்டு சூதின் பகடைகளை உருட்டத் தயாராகிறான் லகுடு. அங்கிருந்து பறக்கத் தொடங்குகிறான், அதிர்ஷ்டத்தைத் தனக்கு இரையாக்க லகுடாகிறான். அவனுக்கு அதிர்ஷ்டமும் அடிக்கிறது. சுவாரசியமான திரைப்பட இடைவேளையைப் போன்ற இருக்கை நுனி சுவாரஸ்யம் ஏற்படுத்தும் பகுதிகள் இவை.

முதல் அத்தியாயத்தின் முதல் பத்தி

தரையில் இருக்கையில் கரிச்சான் குருவி சிறகடிப்பதைப்போல கால்களை ஆட்டும் அளவுக்குப் பதட்டம் வந்தடங்கும் எனக்கு. முகத்தில் பொட்டிடாத அம்மாவைச் சாத்தி வைத்திருந்த மர நாற்காலியை நிமிர்த்துப் போட்டு அமர்ந்தால் கூட, சம்மணம் போட்டோ, குத்துக்காலிட்டோதான் அமர்வேன். வீட்டுக்கு வெளியே கட்டாந்தரையில் கேட்பாரின்றிக் கிடந்தது அது. காலத்தில் அடி வாங்கிக் கால்கள் தள்ளாடினாலும் எடையற்ற என்னை மட்டும் ஏந்திப் பிடிக்க இன்னமும் உயிர் தரித்திருந்தது. உட்கார்ந்த வாக்கிலேயே இடுப்பில் இரு கைகளையும் ஊன்றி, முதுகுத் தண்டுவடத்தை நேராக நிமிர்த்தி வைத்தமர்ந்து உதடுகளைக் குவித்து, கழுத்தை வெடுக்கென்று ஆட்டி கூர்மையாகக் கடந்து போகிறவர்களைப் பார்ப்பேன்.

என்னளவில் அறிந்த வானத்தைப் பார்த்து என்னுடைய இரையைக் குறிவைக்கிறேன், ஆனால், 'இதென்ன பெரியமனுஷத் தோரணை?' என்று தலையை இழுத்துவைத்து, வலிக்கிற மாதிரி கொட்டுவார்கள். அதனாலேயே எதிரில் யாராவது இருக்கையில் தரையில் காலைத் தொங்கப் போட்டு அமர்கிற நேரத்தில், நரகத்தில் இருப்பதைப்போல உணர்வேன்.

லகுடின் வீழ்ச்சியும், அவனது மீட்பும், அவனது தந்தை என்ற உணர்ச்சிப் படிமமும் கலந்து நம் உள்ளத்தை எழவைக்கும் அனுபவமே லகுடு என்ற நாவல். வாசகர்கள் வாழ்க்கையைப் பார்க்கும் கோணத்தையே மாற்றக்கூடிய வல்லமை லகுடுக்கு உள்ளது.

உடைக்கப்பட்ட கேடயம்

நூல் : **வாடாமல்லி**

ஆசிரியர் : **சு.சமுத்திரம்**

பதிப்பகம் : **வானதி**

ஒருவரை ஏன் சமுதாயம் தண்டிக்கிறது என்ற கேள்விக்கு நியாயமான பதில், அவர் செய்த ஒரு குற்றமாகத்தான் இருக்க வேண்டும். வேறு எந்தக் காரணமாக இருந்தாலும், அங்கு நிகழ்வது அநீதிதான். அப்படிபட்ட அநீதியிலிருந்து தன்னைப் பாதுகாத்துக் கொள்ளவோ அல்லது மீளவோ கேடயமாக அனைவரிடத்திலும் இருப்பது, தான் ஒரு ஆண் அல்லது தான் ஒரு பெண் என்ற தகுதிதான். இந்தக் கேடயம் உடைக்கப்பட்டு, தகுதி மறுக்கப்பட்டு, புறக்கணிக்கப்படும் மாறு பாலினத்தினரைச் சித்திரவதை செய்யவே, ஆயிரக்கணக்கான ஆண்டுகளாக ஆணும் பெண்ணும் தங்களைத் தயார்படுத்திக் கொண்டிருக்கின்றனர்.

சு.சமுத்திரம் அவர்களின் எழுத்தில் உருவான வாடாமல்லி, 1994-ல் முதல் பதிப்பு வெளியானது. இந்த நாவல் திரைப்படமாக உருவாகக்கூடிய திரைக்கதை வடிவத்தைத் தன்னுள்ளே கொண்டுள்ளது என்று வாசிப்பின் அத்தனை நிலைகளிலும் சினிமா ரசிகர்களுக்குத் தோன்றும். மீண்டும் மீண்டும் படித்தாலும் புதிய வாசிப்பனுபவத்தை ஏற்படுத்துவதால் இந்த அம்சம் இருக்கலாம்.

நாவல் உரைக்கும் வலியும் வேதனையும் சில இடங்களில் கண்களைக் கலங்க வைத்து, சில இடங்களில் மனதை உருக வைக்கின்றன. அழுதுவிட்டுக் கடந்துவிடும் சம்பவங்களைத் தாண்டி, நமது பார்வையையே மாற்றும் பீடிகையை நம் முன்

வைக்கிறார் சு.சமுத்திரம்.

இதன் கதை சுயம்பு என்ற மாணவனை நமக்கு அறிமுகப்படுத்துகிறது. அவன் கல்லூரியில் படித்துக் கொண்டிருக்கிறான். கதையின் ஆரம்பத்தில் அவனுக்கு பயங்கரமான ஒரு பிரச்சனை ஏற்படுகிறது என்று நாம் அறிகிறோம். அந்தப் பிரச்சனை என்ன என்று வெளிப்படுத்தப்படாமல் நாவல் நகர்கிறது. அவன் அந்தப் பிரச்சனைக்கு ஆற்றும் எதிர்வினைகளை நம்மால் புரிந்துகொள்ள முடியாதபடி கதைக்குள் பிரயாணிக்கிறோம். அவன் தனிமைக்குள் ஆழ்கிறான். கல்லூரிக்குச் செல்வதையும் மற்றவர்களிடத்தில் பழகுவதையும் தவிர்க்கிறான். கதை மேலும் விரிய அவனது துயரம் என்னவென்று தெரியவருகிறது.

சுயம்பு என்ற ஆணுக்குள் ஒரு பெண் இருக்கிறாள். அவன் தன்னோடு கலந்திருக்கிற பெண் தன்மையை உணர்கிறான். அதை ஒரு தருணமாகப் பாவித்து அந்த நிமிடத்திலிருந்து அவன் படும் பாடுகளைப் பற்றிக் கூறுவதே நாவலின் மையம். தாய், தந்தை, அக்கா, தங்கை, அண்ணன் என்று அன்பான சொந்தங்கள் வாய்க்கப் பெற்றவனாகவே இருக்கிறான் அவன். ஆனாலும் அவனுடைய ஜீவனின் வதையைப் புரிந்து கொள்பவர்களாக அவர்கள் யாருமே இல்லை.

அவன் டேவிட் என்ற ஒரு மனிதனை நேசிக்கிறான். டேவிட் மருத்துவம் பயிலும் மாணவனாக இருந்தும் சுயம்புவின் பிரச்சனையைப் புரிந்துகொள்ளும் அறிவற்றவனாக இருக்கிறான். ஒரு நோயாளியைப்போல் மருத்துவரிடம் அழைத்துச் செல்லப்படுகிறான் சுயம்பு. மருத்துவரோ சில மாத்திரைகளைக் கொடுத்து தூங்கி எழுந்தால் சரியாகிவிடும் என்று அனுப்பிவிடுகிறார். எந்த நோயும் இல்லாமல் எடுத்துக்கொள்ளப்பட்ட மருந்துகள் அவனை உண்மையிலேயே நோயாளி ஆக்குகின்றன. அவனுக்கு வலிப்பு வர ஆரம்பிக்கிறது.

இவ்வாறு, சுயம்பு என்ற ஆண், பெண்ணாக மாற நினைப்பதும் அதனால் அவன் அனுபவிக்கும் சித்ரவதைகளும் மன அழுத்தமும் நம்மை சுயம்புவின் அடையாளத்துக்கான அவனது தேடலுக்குத் தயார்படுத்துகின்றன.

குறிப்பிட்ட காலத்திற்குப் பின்பு, தான் பிறந்து வளர்ந்த

சு.சமுத்திரம்

வீட்டைவிட்டு சுயம்பு வெளியேறுகிறான். அப்போது பச்சையம்மா என்ற திருநங்கையின் துணை அவனுக்குக் கிட்டுகிறது. பச்சையம்மா, சுயம்புவில் அவள் கண்ட பெண்ணைத் தன் மகளாகத் தத்தெடுத்துக் கொள்கிறாள். சென்னையில் அவர்கள் வசிக்கிறார்கள். அங்கு திருநங்கைகள் சந்திக்கும் வழக்கமான பிரச்சனைகளை நாவல் எதார்த்தமாகப் பேசுகிறது. பச்சையம்மாவும் அவளுடைய மகளும் காவல்துறையால் கீழ்த்தரமான முறையில் நடத்தப்படுகிறார்கள்.

அந்த சம்பவங்களின் தொடர்ச்சி, திருநங்கைகளின் வாழ்க்கையைப் பொதுவெளியில் கேலியாகவும் கிண்டலாகவுமே பாரத்துப் பழக்கப்பட்ட வாசகர்களுக்கு, துயரத்தின் சரித்திரமாக அதை உணரும் சந்தர்ப்பத்தைத் தருகிறது. திருநங்கைகளின் உடலுக்கு என்ன தேவை? அவர்களின் மனதிற்கு என்ன தேவை? அவர்களை நாம் எப்படிப் பார்க்க வேண்டும்? அவர்களை நாம் எப்படி நடத்த வேண்டும்? என்ற புரிதல் இன்றுவரை சமுதாயத்தில் இல்லை. பல திருநங்கைகள் அறிவார்ந்தவர்களாகவும் தெளிவானவர்களாகவும் நிதானமானவர்களாகவும் புத்திசாலிகளாகவும் ஒழுக்கமானவர்களாகவும் நேர்மையானவர்களாகவும் இருக்கிறார்கள். ஆனால் அவர்களை எத்தனை பேருக்குத் தெரியும் என்பது கேள்விக்குறியே.

இந்தக் கதையில் சுயம்பு சென்னைக்கு வந்து அனுபவித்த கஷ்டங்களுக்குப் பிறகு, அவன் டெல்லிக்குச் செல்கிறான். அங்கு சென்ற பிறகு, சுயம்பு பெண்ணாக மாறும் அந்த நிகழ்வு நடக்கிறது. அவன் பெண்ணாக மாறும் தருணம் வார்த்தையால் விவரிக்க முடியாததாகவும் வலிகள் நிறைந்ததாகவும் இருக்கிறது. அவன் பெண்ணாக மாறி, மணிமேகலை என்ற பெயரைச் சூட்டிக் கொள்கிறான்.

இறுதியில் மேகலையாக மாறிய சுயம்பு என்ன ஆனாள் என்பதைப் பற்றிக் கூறுகிறது வாடாமல்லி. இந்தப் புத்தகத்தில் உள்ளபடி இறுதியில் நடக்குமா என்பது சந்தேகமே. ஆனால் அவ்வாறு நடக்கவேண்டும் என்று நாம் ஆசைப்படக் கூடிய விஷயமே இறுதி அத்தியாயமாக இருக்கும். இறுதி அத்தியாயத்தை

நாம் கண்ணீரோடுதான் கடக்க இயலும். இந்தப் புத்தகத்தின் முதல் வரியிலிருந்து கடைசி வரி வரைக்கும் கண்ணீர் மட்டுமே இருக்கும்.

புத்தகத்தை மூடி வைத்த பின்பும், இந்தத் துயரத்தைத் தீர்க்க நாம் என்ன செய்யப் போகிறோம், இதை நோக்கிய நம்முடைய செயல்பாடுகள் எங்கனம் இருக்கும் என்பதைப்பற்றி சிந்திக்க வைக்கக்கூடிய நாவலாக நிச்சயமாக வாடாமல்லி இருக்கும்.

சுயம்பு காவல்துறையினரால் துன்புறுத்தப்படுகிறான். அப்பொழுது சுயம்புவும் பச்சையம்மாவும் இருந்த குழுவின் தலைவி குரு அக்கா, சுயம்புவைப் போலிசிடம் இருந்து மீட்க ஏதாவது செய்ய முடியுமா என்று பார்க்கும் தருணம் வாசிப்பிற்காக.

சார்.. சார்.. நீங்க கூப்பிட்ட குரலுக்கெல்லாம் வாரவங்க நாங்க.. குடிசைக்கு நீங்க ஆள் சொல்லி அனுப்புனாலே போதும். நேரா கோர்ட்டுக்கு வந்து செய்யாத குத்தத்த செஞ்சதாவும் சொல்றோம். கைக்காசுலையே அபராதமும் கட்றோம்.

இந்த ஒரு தடவ மட்டும் இந்தப் பச்சையம்மா செஞ்ச குத்தத கோர்ட்டுல சொல்லுங்க சார். பொய்க் கேசு வேண்டாம் சார்.

ஏய் குருவக்கா, கிண்டலா பண்ற? உன்ன மாதிரி பொட்டைங்க விபச்சாரம் செய்றதா கோர்ட்டுல வழக்குப் போட்டா ஜட்ஜ் சிரிப்பாரு. எனக்கே சிரிப்பு வரும். அப்புறம் கொஞ்ச நாளா உன்னக் காணலையே ஏன்..?

கூவாகம் கோயிலுக்குப் போயிருந்தேன் சார். அப்புறம் கோர்ட்ல நாங்க செய்ற தொழிலையே சொன்னா என்ன சார்? அப்படியாவது ஜட்ஜ்க்கு கண்ணு தொறக்கட்டுமே, சர்க்காருக்கு புத்தி வரட்டுமே.

குருவக்கா நீ ஓவரா பேசுற. மாமூல்காரியாச்சேன்னு விட்டு வைக்கிறேன்.

அந்தப் பாசத்திலதான் சார் நான் பேசுறேன். வேற இன்ஸ்பெக்டரா இருந்தா பேச மாட்டேன் சார். தயவுசெஞ்சு கேளுங்க சார். எங்கள மாதிரி பொட்டைங்கள யாரும் வீட்டு வேலைக்கு சேக்க மறுக்கு றாங்க. சில்லற வியாபாரம் செஞ்சா பொறுக்கிப் பசங்க கிண்டல் பண்றாங்க. எங்களுக்கும் வயிறு இருக்கே சார்! அதனாலதான் சார் வேற வழி இல்லாம இந்தப் பொழப்ப செய்யறோம் சார். நாங்களும் நல்ல குடும்பங்கள்ல இருந்து நாசமாகி வந்தவங்கதான் சார். அதோ

அதுகூட இன்ஜினியரிங் காலேஜ்ல படிச்சுது சார். அரசாங்கம் ஊனமுற்றவங்களுக்கு உதவி செய்யுது, பெண்களுக்கெல்லாம் செய்யுது. ஆனா பெண்ணாகவும் ஆகாம ஆணாகவும் போகாம அந்தரத்துல நிக்கிற எங்களுக்கு என்ன சார் செய்யுது? எங்கள விட்டுடுங்க சார். இல்லாட்டினா நெச வழக்கு போடுங்க சார்.

உனக்காக என்ன வேணா செய்றேன். ஆனா இவள விடப் போறதா இல்ல.

பொறுக்கிப் பையக கத்தியக் காட்டி எங்ககிட்ட பணம் பறிக்கிறாங்கன்னு உங்ககிட்ட எத்தனையோ தடவ எழுதிக் குடுத்தோம். எழுதிக் குடுத்தததான் கிழிச்சுப் போட்டீங்க. இதையாவது கேளுங்க சார். பங்களா விபச்சாரத்திற்கும் பப்ளிக் விபச்சாரத்திற்கும் என்ன சார் வித்தியாசம்? எங்கள மட்டும் ஏன் சார் இந்தப் பாடு படுத்துறீங்க? போலீஸ் உறவும் பனமரத்து நிழலும் ஒன்னுன்னு சொல்றது சரியாப் போச்சு சார்.

இந்தாய்யா டேவிட்டு, இவளையும் உள்ள தள்ளு. ஏன்டா பொட்டப் பயலே, எல்லாப் பொட்டைகளும் சொல்ற மாதிரி நானும் உன்ன குருவக்கான்னு மரியாதையா பேசுறேன். அய்யோ பாவம்னு பாத்தா, அதிகப்பிரசங்கித்தனமா செய்ற? இந்தாப்பா டேவிட்டு...

இவ்வாறாகவே எழுத்துநடை சுவாரஸ்யமாக அமைந்திருக்கும். இந்த நாவலை முழுவதும் படித்து முடிக்காமல் பாதியில் கீழே வைத்துவிட முடியாது. அப்படிப்பட்ட எழுத்து சுவாரஸ்யமும் அதற்குள் இருக்கும் வலிகளும் வேதனைகளும் நிஜங்களும் உண்மைகளும் நாவல் முழுவதும் சிதறிக்கிடக்கும்.

எரிக்கும் அதிகாரம், பொசுங்கும் வாழ்வாதாரம்

நூல் : வெக்கை
ஆசிரியர் : பூமணி
பதிப்பகம் : காலச்சுவடு

நாகரீகம் என்பது செயற்கையான பொருட்களால் உண்டாக்கப் படும் சூழ்நிலையாகவே உள்ளது. இத்தகு வசதிகளை ஏற்படுத்திக் கொள்ளும் சாதுர்யமே மனிதனைப் பிற ஜீவராசிகளிலிருந்து பிரிக்கிறது. நம்மில் ஒளிந்து கொண்டிருக்கும் காட்டுவாசியின் மனமோ, இயற்கையை அதன் சாதக பாதகங்களை அகற்றி உருவாக்கும் சமுதாய அமைப்புக்கு அப்பாற்பட்டே இருக்கிறது. ஒரு மனிதனை சமுதாயத்திலிருந்து அகற்றி, மீண்டும் இயற்கைச் சூழலில் அடைக்கும்போது அவன் விரிகிறான். அவனது புலன்கள் உயிர் வாழ்க்கைக்கு உண்டான கூறுகளை மீண்டும் தேடி அடைகின்றன. அவன் வீழ்ந்துவிடாமல் போராடி ஜீவிக்கும் ஒரு சக்தியாக அங்கு மீண்டும் உருவாகிறான்.

பூமணி, சமகாலத் தமிழ் இலக்கியத்தின் மிக முக்கியமான எழுத்தாளர். ரசனை சொட்டச் சொட்ட எழுதக்கூடியவர். அவரது புகழ்பெற்ற நாவலே வெக்கை. வெக்கை நாவலைத் தழுவி, தனது கொள்கைகளையும் நிலைப்பாடுகளையும் முன்னிறுத்தி அசுரன் என்ற திரைப்படத்தை எடுத்தார் இயக்குனர் வெற்றிமாறன். ஒரு நாவலை, வணிகத் திரைப்படம் என்ற வடிவத்துக்கு உருமாற்றும் போது, மக்களிடத்தில் எப்படிக் கொண்டுபோய்ச் சேர்க்க வேண்டும் என்பதற்குச் சிறந்த உதாரணமாக வெற்றிமாறன் அவர்களின் இம்முயற்சியைச் சொல்லலாம்.

இந்தக் கதை, ஒரு கொலை மற்றும் அதன் பின்னணி, இவற்றின் மூலமாக சாதியக் கட்டமைப்பு, தண்டனைச் சட்டம், சமூக அரசியல் என அனைத்தையும் விமர்சனத்திற்கு உட்படுத்துகிறது என்றும் அதன் பன்முகத்தன்மையே அதைத் திரைமொழியாக்கத் தன்னைத் தூண்டியது என்றும் வெற்றிமாறன் கூறியிருக்கிறார்.

தூத்துக்குடி மாவட்டம் கோவில்பட்டி அருகில் ஆண்டிப்பட்டி என்ற சிற்றூரில் பிறந்தவர் பூமணி. தமிழ்ச் சிறுகதைகளுக்கும் நாவல்களுக்கும் சொந்த முகம் கொடுத்தவர்கள் சிலரை வரிசைப்படுத்தினால், அதில் இவருக்குப் பெரியதோர் இடம் உண்டு. மொழி வளம் நிறைந்த இவரது புனைவுகளில், மண் மீதான ரசனையும் பிரியமும் அமுங்கி, அடித்தட்டு மக்களின் குரல்கள் ஓங்கி ஒலிப்பதைக் கேட்கலாம்.

சாகித்ய அகாடமி விருது உட்படப் பல விருதுகளைப் பெற்றவர். இவரது நூல்கள் ஆங்கிலம், இந்தி, வங்காளம், பிரெஞ்சு முதலிய மொழிகளில் மொழிபெயர்க்கப்பட்டிருக்கின்றன. கூட்டுறவுத் துறையில் பணியாற்றி ஓய்வு பெற்றவர். தீப்பெட்டித் தொழிலில் ஈடுபடுத்தப்படும் குழந்தைகளின் உழைப்பை மையமாகக் கொண்டு, தேசிய திரைப்பட வளர்ச்சிக் கழகத்திற்காக "கருவேலம்பூக்கள்" என்ற திரைப்படத்தை எழுதி இயக்கியமைக்கு தமிழக அரசின் விருதைப் பெற்றவர்.

தன்னுடைய அண்ணனைக் கொலை செய்த வடக்கூரானைப் பழிவாங்கும் முகமாக, தம்பியாகிய சிதம்பரம் மேற்கொள்ளும் பழி வாங்கும் முயற்சியில் வடக்கூரான் இறந்துபோய் விடுகிறார். அதற்குக் காரணமாக இருந்த சிதம்பரம் ஓடி ஒளிந்து கொள்கிறான். அப்பொழுது அவனைப் பாதுகாப்பதற்காக அவனுடைய தந்தையும் அவனுடன் சேர்ந்து பயணிக்கிறார். அவர்கள் அந்தச் சூழலில் ஒளிந்து, பதுங்கி வாழும் ஏழு நாட்கள் பற்றிய கதையே வெக்கை.

சிதம்பரத்தின் மூலமாகவே இந்த மொத்தக் கதையும் சொல்லப் பட்டிருக்கும். வடக்கூரானுக்கும் சிதம்பரத்தின் தந்தைக்கும் நிலம் தொடர்பான பிரச்சினை ஏற்படுகிறது. ஒரு சமூகத்தாரிடம் நிலம் இருப்பதே இன்னொரு சமூகத்தாருக்கு எப்படி வெறுப்பை ஏற்படுத்துகிறது என்பது சிதம்பரத்தின் வாயிலாகவே தெளிவாகச் சொல்லப்பட்டிருக்கும்.

பூமணி

இந்த நாவலை கம்யூனிசம் & பொதுவுடமை என்ற கோணத்தில் இருந்தும் பார்க்கலாம். ஒரு தனி மனிதனாக அந்தக் காலகட்டத்தில், குடும்பம் என்ற உறவுகளுக்குள் எப்படிப்பட்ட ஈர்ப்பு இருந்தது என்ற கோணத்திலும் பார்க்கலாம். காவல் துறையைப் பற்றியும் நீதிமன்றத்தைப் பற்றியும் பேசும்பொழுது, அவை ஒடுக்கப் பட்ட மக்களுக்கோ கீழ் அடுக்குகளில் உள்ள மக்களுக்கோ எந்த வகையிலும் தோழமையாக இருப்பதில்லை என்பதை, சிதம்பரம் மற்றும் அவன் தந்தை நடுவில் நிகழும் உரையாடல்களின் மூலம் ஆசிரியர் ஆழமாக எடுத்துரைத்திருப்பார்.

புத்தகத்திலிருந்து ஒரு பகுதி

கிட்டத்தில் சத்தங்கள் நெருங்க நெருங்க, அண்ணன் எழுந்தான். ஐயா அவன் கையைப் பிடித்து உட்கார வைத்தார். பிறகு சத்தம் கொடுத்தார்.

“முத்தையாண்ணே, நம்ம காடு கொஞ்சம் கெடக்கு பாத்துக்கங்க” அங்கிருந்து குரல் வந்தது.

“என்னப்பா, உன் புள்ளைக வயித்துல அடிப்போமா முறையில்லாம? நீ காவலுக்கு வந்து காத்துக்கிடக்குனுமாக்கும்”.

சரசரப்பும் சத்தமும் தூரத்தில் போய்க்கொண்டிருந்தது. அந்த சதக் சதக் சத்தம் மட்டும் தெளிவாகக் கேட்டது. ஐயா சிரிப்புக்கிடையில் சொன்னார்.

“அவன் பித்து கால் போடற செருப்பு சத்தத்தைப் பாரு”.

அண்ணனுக்கு ஆச்சரியம்.

“கள வாங்கறதுலயும் இன்ன இடத்துலதான் கள வாங்கனு முன்னு ஒரு கணக்கு வச்சிருக்காங்களே”.

“அதுல அவங்க ரெம்ப ஒழுக்கம். கஷ்டப்படுறவன் பிஞ்சயில எறங்க மாட்டாங்க”.

“ஏன் ராத்திரி பூரா களவாண்டுட்டு அலையணும்? ஏதாச்சும் வேலை செஞ்சு சம்பாதிக்க வேண்டியதுதானே?” அண்ணன் படுத்துக்கொண்டான்.

"அவங்க செய்யாத சம்சாரித்தனமா? ரொம்ப ஏல்கையா இருந்த வங்கதான். அது இரண்டு பெரிய மனுஷங்களுக்குப் பிடிக்கல. வடக்கூரான் ஒருத்தன், ஒத்துமையா இருக்குறவங்களுக்கு சண்ட மூட்டி வேடிக்க பாத்தான். சண்டை கொலையில் போய் முடிஞ்சி ருச்சு. வெட்டுக்குத்து ரொம்ப நாளா இழுத்துகிட்டு கிடந்துச்சு. ரெண்டு பக்கத்து பெயகளும் கெட்டு சோறு கெட்டிட்டு கேசுக்கு நடையா நடந்தான். காட்ட வித்து கரையவித்து, ஊரானுக்கு செலவழிச்சி, கடைசிக்கு இந்த கதிக்கு வந்துட்டாங்க".

"கொஞ்சமாச்சும் அறிவு வேணாமா? கெட்டுப் போறதுக்கு இம்புட்டு ஆட்டம் ஆடணுமாக்கும்".

"மூனாம்பேருக்கு அப்படித்தான்பா தெரியும். கோபம் கொண்டாடுனா எல்லாம் மறந்துடும். வாசப்படி மண்டையில தட்டின பிறகுதான் தெரியும். என்னைய எடுத்துக்கயேன், ஊர வுட்டே வெளியேறலையா?"

"நீங்கனா கொளுத்த உருப்படிய போட்டுட்டு வந்தீய"

"இவங்க ஒன்னுக்குள்ள ஒன்னு அடிச்சிகிட்டான். அது வடக் கூரானுக்கு தோதா போச்சு. காடுகளை வலச்சி போட்டுக்கிட்டான்".

"அது தெரிய வேணாமா?"

"மொதல்ல தெரியுமா? துட்டு முறுக்கு கண்ண மறச்சிருச்சி".

"இப்பயாச்சும் ஒன்னா இருக்காங்களா?"

"ரொம்ப ஒத்துமையா சேர்ந்து களவாங்காங்க"

"வேற வேலை செய்ய மாட்டாங்களா?"

"எவன் கொடுக்கான்? வடக்கூரான் நிலத்தைச் சேர்த்து பண்ணை ஆக்கிட்டான். நிரந்தரமா சம்பளத்துக்கு ஆளப் போட்டுட்டான். இவங்கள வேலைக்குக் கூப்பிட மாட்டான். வேற வேலை? இதுதான்னு முடிவு செஞ்சுட்டாங்க. ராத்திரி முழுக்க வேலை. பகல்ல உறங்க வேண்டியதுதான்".

இவ்வளவு அழகான வட்டார வழக்கில், படு சுவாரசியமான எழுத்துநடையில் மிக முக்கியமான அரசியல் அடுக்குகள் பொதிந்து வியக்கவைக்கும் நாவல் வெக்கை.

தங்களுக்கான எளிய வாழ்க்கையை வாழ நினைக்கும் சாமானிய மக்களின் இயல்பான ஆசைகளை எரிக்கும் அதிகாரமும், அதில் பொசுங்கும் அடிப்படை வாழ்வாதாரமும் நாவல் முழுவதும் வெக்கையாக வீசும்.

கனவுலகவாசிகளின் காதல் கதை

நூல் : **வெண்ணிற இரவுகள்**

ஆசிரியர் : **ஃபியோதர் தாஸ்தாயெவ்ஸ்கி**

தமிழாக்கம்: **பத்மஜா நாராயணன்**

பதிப்பகம் : **டிஸ்கவரி புக் பேலஸ்**

காதல், காமம் என்று இரண்டு தனித்தனி உணர்வுகள் உள்ளதாக நம்பப்படுகின்றது. அவை இரண்டும் முயங்கும்பொழுது ஆணும் பெண்ணும் இவ்வுலகத்திலிருந்து தாம் தனியென்று உணர்கிறார்கள். அதுவே உறவு என்ற உணர்ச்சி நிலை. அவர்கள் தங்களைத் தாமே தனியொரு உலகம் என்று கற்பனையிலும் நிஜத்திலும் சில சமயங்களில் வெளிப்படையாகவும் பூடகமாகவும் கருதுகிறார்கள். காதலென்று ஒன்றுதான் உள்ளது, அதுவே எல்லா இயக்கத்தையும் செலுத்தும் விசை அல்லது காமம் என்று ஒன்றுதான் உள்ளது, அதுவே எல்லா இயக்கத்தையும் கட்டுப்படுத்தும் சக்தி. இந்த இரண்டு தத்துவங்களும் காதலர்களின் ஆராய்ச்சிக்காகக் காத்திருக்கின்றன.

இந்தப் புத்தகத்தைபற்றி உலகமே பல சுற்றுகள் பேசித் தீர்த்திருக்கிறது. எவ்வளவு பேசினாலும் இதைப்பற்றிப் பேச இன்னும் ஒரு கோணமும் படிமமும் பிறந்து கொண்டேதான் இருக்கிறது. அப்படிப்பட்ட ஒரு நாவல் வெண்ணிற இரவுகள்.

பொதுவாகவே இரவு என்றால் கருமை. ஆனால், 'எப்பொழுது இரவை நாம் வெண்மையானதாகச் சொல்லுவோம்?' என்ற கவித்துவ மனநிலையை எழுத்தாளர் அழகாக இந்நாவலில் எடுத்துரைக்கிறார். இந்த நாவலை அவர், தன் வாழ்க்கையில் நடந்த சம்பவத்தைப் போல் விவரித்திருப்பார்.

ஒரு தனிமையான மனிதர். அவர் நகர வீதியில் இரவின் தனிமையில் நடந்து சென்று கொண்டிருக்கும்பொழுது, நாஸ்தென்கா என்ற பெண்ணைச் சந்திக்கிறார். மூன்று நான்கு இரவுகள் இருவரும் தொடர்ந்து சந்தித்து, தங்கள் தனிமையைப் பகிர்ந்துகொள்கிறார்கள். மனம்விட்டுப் பேசுகிறார்கள். அந்த இரவுகளின் காலத்துக்குள், அந்தப் பெண்மேல் அவருக்குக் காதல் அரும்புகிறது. அவளோ வேறு ஒருவரைக் காதலிக்கிறாள். காதலிப்பவருடன் தன்னைச் சேர்த்து வைக்குமாறு அவரிடமே கோருகிறாள். ஆனால் இப்படிப்பட்ட ஒரு சூழ்நிலையிலும் அந்தப் பெண், அவர் மீதும் காதல் வயப்படுகிறாள். உள்ளங்களின் ஊசலாட்டமே இந்தப் புதினத்தில் படரும் கதை.

இந்தப் புத்தகத்தை இரவில் மட்டுமே நடப்பதைப் போல் எழுதி இருப்பார் ஆசிரியர். ஆனால் நிறைவு அத்தியாயத்தை மட்டும், காலை என்ற தலைப்பில் நம் மனதின் வெளிச்சத்தை வகை மாற்றிக்கொள்ள அனுமதி தந்திருப்பார்.

ஒரு தனி மனிதனின் வாழ்க்கையில், ஒரு தனிமையான இரவில், ஒரு பெண் என்னவெல்லாம் செய்துவிட்டுப் போக முடியும் என்பதைத் துயரமும் இன்பமும் கலந்து விளக்கியிருப்பார். இது ஒரு அற்புதமான காதல் கதை என்று நிச்சயமாகக் கூறமுடியும்.

அவன் வாழ்வில்
ஒரு கணம் மட்டும்
நெஞ்சில் உறைந்திருக்குமென்றுதான்
அவனுக்கு விதிக்கப்பட்டதா?
அல்லது
தனது மனதிற்கு நெருக்கமான
அந்த ஒரே ஒரு தருணத்திற்காக மட்டும்
வாழ்ந்தால் போதுமென
ஆரம்பத்திலிருந்தே
அவன் விதி அமைந்ததா?

இவான் துர்கனேவ்வின் இந்தக் கவிதையோடு நாவல் ஆரம்பிக்கிறது.

நாவலில் முதலாம் இரவு

ஃபியோதர் தாஸ்தாயெவ்ஸ்கி

நம் இளமைக் காலங்களில் மட்டுமே சாத்தியமாக இருக்கக்கூடிய ஓர் இரவைப் போன்றதொரு அருமையான இரவு. வான் முழுவதும்நட்சத்திரங்கள்ஒளிர்ந்துகொண்டிருந்தன. அவ்வொளியைக் காணும்போது, 'துர்குணமும் தீய ஒழுக்கமும் உடைய மக்கள், இத்தகைய வானின் கீழ் எவ்வாறு வாழ இயலும்?' என்றொரு கேள்வி எழாமல் இராது. இது ஒரு அடிப்படையான கேள்விதான் வாசகரே. மிகவும் அடிப்படையானதுதான். ஆனால் இத்தகைய கேள்விகளை இறைவன் உங்கள் மனதில் அடிக்கடி எழச் செய்யட்டும். துர்குணத்தையும் தீய ஒழுக்கத்தையும் பேசும்போது, அன்றைய என் மன ஒழுக்கத்தைப்பற்றி என்னால் நினைவு கூறாமல் இருக்க முடியாது.

காலையிலிருந்தே ஏதோ ஒரு விசித்திரமான உணர்வால் அழுத்தப்பட்டிருந்தேன். திடீரென்று நான் தனித்து விடப்பட்டது போலவும் அனைவரும் என்னை வெறுத்து விலகிப் போவது போலவும் எனக்குத் தோன்றியது. அந்த அனைவரும் என்பது யார் என்று யார் வேண்டுமானாலும் கேட்கலாம்.

பீட்டர்ஸ்பர்க்கில் ஏறக்குறைய எட்டு ஆண்டுகள் நான் வசித்து வந்தாலும் அங்கு எனக்குப் பரிச்சயமானவர் ஒருவர்கூட இல்லை. அத்தகைய அறிமுகங்கள் எனக்குத் தேவையும் இல்லை. உண்மையில் பீட்டர்ஸ்பர்க் முழுவதும்தான் எனக்குப் பரிச்சயமாய் இருந்தது. அதில் உள்ளோர் அனைவரும் மூட்டை முடிச்சுகளைக் கட்டிக்கொண்டு கோடை இல்லங்களுக்குச் சென்றவுடன், அனைவரும் என்னை ஒதுக்கியது போல் தோன்றியது.

தனியாய் இருப்பதற்கு எனக்கு பயமாய் இருந்தது. மூன்று நாட்கள் என்ன செய்வதென்று அறியாமல், நகரம் முழுவதையும் அதீத வெறுப்பில் சுற்றி வந்தேன். லெவ்ஸ்கியைக் கடக்கும்போதும் அல்லது தோட்டங்களுக்குச் செல்லும்போதும் கரையோரங்களில் உலாவும்போதும் வருடம் முழுவதும் அச்சமயங்களில் தென்படும் ஒரு முகத்தைக்கூடக் காண முடியவில்லை. அவர்களுக்கு என்னைத் தெரியாதுதான். ஆனால் எனக்கு அவர்களைத் தெரியும்.

மிகவும் நன்றாகத் தெரியும். அவர்களின் முகங்களை நான் கூர்ந்து அவதானித்திருக்கிறேன். அவை மலர்ந்து இருக்கும்போது மகிழ்வேன். வாடி இருந்தால் வருந்துவேன்.

ஃபான்டான்காவில் ஒவ்வொரு நாளும் ஒரே நேரத்தில் நான் சந்திக்கும் முதியவரோடு, ஏறக்குறைய நண்பனைப்போல் ஆகியிருந்தேன். இடது கையைச் சுழற்றிக்கொண்டு தனக்குத்தானே முணுமுணுத்துக் கொண்டிருப்பார். அவர் முகம் எப்பொழுதும் யோசனையில் ஆழ்ந்தபடியே இருக்கும். அவருடைய வலது கையில் தங்கப்பூண் உள்ள ஒரு நீண்ட தடி இருக்கும். அவர் என்னைக்கூட கவனிப்பார். என்மேல் அக்கறை காட்டுவார். குறிப்பிட்ட நேரத்தில் ஃபான்தான்காவில் குறிப்பிட்ட இடத்தில், நான் இல்லை என்றால் அவருக்கு நிச்சயம் ஏமாற்றமாய் இருந்திருக்கக்கூடும். அப்பொழுது ஒருவருக்கு ஒருவர் முகமுன் சொல்லிக் கொள்வோம், முக்கியமாக இருவரும் நல்ல மனநிலையில் இருக்கும்போது.

ஒரு முறை இரண்டு நாட்களாக இருவரும் பார்த்துக் கொள்ளவில்லை. மூன்றாம் நாள் நாங்கள் சந்தித்தபொழுது, எங்கள் தொப்பியிடம் கை சென்றுவிட்டது. ஆனால் ஒரு கணத்தில் சுதாரித்துக்கொண்டு கையைக் கீழே இறக்கி விட்டோம். ஒருவரை ஒருவர் ஆர்வமாய்ப் பார்த்துக்கொண்டே கடந்தோம். ●

அவரது எழுத்து, தனிமை என்ற துயரத்தை மிக அழகாக வர்ணிக்கிறது. ஒரு நகரமே பரிச்சயமாக இருந்தபோதிலும் அந்நகரில் எந்த மனிதனும் பரிச்சயமில்லாத தனிமை. ஒரு வீடு, தனக்கு ஏன் உரிமையாளர்கள் இந்த நிறத்தில் வண்ணம் அடித்திருக்கிறார்கள்? என்று தம்மிடம் அழுததாக ஒரு இடத்தில் சொல்கிறார். வீடு தனிமையின் படிமமாகும் இலக்கிய விநோதம் அது.

தனிமையின் பிரதிநிதியாக இரவுகளைச் சந்திக்கும் ஒரு மனிதன், தனிமையாக இருக்கக்கூடிய மற்றொரு பெண்ணைச் சந்திக்க நேரிட்டால் அது எந்த மாதிரியான நிகழ்வுகளை உருவாக்கக்கூடும் என்பதை இந்தக் கதை சொல்கிறது. எல்லாத் தத்துவ விசாரணைகளையும் தாண்டி, இது ஓர் அற்புதமான கனவுலகவாசிகளின் காதல் கதை என்று மீண்டும் மீண்டும் வலியுறுத்தத் தோன்றுகிறது.

பின் குறிப்பு : இயக்குனர் எஸ்.பி. ஜனநாதன் இந்நாவலைத் தழுவி தமிழில் எடுத்த திரைப்படம் 'இயற்கை'.

நினைவிலே தமிழ் உள்ள மிருகம்

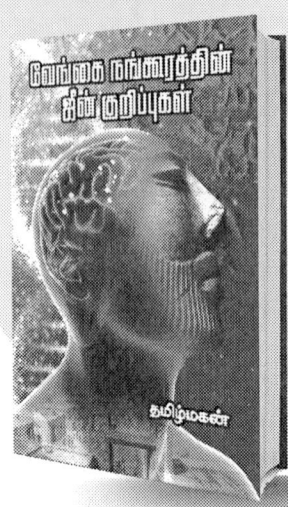

நூல் : வேங்கை நங்கூரத்தின் ஜீன் குறிப்புகள்

ஆசிரியர் : தமிழ் மகன்

பதிப்பகம் : உயிர்மை

தமிழ் என்பது ஒரு மொழி. தகவல் பரிமாற்றத்துக்கு மனிதர்களிடையே பயன்படும் பல்வேறு மொழிகளில் தமிழும் ஒன்று. அது தமிழர்களுக்கு எத்தகு பெருமையைத் தருகிறது என்பதற்கு அதன் தொன்மை, இனிமை, ஆழம் என்று பல காரணங்கள் இருக்கின்றன. உலக மொழிகளுக்கெல்லாம் முதல் அதுதான் என்கிற எண்ணம் தின்னமாக எழ, அதனுள் வெவ்வேறு காரணிகள் புதைந்து கிடக்கின்றன. இவற்றுக்கெல்லாம் மேலாக, தமிழர்களுக்கு வேறெந்த மொழியினருக்கும் இல்லாத ஒரு உயிர்ப் பற்று தமிழின்மேல் உள்ளது. அதற்குக் காரணமாக மேலெழுவது ஒன்றுதான். தமிழ் வெறும் மொழியல்ல தமிழர்களுக்கு, அது அவர்களது இனம். அதுவே உலகத் தமிழர்களையெல்லாம் மீண்டும் மீண்டும் திரட்டிக்கொண்டே பெருகுகிறது.

தமிழ்மகன் பல பத்திரிகைகளில் பணியாற்றியிருக்கிறார். சிறுகதைகள், புதினங்கள், கட்டுரைகள் என, பன்முக முயற்சிகளில் வெற்றி அடைந்திருக்கிறார். அவரது சிறுகதைகள் பலவும் சமூகநீதியை முன்னிறுத்துபவை.

வேங்கை நங்கூரத்தின் ஜீன் குறிப்புகள் என்ற தலைப்பே கடினமானதாகச் சிலருக்குத் தோன்றலாம். ஆனால் இது கடினமான நாவல் அல்ல, மிக சுவாரஸ்யமான சாகசங்கள் மிகுந்த நாவல்.

புத்தகத்தின் பின்னட்டைக் குறிப்பு

குஜராத் வளைகுடாவில் தமிழ் எழுத்துப் பொறித்த ஒரு நங்கூரம் கிடைக்கிறது. இரண்டாயிரம் ஆண்டுகள் பழமை வாய்ந்த நங்கூரம் அது. ஆப்கானிஸ்தானில், பாகிஸ்தானில் இன்றும் இருக்கிற கொற்கை, குறிஞ்சி என்ற கிராமங்கள் ஆச்சரியப்படுத்தின. சிந்துசமவெளியில் கண்டெடுத்த எழுத்துகளும் தமிழ்நாட்டின் சில பகுதிகளில் கண்டெடுத்த எழுத்துகளும் ஒன்றுபோல இருப்பது ஏன்? இடைப்பட்ட மூவாயிரம் கிலோ மீட்டர்களும் மூவாயிரம் ஆண்டுகளும் என்ன ரகசியத்தைச் சுமந்து நிற்கின்றன? தென்கோடித் தமிழ்நாட்டிலிருந்து மெசபடோமியா, கிரேக்கம் என நடந்த வர்த்தகம் என்ன செய்தியைச் சொல்கிறது? நினைவிலே தமிழ் உள்ள மிருகமாக நாம் இருக்கிறோம். வேங்கை நங்கூரத்தின் ஜீன் குறிப்புகள் என்ற நாவல் அதைத்தான் பேசுகிறது.

இவ்வாறாக, முன்னுரையில் இருக்கும் சில முக்கியமான வரிகளையே பின் அட்டையிலும் கொடுத்திருக்கிறார்கள். இந்தக் குறிப்பைப் படித்த பிறகு, நமக்கு ஓரளவுக்கு இந்த நாவலைப் பற்றிய புரிதல் வந்திருக்கும்.

இந்த நாவலைப் படிக்கும் முன் நமக்குள் எழும் கேள்விகள் என்னவென்றால், அவரவர்களுக்கு அவரவர் தாய்மொழி உயர்ந்ததாகவே இருக்கும். மொழி என்பது பேசுவதற்கான ஒரு கருவி, ஒரு தகவல் தொடர்புச் சாதனம் எனக் கொள்ளப்படுகிறது. அப்படி இருக்கும் பொழுது தமிழர்களுக்கு மட்டும் தமிழ் ஏன் உயிராக இருக்கிறது? தமிழ் ஏன் மூச்சாய் இருக்கிறது? தமிழ், தமிழ் என்று ஏன் அடித்துக் கொள்கிறார்கள்? ஏன் தமிழ் மேல் அவர்களுக்கு இப்படி ஒரு பற்று இருக்கிறது? தமிழ் எங்கள் உயிருக்கு நேர் என்று ஏன் சொல்கிறார்கள்? யாமறிந்த மொழிகளிலே தமிழ்மொழி போல் இனிதாவது எங்கும் காணோம் என பாரதியார் ஏன் சொன்னார்? ஏன் தமிழுக்கு அவர்கள் இவ்வளவு முக்கியத்துவம் கொடுக்கிறார்கள்?

இப்படியான ஒரு சிந்தனையை எடுத்துக்கொண்டு, அதை அறிவியல் பூர்வமாகத் தொடர்புபடுத்தி தமிழையும் அறிவியலையும் இணைத்து, கால ஓட்டத்தில் முன்னும் பின்னு மாகப் பயணம்செய்து ஒரு அறிவியல் புதினமாக, பண்டைய காலத்தை எடுத்துச் சொல்லக்கூடிய புதினமாக, சிந்து சமவெளியின் நாகரீகத்தினரும் தமிழர்களும் என்ன தொடர்பில் இருந்தார்கள்

என்பதைப் பற்றிச் சொல்லக்கூடிய புதினமாக, தமிழர்களின் நாகரிகம் எவ்வளவு தொன்மையானது என்பதைப் பற்றிய புதினமாகப் படைக்கப்பட்டிருக்கிறது 'வேங்கை நங்கூரத்தின் ஜீன் குறிப்புகள்'.

தொன்மம் என்பது சமூகத்தின் பெருங்கனவு. கனவு தனி மனிதன் படைக்கின்ற தொன்மம்.

சிக்மன் ஃபிராய்ட்டின் இந்த வரிகளைக் கொண்டு இந்தப் புத்தகம் ஆரம்பிக்கிறது. இந்த வரிகளைப் படித்துவிட்டு இதை ஆழமாக யோசித்து இதன் அர்த்தத்தைப் புரிந்துகொண்டு உள்வாங்கிக் கொண்டீர்கள் என்றால், இந்த நாவல் படிப்பதற்கு மிகவும் இலகுவாகவும் சுவாரஸ்யமாகவும் சுலபமாகவும் இருக்கும்.

தமிழ்மகன்

தேவ் என்றொரு மனிதன், செவ்வாய் கிரகத்தில் மனிதர்கள் வாழ்வதற்காக வீடுகளை உருவாக்கப்போகிறான். அவன் ஜப்பானில் ஒரு சுனாமியில் சிக்கிக் கொள்கிறான். அவ்வாறு சுனாமியில் சிக்கிக்கொண்ட மனிதனின் மூளை வேறுவிதமாகச் செயல்பட ஆரம்பிக்கிறது. தமிழ் என்ற மொழி தோன்றிய காலத்திலிருந்து அவன் மூளை எவ்வாறு வேலை செய்கிறது? அதாவது எதிர் காலத்தைச் சேர்ந்த ஒரு மனிதன், கடந்த காலமென்ற பதிவாக, தன் மூளையிலிருந்து தமிழைக் கண்டுபிடிக்கிறான். ராஜராஜ சோழன், கம்பர், வள்ளுவர், கபிலர் என அனைவரும் காட்டப்படுகிறார்கள். ஆனால் கதை நடப்பது எதிர்காலத்தில். இவன் மூளைக்குள் நடப்பதை ஆராய்ச்சியாளர்கள் ஆராய்ச்சி செய்து கொண்டிருக்கிறார்கள்.

கதையில் சொல்லப்பட்ட ஆராய்ச்சியாளரின் பெயர் மாறன். அந்த ஆராய்ச்சியாளரும் அவருடைய உதவியாளர்களும் இவரின் மூளையை ஆராய்ச்சி செய்கிறார்கள். எப்படி பண்டைக்கால மனிதர்களின் கதாபாத்திரங்கள் வருகிறதோ, அதேபோல் ஜான் என்ற ஒரு கதாபாத்திரமும் அவர் மூளைக்குள் வந்து செல்கிறது. அங்கு சரவணன் என்ற கதாபாத்திரமும் மூளையின் பதிவில் இருந்து வருகிறது. அந்த சரவணன் என்பவர் இந்தித் திணிப்பு எதிர்ப்புப் போராட்டத்தைப் பற்றிய ஒரு குறும்படத்தை எடுத்தவர். எதிர்காலம், நிகழ்காலம், கடந்தகாலம் ஆகிய மூன்று காலங்களிலும்

சேர்த்து முன்னும் பின்னுமாகக் கூறப்பட்டுள்ள அழகான கதையே இந்த நாவல்.

புத்தகத்திலிருந்து சில வரிகள்

ஜான் வில்வரின் கூப்பாடுகள் அதிரடியானவை. சுமேர் நாகரீகம் தமிழர்களின் நாகரீகம் என்றான் ஒரு முறை. சுமேரிய மொழியில் துகள் என்பது தமிழே. தமிழிலே துகில். மயில் தோகை தமிழகத்திலிருந்து சுமேரியாவுக்கு வர்த்தகம் செய்யப்பட்டதற்கு இதைவிட ஆதாரம் வேண்டுமா? என்றான். தமிழ்நாட்டிலிருந்து எள் அங்கு ஏற்றுமதி ஆனது. எள் எண்ணையைத்தான் சுமேரியர்கள் இள்யெண்ணை என்கிறார்கள். ஆடு என்பதை ஊடு என்கிறார்கள். ஊர் என்பதை ஊர் என்றே அழைத்தனர். சாகாவரம் வேண்டிய கில்காமேஷ் மன்னனின் கடல் புஷ்பம் கதையைச் சொல்லி, தமிழனுக்கான ஒற்றுமையை அதன்மூலம் விவரித்தான் ஜான்.

தாங்கள் கடல் மார்க்கமாக வந்தவர்கள் என்ற சுமேரிய வரலாறு, தென்னிந்திய மாந்தர்கள் கடல் பயணத்தின் சான்று. அந்தக் கல் படிவச் சரித்திரம் சொல்லும் கதை. இதையெல்லாம் கேட்டபோது மாறனுக்கு மண்டையே வெடித்து விடும்போல இருந்தது.

தமிழ் எங்கள் உயிர் என்ற போக்கு தமிழர்களிடம் வெகு காலமாக இருக்கிறது. அதற்கு முன்னரும்கூட இருந்திருக்கிறது. ஆனால், அப்போது தங்கள் உயிரென அதை அறிவிக்க அவர்களுக்குத் தெரியவில்லை. அது அவர்கள் ரத்தத்தில் இருக்கிறது. மூச்சில் இருக்கிறது. மொழி மூளையில் இருக்குமா என்பது தெரியவில்லை. ஒரு பட்டாம்பூச்சி கூட்டுப் பருவத்திலிருந்து வெளியே வந்ததும் தேனைத் தேடிப் பறப்பதைப்போல, தமிழனுக்கு, பிறந்ததும் தமிழை நேசிக்க வேண்டும் என்பது மூளையில் எழுதப்பட்டிருக்கிறதா? சான்சே இல்ல. யாரும் சொல்லித் தராமலேயே ஒரு நாய்க்குட்டி இனப்பெருக்கம் செய்வதை அறிந்திருப்பது எப்படி? ஒரு யானைக் குட்டி, பிறந்ததும் தாய்மடி அறிவது எப்படி? அதெல்லாம் மூளையில் எழுதியிருக்கும் என்றால், தமிழை நேசிக்கும் தமிழர்க்கு மூளையில் இருக்கும் என்பதையும் ஏற்றுக்கொள்ள வேண்டும் என்கிறார்கள். எப்படி? உலகில் மலர்களே இல்லாமல் போனால் தேனீ அழிந்துவிடும். தமிழ் இல்லாமல் போனால் தமிழர்கள் அழிந்து போவார்களா? நீரே இல்லாமல் போனால் மீன்கள் அழிந்துபோகும். தமிழ் இல்லாமல் போனால் தமிழர்கள்

இல்லாமல் போவார்களா? செக்ஸும் தமிழும் ஒன்றா? உயிர்களுக்கு இனப்பெருக்கம் மூளையில் எழுதப்பட்டிருக்கிறது. தமிழர்களுக்கு மொழி எழுதப்பட்டிருக்குமா? பால் பருவத்தில் செக்ஸ் நாட்டம் வரும். அது ஹார்மோன்களின் தூண்டுதல். மொழிக்கு என்ன தூண்டுதல் இருக்க முடியும்?

இவ்வாறாக, இந்நாவல் முழுவதும் தமிழ் குறித்தும் அதன் பரிணாமம் குறித்தும் பல்வேறு விவாதங்கள் இடம்பெற்றிருக்கும். ஒரு மொழியின் பரிணாம வளர்ச்சியை அதன் ஆதியிலிருந்து வரைபடம் இட்டுப் பார்க்கும் விஞ்ஞானம் இன்று நம்மிடம் உள்ளது. தமிழ் நம் அகத்துடன் நடத்தும் உரையாடல்களைக் கவனித்தால்தான் தமிழ்ப்பற்று என்று உருவாகியிருக்கும் படிமத்துக்கு நாம் நியாயம் சேர்க்க முடியும்.